I0669302

काबुलीवाल्याची बंगाली बायको

लेखक
सुस्मिता बॅनर्जी

अनुवाद
मृणालिनी गडकरी

मेहता पब्लिशिंग हाऊस

Please contact us at **Mehta Publishing House,** Pune 411030.
Email : production@mehtapublishinghouse.com
Website : www.mehtapublishinghouse.com

KABULIWALAR BANGALI BAHU by SUSMITA BANERJEE

© Susmita Banerjee

Translated into Marathi Language by Mrunalini Gadkari

काबुलीवाल्याची बंगाली बायको / अनुवादित कादंबरी

अनुवाद : मृणालिनी गडकरी
Email : author@mehtapublishinghouse.com
मराठी अनुवादाचे व प्रकाशनाचे हक्क मेहता पब्लिशिंग हाऊस, पुणे.
प्रकाशक : सुनील अनिल मेहता, मेहता पब्लिशिंग हाऊस,
१९४१ सदाशिव पेठ, माडीवाले कॉलनी, पुणे - ४११०३०.

मुखपृष्ठ : चंद्रमोहन कुलकर्णी
प्रकाशनकाल : मार्च, २००४ / जून, २००८ / पुनर्मुद्रण : डिसेंबर, २०१३

P Book ISBN 9788177664492
E Book ISBN 9789353173357
E Books available on : play.google.com/store/books
www.amazon.in

निवेदन

एखादा धार्मिक संप्रदाय किंवा एखादी धार्मिक व्यक्ती वा एखाद्या धर्माचं तत्त्वज्ञान ह्यांच्यावर उगीचच टीका करण्यासाठी मी लेखणी हातात घेतलेली नाही. समाजात आणि जीवनात धर्माला श्रेष्ठ स्थान आहे ह्यावर माझा मनापासून विश्वास आहे; पण धर्माच्या नावाखाली जे पराकोटीची बीभत्सता आणि दहशत निर्माण करतात, धर्माचा जयजयकार करत करत माणसा-माणसांत भेदभावाची भिंत उभी करतात, स्त्रियांच्या स्वातंत्र्यावर घाला घालून त्यांची माजघराच्या अंधारात रवानगी करतात, निर्विकारपणे माणसांची हत्या करतात, देशाचा नाश करतात, त्यांच्या विरोधात माझं हे लेखन. हे माझं सर्वंकष जिहाद धर्माविरुद्ध नसून धर्मांधता आणि धार्मिक मूलतत्त्ववाद ह्यांच्याविरुद्ध आहे. अफगाणिस्तानात घडलेल्या घटना म्हणजे धर्माचा विकृत व्यभिचारच. ज्यांनी इस्लामचं पावित्र्य आणि थोरवी धुळीला मिळवलीय, कुराणशरीफचा आपल्या मनाप्रमाणे चुकीचा अर्थ लावलाय, मानवतेचा अपमान केलाय, त्यांच्या असहिष्णुतेकडे, सदोष दृष्टिकोनाकडे आणि त्यांनी केलेल्या अवमानाकडे मला सर्वांचं लक्ष वेधायचंय. माझ्याप्रमाणेच भारतातून अफगाणिस्तानात जाऊन ज्या स्त्रिया असहायपणे जिणं जगताहेत त्यांच्याकडेही सर्वांचं लक्ष जायला पाहिजे, असं मला वाटतं. त्यांना स्वतःच्या देशात पुन्हा परत येणं शक्य नाही. माझ्यापाशी अपार साहस, मनोबल आणि धैर्य नसतं तर मीही परत येऊ शकले नसते. थोडक्यात, अफगाणिस्तान हा दहशतवादी देश बनला आहे.

मग त्या देशात चांगलं काहीच नाही का? आहे. निश्चित आहे.

स्त्रियांचा छळ, मुलांकडे दुर्लक्ष, वृद्धांची उपेक्षा– ह्या गोष्टी मी प्रत्यक्ष पाहिल्या म्हणूनच मला कळल्या. ज्यांना ह्याबद्दलची माहिती नाही, त्यांना तिथल्या माणसांबद्दल काहीच माहीत नाही, असंच म्हणावं लागेल. अफगाणिस्तानात आठ वर्षं मी कैद्याप्रमाणे काढली आणि अखेर तालिबानला धाब्यावर बसवून पाकिस्तानात आले. पण तिथल्या भारतीय एम्बसितल्या माणसांनी, माझ्यासारख्या भारतीय नागरिकाला मदत करण्याऐवजी माझी विटंबना करण्याचा प्रयत्न केला– ही सर्व कहाणी कागदावर उतरवण्याचा मी प्रयत्न केलाय.

माझी ही कहाणी वाचून एका जरी सहृदय वाचकानं निषेधाचा आवाज उठवला, तरी माझ्या श्रमाचं सार्थक झालं असं मी समजेन. ज्यांनी पडद्याआड राहून कष्ट घेतले, ज्यांच्यामुळे माझी ही कहाणी वाचकांपर्यंत पोहोचू शकली, त्यांचा उल्लेख करून माझं हे निवेदन संपवते. मन्टूदा सावलीप्रमाणे माझ्याबरोबर राह्यले. त्यांनीच मला ही हकीगत लिहायला लावली. तपन आणि माया चक्रवर्तींनी मला सतत प्रोत्साहन दिलं. त्यांच्याबद्दल कृतज्ञता व्यक्त करून थांबते.

– सुस्मिता बॅनर्जी

मनोगत

अमेरिकनं अफगाणिस्तानात तालिबानची राजवट संपुष्टात आणून त्या देशाची सूत्रं डॉ. हमीद करझाई ह्यांच्या हातात देण्याआधी अडीच ते तीन दशकं अफगाणिस्तान हा जगात सर्वांत जास्त चर्चेत असणारा देश होता. जगातल्या दोन महासत्तांच्या सुंदोपसुंदीत अफगाणिस्तानचा मधल्या मध्ये बळी जात होता. रशियानं अफगाणिस्तानातून माघार घेतल्यावर तेथील राजकीय व सामाजिक परिस्थिती कमालीची खालावली. बरीच प्राणहानी झाल्यावर तिथं तालिबानची क्रूर राजवट अस्तित्वात आली.

अफगाणिस्तानातील ह्या राजकीय आणि सामाजिक परिस्थितीची जाणीव नसल्यामुळे वा पतिप्रेमामुळे लेखिका सासरच्या लोकांना भेटावयास गेली. पण तिथं तिची अवस्था तुरुंगातल्या कैद्याप्रमाणे झाली. मग सुरू झाला एक संघर्ष–भारतीय आणि बंगाली संस्कारांत वाढलेल्या सुशिक्षित तरुणीची मानसिकता आणि आधुनिक विचारांपासून खूपच दूर असलेल्या असंस्कृत, अशिक्षित माणसांची मानसिकता ह्यांच्यात.

सुस्मिता बॅनर्जी ह्यांच्या 'काबुलिवालार बंगाली बउ' ह्या बंगाली पुस्तकाचा मी 'काबुलीवाल्याची बंगाली बायको' ह्या नावानं मराठीत अनुवाद केला आहे. पुस्तकाचं नावच आपलं कुतूहल जागृत करतं आणि पुस्तक वाचायला आपण उत्सुक होतो. पुस्तक वाचून खाली ठेवताच एक गोष्ट जाणवते, ती म्हणजे सुस्मिता बॅनर्जी ह्या सराईत लेखिका नाहीत. पण त्यांना आलेल्या विलक्षण अनुभवांनी त्यांना लिहायला प्रवृत्त केलं आहे. मनात विचारांचं प्रचंड वादळ घोंघावात असल्यामुळे त्यांच्या लेखनात सुसूत्रतेचा आणि सुसंगतपणाचा अभाव काही ठिकाणी आढळतोही. त्याची जाणीव त्यांनाही आहे. पण त्यांनी आपले अनुभव पोटतिडिकेनं लिहिले आहेत आणि वेळप्रसंगी त्याच्यावर समर्पक भाष्यही केलं आहे, हे लक्षात घ्यायला हवं.

ह्या पुस्तकात लेखिकेनं आपले अनुभव आणि आयुष्यातील काही घटना अतिशय प्रामाणिकपणे मांडल्या आहेत. स्वत:च्या चुका कबूल करण्याचा नि:स्पृहपणा तिच्यापाशी आहे. त्याचप्रमाणे धाडस, अभिरुचिसंपन्नता, निष्ठा, वात्सल्य, समतोल विचार करण्याची वृत्ती, परिस्थितीशी जमवून घेण्याची धडपड अशा तिच्या अनेक

गुणांचं दर्शन ह्या पुस्तकातून घडतं.

आतापर्यंत फिरोज रानडे आणि प्रतिभा रानडे ह्या पतिपत्नींच्या 'काबुलनामा' व 'अफगाण डायरी' ह्यांसारख्या पुस्तकांतून आपल्याला अफगाणिस्तानातील काबुल शहर व त्या भोवतालचा परिसर ह्यांची अतिशय सखोल, सुरेख, अभ्यासपूर्ण माहिती मिळाली आहे. पण ग्रामीण अफगाणिस्तानाची जीवनशैली मात्र आपल्याला प्रस्तुत पुस्तकातून फार चांगल्या रीतीनं कळते. ह्या पुस्तकाचं हे एक महत्त्वाचं वैशिष्ट्य आहे.

सुमारे दीड-दोन वर्षांपूर्वी श्री. सुनील मेहता ह्यांनी मूळ बंगाली पुस्तक माझ्या हातात दिलं. मी ते वाचून त्याबद्दल त्यांच्याशी चर्चा करताच ह्या पुस्तकाचा मी मराठीत अनुवाद करावा अशी विनंती त्यांनी केली. अर्थातच त्यांच्या विनंतीला मी मान दिला आणि आणखी एक वेगळा अनुभव माझ्या पदरी पडला. ही संधी विश्वासानं मला दिल्याबद्दल मी श्री. अनिल मेहता व श्री. सुनील मेहता ह्यांची मनापासून आभारी आहे. तसेच 'मेहता पब्लिशिंग हाऊस'च्या सर्व सदस्यांच्या उत्तम सहकार्याबद्दल मन:पूर्वक आभार.

जाता जाता एक गोष्ट इथं नमूद करावीशी वाटते. अनुवाद करताना परकीय भाषेतील शब्दोच्चार शक्यतो त्या त्या भाषेतील शब्दकोषात दिल्याप्रमाणे लिहिण्याचा पुस्तकात माझा कटाक्ष असतो. परंतु प्रस्तुत पुस्तकात लेखिकेनं पुश्तू किंवा अफगाणिस्तानातील स्थानिक भाषेतील शब्द आणि कुराणातील सुरा ह्या बंगालीत लिहिल्या आहेत. मी अनुवादात ते शब्द व सुरा बंगालीप्रमाणेच लिहिल्या आहेत.

— मृणालिनी गडकरी

१

नेहमीपेक्षा आज थंडी जरा जास्तच होती. रात्रीचे किती वाजले होते कोण जाणे! काळोखात भिंतीवरचं घड्याळ दिसत नव्हतं. कधी एकदा रात्र संपतेय, असं झालं होतं. खिडक्यांना आतून जाड कागद आणि बाहेरून प्लॅस्टिक शीट लावून खिडक्या घट्ट बंद केल्या होत्या. दाराला जाड कांबळं लावलं होतं. एवढं सगळं करूनही कुठून तरी बोचरा वारा येतच होता. मी अंगावर एक जाड रजई आणि तिच्यावर एक लोकरीची धाबळी घेतली होती, तरीही थंडी वाजतच होती; पण कितीही थंडी वाजली तरी रात्री उठून काय करणार? म्हणून डोक्यापासून पायापर्यंत पांघरूण घट्ट लपेटून अंग मुडपून झोपले होते. बाहेर बर्फ पडत होतं. काल तर सतत बर्फ पडत होतं. मधूनच थांबत होतं. मग पुन्हा मधूनच पावसासारखं भुरभुरत होतं.

मला अफगाणिस्तानात येऊन सहा वर्षं झाली होती. माझं सासर इथलं. आपल्या देशात परत जाण्याची इच्छा मनात तशीच दाबून ठेवून मी ह्या रुक्ष, डोंगराळ, नवख्या देशात दिवस ढकलत होते. कारण इथं मला 'कैद' करून ठेवलं होतं. 'कैद करणे' किंवा 'कैदेत टाकणे' ह्या शब्दप्रयोगाच्या शब्दकोशातील अर्थाप्रमाणे इथं कोणालाही कैद करण्याची गरजच नाही. ह्या देशात एकटी स्त्री एक पाऊलही टाकू शकत नाही. सगळीकडे तालिबान पहारेकऱ्यांचा कडक पहारा असतो. त्याशिवाय इथून जाणार कसं? गाडी मिळणार कुठून? आणि काबुलमधल्या सर्व एम्बसिज् तर बंदच झाल्या होत्या. त्यातूनही एखादी एम्बसि सुरू असती तरी युद्धाच्या तांडवातून तिथं जिवंत पोहोचणं हे हिमालय पार करण्याइतकंच अवघड होतं. खरं तर एखादी स्त्री हिमालय पार करू शकेल; पण ह्या देशातल्या स्त्रीला घराचा उंबरठा ओलांडणं मात्र अशक्य आहे.

काबुलपासून माझं सासरचं गाव अठरा तासांच्या अंतरावर होतं. १९८८ च्या जुलैमध्ये मी माझ्या नवऱ्याबरोबर– जाँबाज खानबरोबर– कोलकाता सोडलं आणि अफगाणिस्तानच्या भूमीवर पहिलं पाऊल ठेवलं. सासरच्या माणसांना भेटण्याच्या प्रबळ इच्छेपोटीच पश्चिम आशियातील ह्या देशात आले होते– ह्या देशातला मध्ययुगीन काळातला धर्मांधतेचा अंधार अजून फिटला नव्हता. ह्या देशात येण्यासाठी रस्ता आहे पण परत जाण्यासाठी नाही, हे तेव्हा मला माहीत नव्हतं. मी जेव्हा

काबुलमध्ये पाय ठेवला तेव्हा सबंध शहरात रशियाचे मुजोर सैनिक बेगुमानपणे हिंडत होते. ते गस्त घालत होते आणि असंही ऐकलं होतं की अठरापासून अडतीसपर्यंतच्या वयाचा कोणीही दाढीवाला, परका तरुण गावातून शहरात येऊ शकत नसे. कारण रशियन त्याला पकडून लगेच कैदेत टाकत. नंतर परिस्थितीनुसार त्याला सैन्यात भरती करत. त्याची इच्छा असो वा नसो त्याला सोव्हिएट सैन्यात जावंच लागत असे. त्यानं नकार दिल्यास त्याला फायरिंग स्क्वॉड पुढे उभे करत. पण सोव्हिएट सैन्यात एकदा का तो भरती झाला की त्याच्या गावचा रस्ता त्याला कायमचा बंद होत असे. कारण गावागावात मुजाहिदीन असत. हे मुजाहिदीन १९७९ पासून सोव्हिएट सैन्याच्या विरोधात बंड करत होते. ते सोव्हिएट सरकारला आणि त्या सरकारच्या हातचं बाहुलं बनलेल्या डॉ. नजीबुल्लाला देशाचे एक नंबरचे शत्रू मानत. मुजाहिदीनांच्या दृष्टीनं ते 'खाल्की' म्हणजे 'देशद्रोही'. नजीबनं म्हणे मंत्र्याच्या खुर्चीवर बसून देश सोव्हिएटच्या हाती सोपवला, म्हणून नजीबच्या गटातले सगळे देशाचे शत्रू. मुजाहिदीनना देशात इस्लामी सरकार स्थापन करायचं होतं म्हणून ते ठरले देशभक्त.

ज्या वेळी काबुल शहरात जायला लोक भीत होते, नेमकं त्याच वेळी जाँबाजचा हात धरून मी अफगाणिस्तानच्या अगदी आतल्या भागात जाऊन पोहोचले. आश्चर्याची गोष्ट म्हणजे अशा परिस्थितीतसुद्धा प्रवासी शहरात मोकळेपणानं फिरू शकत होते. कारण 'कायदे तितक्या पळवाटा' अशी म्हण आहेच ना! जाँबाजचे एक काका नजीबच्या गटातले म्हणजे 'खाल्की' होते. ते त्यांच्या कुटुंबीयांसह काबुलमध्येच राहत. एके काळी त्यांना नजीबच्या अगदी जवळचं मानलं जात असे. म्हणून नजीब सरकारचा 'ट्रेडमार्क' लावलेली म्हणजेच 'स्टार' लावलेली गाडी सतत त्यांच्या दिमतीला असे. काबुलला पोहोचल्यावर रात्री आम्ही ह्याच काकांच्या घरी मुक्काम केला.

एक तर मी अगदी नवखी होते. त्याशिवाय परिस्थिती अतिशय गंभीर होती. डोक्यावर सतत टांगती तलवार. मला ह्या देशात अशी भयंकर स्थिती आहे, ह्याची कल्पनाच नव्हती. इथं आल्यावरच सगळं कळलं. अशा प्रसंगाला मला तोंड द्यावं लागेल, असं कधीच वाटलं नव्हतं. त्यामुळेच इथला रागरंग पाहून मला कापरं भरलं; पायाखालची जमीन सरकतेय, असं वाटायला लागलं; डोळ्यांपुढे अंधेरी आली. आयुष्यात प्रथमच भीतीनं, आश्चर्यानं, काळजीनं माझी वाचाच बसली. पण जेव्हा कळलं की शहरापलीकडे युद्धाचं नावसुद्धा ऐकू येत नाही, तेव्हा कुठं माझ्या जिवात जीव आला. युद्धाची भीती जरा कुठं कमी होते ना होते तोच आणखी एका काळजीनं माझा पिच्छा पुरवला. मन म्हणायला लागलं की आणखी एका कठीण प्रसंगाला सामोरं जाण्याची तयारी ठेव. तू दुसऱ्या देशातली आहेस. पण नुसतीच परदेशी नाहीस तर बंगाली हिंदू स्त्री आहेस. अनिवार इच्छेनं ज्यांना भेटायला आली

आहेस ते तुला आणि तू त्यांना आपलं मानणार का? कधी ह्याचा विचार केला आहेस का?

हे एक आश्चर्यच नव्हतं का? माझ्या देशापासून हजारो मैल दूर आल्यावर ज्या गोष्टीचा विचार करत होते, तो ह्याआधी माझ्या मनात कधीच आला नव्हता. आणि हा विचार तर सगळ्यांत महत्त्वाचा होता. खरं तर, अकल्पित गोष्टीचा विचार करता करता मी अडचणीत सापडले होते आणि त्यामुळे निकडीचा विचार माझ्या मनाला शिवलासुद्धा नव्हता. मग विचार केला की आतापर्यंत काळजी केली नाही तर आता करून काय उपयोग!

आम्ही जाँबाजच्या काकांच्या घरून पहाटे पाचलाच निघालो. काकांनीच आम्हाला एक गाडी ठरवून दिली. गाडीचा ड्रायव्हर रशियन होता. तो आम्हाला गझनीपर्यंत नेऊन सोडणार होता. तिथून दुसरी गाडी करावी लागणार होती. रशियन गझनीच्या पुढे सहसा जात नसत. कारण गझनीच्या पुढे मुजाहिदीनांचा मुलूख सुरू होत असे. गाडी निघाली. खिडकीच्या फटीतून थंड वारा येत होता. बाहेर पाह्यलं. रस्ता खूप रुंद होता. रस्त्याच्या दुतर्फा रांगेनं दुकानं होती. आता अर्थातच ती बंद होती. रशियन सैनिक बंदुका घेऊन उभे होते. खिडकीतून दिसत होतं सुंदर काबूल आणि लाल तोंडाचे रशियन सैनिक.

लांब कोट घातलेले रशियन सैनिक रांगेत उभे राहून कडक पहारा देत होते. काही मिनिटांनंतर दोन सैनिकांनी आपापल्या बंदुका खाडकन् उचलून खांद्यावर टाकल्या आणि तालात पावलं टाकत, बुटांचा आवाज करत निपचित पडलेल्या शहरात कुठंतरी अदृश्य झाले. त्याच वेळी कुठंतरी गोळीबार झाला. मग सुरू झाली धावाधाव. रस्त्यावर जे थोडेफार लोक होते ते सैरावैरा धावत सुटले. गोंधळ उडाला. सैनिकांच्या तुकड्यांची धावपळ झाली. ते बंदुका रोखून दिसेल त्याला धमकावयाला लागले. त्यांचे आवाज चढले होते. तितक्यात एक टँक मोठ्यानं गडगडाट करत पुढे यायला लागला. तो पुढे पुढे येतोय असं पाहताच आमच्या ड्रायव्हरनं गाडी वळवून दुसरा रस्ता धरला. त्यानं जाँबाजला काहीतरी सांगितलं.

'ड्रायव्हर काय म्हणतोय?' मी जाँबाजला विचारलं.

'तो म्हणतोय की आता तोफा डागल्या जातील, रॉकेट्स सुटतील, गोळीबारही होईल, म्हणून त्यानं रस्ता बदलला. आता आपण ज्या रस्त्यानं जातोय ना, तो अजून शांत आहे.' जाँबाजनं उत्तर दिलं. जाँबाजचं बोलणं ऐकताच मी घाबरून गर्भगळीत झाले.

उन्हात शहर लखलखत होतं. युद्ध सुरू नसतं तर हेच शहर आणखी सुंदर वाटलं असतं. काही सैनिकांनी अचानक आमचा रस्ता अडवला. आमच्या गाडीच्या जवळून एक टँक कर्कश आवाज करत गेला. आमचा ड्रायव्हर खाली उतरला आणि

त्यानं त्या सैनिकांना काहीतरी सांगितलं. मग त्यांनी जाँबाजकडे पासपोर्ट मागितला. जाँबाजनं एक कागद ताबडतोब त्या सैनिकाच्या हातात सरकवला. एकेक अक्षर लावत लावत त्यानं तो वाचला. नंतर आम्हाला आपादमस्तक न्याहाळलं आणि सोडून दिलं. गाडी पुढे निघाली. जरा पुढे गेल्यावर रस्त्याच्या कडेला हुकमाची वाट पाहत, तयारीत उभे असलेले चार-पाच रणगाडे दिसले. वातावरण चांगलंच तापलेलं होतं. मृत्यू सारखा खुणावत होता. आता आम्ही शहर मागे टाकलं होतं. आमची गाडी देशाच्या बऱ्याच आतल्या भागात शिरली होती. रस्ता मध्येच खचला होता. काही ठिकाणी खडबडीत होता. सैनिकांची जुलूम जबरदस्ती मागे टाकून आम्ही बरेच पुढे आलो होतो. रस्त्याच्या कडेला मध्येच कधीतरी एखादं झाड दिसत होतं. आणखी थोडं पुढे गेल्यावर चढण सुरू झाली. रस्ता कधी सरळ तर कधी वेडावाकडा, कधी चढणीचा तर कधी उतरणीचा. मध्येच एक-दोन घरंही दिसली. अर्थात मुद्दाम सांगितल्याशिवाय ही घरं आहेत हे लक्षातही आलं नसतं. सभोवार उंच भिंत. ही भिंत तीन मजली घराइतकी उंच असेल. लांबून रुंदीचा अंदाज येत नव्हता. ह्या भिंतीच्या आत घर असतं आणि त्यात माणसं राहतात, ह्या गोष्टीवर सुरुवातीला माझा विश्वासच बसेना.

आम्ही गझनीला पोहोचलो तेव्हा बारा वाजले होते.

■

२

'**सा**हेब कामाल, साहेब कामाल, उठा. सकाळ झाली.' दचकून धडपडत उठून बसले. गुरगुटून झोपले असल्यामुळे उजाडल्याचं कळलंच नव्हतं. इथे आल्यावर जाँबाजच्या एका काकांनी माझं पुन्हा बारसं केलं होतं. माझं नवं नाव 'साहेब कामाल'. ह्या नावाचा अर्थ मला माहीत नाही; पण ते मला 'साहेब का माल' म्हणत असावेत, असा माझा अंदाज. दुसरा काय अर्थ असणार? इथं सगळेच मला ह्या नावानं हाक मारत. माझं खरं नाव आता भूतकाळाच्या अल्बममध्ये जमा झालं होतं. सहा वर्षं झाली. अजून पूर्वीचे ते दिवस आठवतात. कोलकात्याच्या गर्दीतून हिंडणं, कर्झन पार्कमध्ये भेळ खाणं, पावसात ओलंचिंब भिजून घरी परतणं, मन बेचैन असताना, उदासवाण्या दुपारी स्वप्नं बघत बसणं, पार्क स्ट्रीट किंवा ग्रॅन्ड आर्केडला शॉपिंग करणं– आठवणींचे असे तुकडे मनात भिरभिरत राहतात.

त्या दिवसांच्या आठवणींतून मी बाहेर आले. पाहते तर माझे तिघे धाकटे दीर बर्फ बाजूला सारत होते. आणखी एक अफगाणी दिवस. नेहमीसारखाच. तेच ते एकसुरी आयुष्य. इथल्या रोजच्या जीवनात काहीही वैचित्र्य नाही. तरीही माणूस जगतो, जगत असतो. जगण्यासाठी खावं लागतं, बोलावं लागतं. नाहीतर आयुष्य सरणार कसं?

अफगाणिस्तानात येऊन तीन वर्षं उलटली. जाँबाज आसामचाचा बरोबर हिंदुस्तानात गेलाय. प्रेम आणि भांडण, राग आणि लोभ ह्यांच्यात दिवस सरले. सुखाचेच होते ते दिवस. जाँबाजकडे पाहून सगळं दुःख, सगळा त्रास मी विसरले होते. पण माझ्या नशिबात जाँबाजचा सहवास फार दिवस नव्हताच. एके दिवशी मी त्याची वाट पाहत होते. वाट पाहता पाहता केव्हा झोप लागली कळलंच नाही. मध्यरात्री अचानक जाग आली. खोलीत कंदील जळत होता. असं ह्या पूर्वीही पुष्कळ वेळा झालं होतं. कधी कधी तो रात्री परत येतच नसे. पण त्या वेळी आजच्यासारखं माझं मन कासावीस झालेलं आठवत नाही. आजही बहुधा तो घरी येणार नाही. मग सकाळी येईल आणि ओशाळवाणं हसत माझी खोटी खोटी माफी मागेल, रात्री परत का येता आलं नाही ते सांगेल, असं मला जरी वाटलं तरी आज माझ्या मनाची उगीचच, जरा जास्तच, चलबिचल व्हायला लागली. आज त्याचं परत न येणं मला

नेहमीसारखं वाटलं नव्हतं. का कोण जाणे, आज मला भीती वाटत होती. अशुभाची पाल मनात चुकचुकत होती. आसामकाकाही आज घरात नव्हता. ही माझी विचित्र खोड आहे. मी आसामचाचाला कधी आसामचाचा तर कधी आसामकाका म्हणते. कालच तो आपल्या दोन्ही बायकांचा आणि घरातल्या इतरांचा निरोप घेऊन हिंदुस्तानात गेला होता. चोवीस तासांनंतरही जाँबाजचं घरी न येणं मला विचित्र वाटत होतं. काल रात्रीचं त्याचं वागणंही नेहमीसारखं नव्हतं. सबंध दिवसात हे मला कसं जाणवलं नाही? आणि आताच का जाणवलं बरं? स्वाभाविकच आहे हे. रात्री एकांतात नवरा-बायकोत बऱ्याच गोष्टी घडतात आणि उजाडताच कामाच्या व्यापात त्या विसरल्याही जातात. पण रात्रीचं त्याचं वागणं वेगळं होतं, हे आता मला जाणवतेय. मला सोडून तो दूर कुठंतरी निघालाय, आता पुन्हा आमची भेट होणारच नाहीये किंवा झाल्यास बऱ्याच दिवसांनी होणार आहे, म्हणून त्याला वाईट वाटतंय, असं काहीसं त्याच्या वागण्यातून जाणवत होतं. त्याच्या मनात एक दाबलेलं दुःख असावं. कसलं दुःख? तो मला एकटीला इथं टाकून हिंदुस्तानात निघून गेला हे खरं का? पण हे कसं शक्य आहे? त्याचं तर माझ्यावर प्रेम आहे. मी त्याची पत्नी आहे. पती पत्नीशी कधी खोटं बोलत नाही. पतीच्या सगळ्या गोष्टी, अगदी खासगीसुद्धा, कोणाला नसल्यातरी पत्नीला ठाऊक असतातच. नाही. नाही. जाँबाज इतका वाईट वागणार नाही. तो इतका निष्ठुर कधीही होणार नाही. त्याला मी प्राणापेक्षा प्रिय आहे. एखाद्या मुजाहिदनं त्याला चुकून गोळी तर मारली नसेल? कंदील मिणमिणत होता. खोलीत छायाप्रकाशाचा विचित्र पण सुंदर खेळ चालला होता. मी मनातल्या मनात ठरवलं की सकाळी जाँबाज आला की त्याला सज्जड दम द्यायचा आणि 'पुन्हा असं जाणार नाही', असं त्याच्याकडून कबूल करून घ्यायचं. त्याच्या अशा वागण्यानं मला काळजी वाटते, नको नको ते मनात येतं. हे असं वागणं चांगलं आहे का? रात्री असं घराबाहेर राह्यचं? मला खूप राग आला. रागारागातच कूस बदलली.

दुसरा दिवस उजाडला. दुपारचे बारा वाजले तरी जाँबाजचा पत्ता नव्हता. पेशन्ट्सना तपासण्यात माझं लक्ष लागत नव्हतं. एवढा उशीर त्यानं कधीच केला नव्हता. मागे एकदा असाच मला न सांगता त्याच्या आत्याकडे गेला आणि रात्री तिथंच राह्यला. पण पहाटेच घरात हजर. सगळं ठीक असावं. पण अनामिक भीतीनं माझा मात्र थरकाप होत होता. सारखं वाटत होतं तो माझ्यापासून खूप दूर निघून गेलाय, माझी हाक त्याला ऐकू जाणार नाही. घरातलं वातावरणही नेहमीसारखं वाटत नव्हतं. वरवर सगळेच काही झालं नाही, असं दाखवत होते. गुलगुटीची गोष्ट मात्र जरा वेगळी होती. तिचे डोळे लाल झाले होते. गुलगुटी माझी चुलत जाऊ. ती खूप रडली असावी. पण स्वतःच्या नशिबाला दोष देऊन ती नेहमीच रडायची.

माझे दीरही नेहमीसारखे शांत नव्हते. जरा जास्तच धीटपणे वावरत होते. माझी दोन नंबरची जाऊ उंबरठ्यात पाय पसरून कधीच बसत नसे. पण आज मात्र ती तशी बसली होती. नुसती बसली नव्हती, तर बेदाण्यांबरोबर चहा पीत होती आणि तिच्या नवऱ्याशी म्हणजेच काला खानशी मोठमोठ्यानं बोलत होती. जाँबाज असताना असं घडणं शक्यच नव्हतं. तो असताना कोणीही असं आपल्या बायकोबरोबर बोलत बसत नसे.

एक वाजला. मी दारासमोरच्या एका मेढ्यावर बसले होते. मला काळजीनं ग्रासलं होतं. तेवढ्यात पाबलूचाची, नाकसिराचाची, आबूचाची, सेरीनाचाची आणि आद्रामानभाईची बायको ह्या सगळ्या मिळून आमच्या घराकडे येताना दिसल्या. पाबलूचाची आणि नाकसिराचाची ह्या दोघी आसामचाचाच्या बायका. आबूचाची माझी मोठी चुलत सासू तर सेरीनाचाची धाकटी चुलत सासू. आद्रामान आबूचाचीचा सावत्र मुलगा. त्यांना पाहून मी चपापले. अखेर सगळं संपलंच वाटतं! आता माझं काहीच उरलं नाही इथं. जाँबाज आता नाही. मी हाक मारूनही तो परत येणार नाही. मला रडू कोसळलं. मी भिंतीवर डोकं आपटायला लागले. थोड्या वेळानं जाँबाजचा निर्जीव देह घरी आणतील. संपलं. सगळं संपलं. मी वेड्यासारखी धावत सुटले. आबूला मिठी मारून रडायला लागले. त्या सगळ्यांनी माझ्या डोक्यावर हात ठेवले. मी रडत रडतच विचारलं, 'कोणी? कोणी केलं हे? मी जिवात जीव असेपर्यंत त्याला सोडणार नाही. त्याच्या घराचं मातेरं करेन. मी सगळ्यांचा जीव घेईन.'

माझं बोलणं ऐकताच आसामचाचाच्या थोरल्या बायकोच्या तोंडून अचानक बाहेर पडलं, 'सेयिदा, जे-बुम गोरम।' ('आम्हीही पाहू ना कोण आमचं काय करतं ते.')

पाबलूचाचीचं हे उत्तर ऐकून माझा राग अनावर झाला. मी दु:खानं वेडी झाले होते. मी पाबलूचाचीच्या तोंडावर एक ठोसा मारला. ती 'ओय्ऽ, ओय्ऽ' करत खालीच बसली. आबूनं मला धरून खाली बसवलं आणि विचारलं, 'दागासायके? देता अइलि बिना के? ता मेरो आकपले उराल।' ('हे काय? तिला का मारलंस? तुझा नवरा स्वत:च निघून गेला.')

मध्ये किती वेळ गेला कोण जाणे! खचल्या मनानं, कशीबशी, डळमळत्या पावलांनी मी खोलीत आले. डोळे केव्हाच कोरडे झाले होते. दु:ख, शोक– अशा कुठल्याच भावना उरल्या नव्हत्या. होती ती काहीतरी थिजून गेल्याची जाणीव. दिवसाच्या उजेडाची जागा रात्रीच्या अंधारानं घेतली होती. वाळवंटातला कोरडा, सोसाट्याचा वारा घोंघावत होता. विहिरीपाशी बांधलेली गुरं सारखी हंबरत होती. कोंबड्या फडफडत आपल्या खुराड्यात परत येत होत्या. एक कोंबडा एका कोंबडीचा पाठलाग करत होता. ते पाहून एक भला मोठा कोंबडा रागानं तुरा फुलवून धावला आणि त्यानं त्या दुसऱ्या कोंबड्याला हुसकावून लावलं. मी खिडकीत बसून

निर्विकारपणे हे सर्व पाहत होते. डोळे सताड उघडे होते. पापण्या लवत नव्हत्या. असं बसणं नकोसं वाटायला लागल्यावर दुपट्टा अंगाभोवती गुंडाळून आडवी झाले. आलेल्यांनी मला थोडाबहुत उपदेश केला आणि निघून गेल्या. जाँबाज होता. त्याला मुजाहिदची गोळी लागली नव्हती. तो चक्क पळून गेलाय, हे मी माझ्या मनाला समजावलं. तो जिवंत आहे तेव्हा कधी ना कधी भेट होणारच. खोटं. सगळं खोटं. प्रेम खोटं, वचनंही खोटी. मी मजेत जगत होते. कोणत्याही पुरुषाला आपला जीवनसाथी करायचं नाही, अशी प्रतिज्ञाही केली होती. मग? मग मी लग्न केलंच का? आणि केलंच तर ते माझ्या देशातल्या मुलाशी का नाही केलं? मनानं मलाच ह्यासाठी जबाबदार धरलं. 'नाही. नाही. ह्याला जबाबदार रुमा आहे.' मी माझ्याच मनाशी वाद घालायला लागले.

'खरंच तुला असं वाटतं? जे घडलं त्याला रुमाच जबाबदार आहे?' मनानं विचारलं.

'हो रुमाच. तिनंच माझी जाँबाजशी ओळख करून दिली.'

खोटं. तिनं ओळख करून दिली पण लग्न करायला सांगितलं नव्हतं.'

'खरं सांगायचं तर जाँबाजमध्ये मला खरा पुरुष दिसला म्हणून हळूहळू मी त्याच्या प्रेमात पडले.' मी माझ्या मनापुढे माझी कैफियत मांडली.

'मग आज रुमाला का जबाबदार धरतेस? आणि हा तुला हवा असलेला खरा पुरुष. मग सौरभ? त्याला विसरलीस? त्याला तू परत आणु शकली असतीस. पण तू तीळमात्र प्रयत्न केला नाहीस. तेव्हा तू आता मर.'

जाँबाज निघून गेला. आठवूनही तो आता मला आठवत नव्हता. आठवत नव्हता, आठवण येत नव्हती, असं म्हणणं खरं नाही. खरं तर त्याची आठवण यायची, पण आता प्रेमाला तिरस्कार झाकोळून टाकायचा. मनातली खळबळ ओसरली होती. ते बरंचसं शांत झालं होतं. कारण ते पार थकलं होतं. आता त्यात मत्सरही शिरला होता. एखादीला तिच्या नवऱ्याबरोबर बोलत बसलेलं पाह्यलं की माझ्या अंत:करणात सप्ततंत्री वीणेच्या झंकाराप्रमाणे टणत्कार सुरू व्हायचा. वाटायचं, 'किती सुखी आहे ती! तिचा जोडीदार तिच्याजवळ आहे. मी मात्र एकटी.' ह्या दु:खानं हृदयाच्या चिंधड्या उडायच्या. माझ्या मत्सराची मजल पशुपक्ष्यांचा द्वेष करण्यापर्यंत पोहोचली होती. सर्व होतं आणि तरीही काहीही नव्हतं. मी होते पण माझं कोणीही नव्हतं. मन होतं पण मेलेलं. इच्छा होती पण आशा नव्हती. माझ्या मनावर फुंकर घालायला कोणीही नव्हतं. मी हरले होते. मी एका घरट्याचं स्वप्न पाहत होते. कुठं होते, कुठं पोहोचले! काय हवं होतं अन् काय मिळालं! स्वप्नानं नुसतीच हुलकावणी दिली.

हेच सत्य का? हे अकल्पित सत्य माझ्याच वाट्याला आलं. जाँबाजला

हिंदुस्तानात जाऊन आज तीन वर्षं झाली. इथं तो आणि मी दोन वर्षं सात महिने एकत्र राह्यलो. मला खूप सुख आणि अपार प्रेम देऊन तो निघून गेला. उदंड, अप्रूप, अप्राप्य अशा आठवणींच्या मागे धावून धावून मी थकून गेलीये. जे काही घडलं ते अगदी अचानक घडलं म्हणून मी वेडीबावरी झालेय, पार कोलमडून पडलेय, रिती झालेय आणि ह्या लोकांच्यात राहून न्याय-अन्यायही विसरलेय. इथल्या कोत्या मनाच्या माणसांचा मी एक टिंगलीचा विषय झाले होते. जाँबाज इथून गेल्यापासून त्याच्या भावांनी माझा छळ मांडला होता. उपास घडत होते. झोपेनं पाठ फिरवली होती आणि ह्याबरोबर मारझोडही होत होती. बोलून काही उपयोग नव्हता. कारण हे लोक माणसांत मोडणारे नव्हतेच. सध्या मी इथं कैदेतच आहे, असं म्हणायला हरकत नाही. कारण हा सबंध देशच एक तुरुंग आहे.

दुर्दैव आणि अव्हेररूपी, भेसूर, भयंकर अंधार हात धुवून माझ्या पाठीस लागेल आणि माझं शांत जीवन उद्ध्वस्त करेल, असं मला चुकूनही कधी वाटलं नव्हतं. आता कदाचित कधीच मला नव्या जगाचा नवा प्रकाश दिसणार नव्हता. जाँबाजकडून आलेल्या कॅसेट्स हेच माझं नव जग होतं, हाच माझा नवा प्रकाश होता. दोन-तीन महिन्यांनंतर त्याच्या कॅसेट्स येत. 'युद्ध थांबलं, रस्ता मोकळा झाला की तू इकडे ये', असा निरोप त्या कॅसेट्समध्ये असे. सध्या जगात काय चाललंय ह्याची एकही बातमी माझ्यापर्यंत पोहोचत नाहीये, हे जाँबाजला माहीत होतं. म्हणूनच त्याच्या बोलण्यावर मी लगेचच विश्वास ठेवीन, हेही त्याला चांगलं ठाऊक होतं. कॅसेटमधल्या त्याच्या बाताच माझ्या कैदेतल्या सोबती होत्या. लग्नाआधी जाँबाजला समजून घ्यायला वेळच मिळाला नव्हता आणि संधीही मिळाली नव्हती. लग्नाआधी आम्ही आठवड्यातून फारतर एखाद वेळ भेटत असू. एक कप कॉफी आणि एक पेस्ट्री खायला जेवढा वेळ लागेल, तेवढाच वेळ आमच्याजवळ असे, एकमेकांना समजून घेण्यासाठी. तीन ते चार ह्या वेळात आम्ही न्यू मार्केटच्या आत असलेल्या 'फ्लुरीजेर रेस्टॉरन्ट'मध्ये बसायचो. एवढ्याशा वेळात त्याला तरी माझी कितीशी ओळख झाली असेल? आणि मी तरी त्याला कितीसं समजून घेऊ शकणार होते? पण आता ह्याचा विचार करण्यात काय अर्थ आहे?

■

३

कमीत कमी शंभर पेशन्ट्सच्या स्लिप्स जमा झाल्या होत्या. गाड्यांची रांग पाहून मी ओळखलं की आज तीन वाजेपर्यंत हातातोंडाची गाठ पडणं कठीणच दिसतंय. त्यावेळी सबंध अफगाणिस्तानात एकही स्त्री डॉक्टर नव्हती. एक-दोन डॉक्टर असतील. पण ते शहरात. स्पेशालिस्ट तर एकही नव्हता. जो दातावर औषध द्यायचा तोच ओव्हरिअन सिस्ट (ovarian cyst) किंवा एन्डोमेट्रिओसिस (endometriosis) वर उपचार करायचा. मेट्रोरेजिया (metrorrhagea) व डिसमेनोरिया (dymenorrhoea) वर एकच औषध मिळायचं. मी पदवीधर डॉक्टर नव्हते. पण डॉ. एस. एन. पांडे ह्यांचं 'प्रॅक्टिस ऑफ मेडिसिन' आणि सी. एस. दां ह्यांचं 'टेक्स्ट बुक ऑफ गाइनिकॉलजि' ह्या दोन पुस्तकांवरून जे काही शिकले होते त्यामुळे काही स्त्रियांना तरी फायदा होत होता. माझ्या औषधानं गुण येतो असा आजूबाजूच्या गावांतून बोलबाला झाला होता. एक 'चांगली डॉक्टर' म्हणून माझं नाव झालं होतं.

त्या दिवशी तपासण्याची वेळ संपलीच होती. मी सर्व आवरून दार लावणार इतक्यात एक वयस्क बाई दुसऱ्या एका तरुण बाईला घेऊन आल्या. त्या तरुणीनं मला आश्चर्याचा धक्काच दिला. तिनं अस्खलित इंग्रजीत मला विचारलं, 'मी आपल्याशी पुश्तूत बोलू की बंगालीत?''

'तुम्हाला बंगाली येतं? हिंदुस्तानातून आलात का? मी तर बंगालीच आहे. हिंदुस्तानातून आलीय.'

ह्या देशात बंगाली किती असणार? आपल्या देशातील बंगाली बोलणारं माणूस भेटताच मी स्वत:ची माहिती उगीचच दिली.

'आपण बंगाली आहात हे ठाऊक आहे मला. म्हणूनच तर घरात खोटं बोलून दहा मैल चालत आपल्याकडे आलेय.'

'का? माझ्याकडे का आलात? बरं नाही का? काय होतंय?'

'नाही. मला काहीही झालेलं नाही, डॉक्टर. काबुलचा रस्ता मोकळा झाला, धोका कमी झाला की आपण पुन्हा देशाला जाणार आहात असं ऐकलंय. म्हणून मी धावत आले आपल्याकडे.'

आम्ही दारात उभं राहून बोलतोय, हे आतापर्यंत माझ्या लक्षातच आलं नव्हतं.

मी त्या दोघींना आत बोलावलं. चहा घेणार का म्हणून विचारलं. आम्ही बोलायला लागलो. ती तरुणी म्हणाली, 'मी काकली राय. उत्तर कोलकात्यात सिंथीला माझं घर आहे.'

मी तिचं बोलणं ऐकण्यात इतकी गर्क झाले की मला वेळेचं भानच राह्यलं नाही. तिला काय म्हणावं हेही मला कळेना.

काकलीनं बुरखा घेतला असला तरी तिचे केस दाट, काळेभोर आहेत, हे माझ्या लक्षात आलं. तिचे डोळे मोठे होते, नाक सरळ होतं. श्रावस्तीचं सौंदर्य नसलं तरी अजंठाच्या कुंचल्याचं कौशल्य नक्कीच होतं. मायकेल एन्जेलो किंवा पाब्लो पिकासोनं आपल्या मनातील माधुरी ओतून तिला घडवलं नसलं तरी पुरुषांचं लक्ष वेधून घेण्याइतकी देखणी ती निश्चितच होती. पण स्त्रीचं खरं सौंदर्य म्हणजे तिचं व्यक्तिमत्त्व. ते मात्र तिच्यापाशी नव्हतं.

सौंदर्याची चर्चा इथंच थांबवून मूळ मुद्द्याकडे वळते. तिला मी विचारलं, 'तुम्ही माझ्याकडे का आला आहात? मी तुमच्यासाठी काय करू?'

'जेव्हा आपण कोलकात्याला जाल तेव्हा सिंथीला माझ्या माहेरी जा आणि माझ्या बाबांना सांगा की माझ्या दिराला कसंही करून पोलिसांच्या ताब्यात द्या म्हणजे माझ्या सासरची माणसं घाबरतील. मग त्यांना मला हिंदुस्तानात परत पाठवावं लागेलच. माझ्या बाबांना हे समजावून सांगा.'

'तुमचा दीर असतो कुठं? आणि त्याला पोलिसांना हॅन्डओव्हर का करायचं?'

'तो सिंथीलाच असतो. माझे बाबा त्याला ओळखतात. त्याचं नाव इब्राहीम खान. कसंही करून त्याला पोलिसांच्या ताब्यात द्या म्हणावं! आता इथला ताप मला अजिबात सहन होत नाही हो!'

'का हो? तुमचे यजमान इथं नाहीत?' हा प्रश्न मी स्वतःच्या अनुभवावरून विचारला.

प्रश्न ऐकताच काकली एकदम रडायला लागली. मग स्वत:ला जरासं सावरून म्हणाली, 'मॅडम, आपले यजमान देवमाणूस आहेत. म्हणून आपल्याला मानसिक त्रास भोगावा लागत नाही. त्यांनी आपल्याला फसवलेलं नाही.'

मी मनाशीच म्हणाले, 'मला फसवलं नाही? मला काही त्रास होत नाही?'

काकली पुढे म्हणाली, 'नवरा आपल्या बायकोशी खोटं बोलत असेल, दांपत्य जीवनाची सुरुवातच खोट्यातून झाली असेल तर ह्याहून दुसरं दु:ख कोणतं?' बोलता बोलता ती एकदम गप्प झाली. थोडा वेळ तशीच बसून राहिली. मग तिनं पुन्हा बोलायला सुरुवात केली, 'माझ्या घराच्या डाव्या बाजूला नबाब खान राहत होता. ते पाच-एक पठाण एकत्रच राहत होते. नबाब फारच देखणा होता. जेव्हा एखाद्या मुलीच्या मनात इच्छा, अभिलाषा जागृत होते तेव्हा ती आपल्या मनातल्या

पुरुषाला कल्पनेच्या रंगात रंगवून अवाजवी स्वप्न पाहते. त्या वेळी मुलींना प्रेमाची करेक्ट डेफिनिशन अजिबात ठाऊक नसते. अशाच एका क्षणी मी नबाबच्या प्रेमात पडले. संध्याकाळ झाली की एका अनामिक ओढीनं घराबाहेर पडायची.'

'ही ओढ कसली? मला कसली भुरळ पडलीय? काहीच कळत नव्हतं. अखेर घरी कळलंच. माझे बाबा बँक मॅनेजर होते. बाबा, आई, दादा सगळ्यांनी मला समजावलं. मारझोडसुद्धा केली; पण मी त्यांना बधले नाही. तेव्हा मी नबाबसाठी वेडी झाले होते ना! माझ्या ध्यानीमनी फक्त नबाबच होता.'

'हे पाहताच बाबांनी दुसरं एक स्थळ पाहून माझं लग्न ठरवलं. मुलगा दिल्लीचा होता. एकुलता एक. कॉम्प्युटर इंजिनियर. तेव्हा मी नुकतीच बी.ए. झाले होते. इंग्लिश ऑनर्स घेऊन. बाबांनी माझं लग्न ठरवताच मी नबाबच्या कानावर सगळी हकिगत घातली. कारण तेव्हा मला नबाबच सर्वांत जवळचा वाटायचा. नबाबनं मला सांगितलं की काळजी करण्याचं कारण नाही. पाच-सहा दिवसांतच लग्न उरकून मी तुला माझ्या देशाला घेऊन जाईन.'

'हे ऐकताच माझा आनंद गगनात मावेना. माझ्या प्रेमाचं खरोखरच चीज होणार होतं. नबाब कायमचा माझा होणार होता. फक्त माझाच. जगातलं दुसरं कोणीही त्याच्यावर हक्क सांगू शकणार नव्हतं. नबाबच्या प्रीतीची मी एकमेव सम्राज्ञी होणार होते.'

'ह्यानंतर एक आठवडा नबाब मला भेटलाच नाही. तेव्हाच्या माझ्या अवस्थेचं शब्दांत वर्णन करणं कठीणच! मला जेवणखाण सुचत नव्हतं की झोप येत नव्हती. एक काळजी मला रात्रंदिवस छळत होती. एके दिवशी नबाब अचानक परत आला.'

'मला काहीच न सांगता सवरता तो निघून गेला म्हणून मी त्याच्यावर खूप चिडले तर तो म्हणाला की मला घेऊन त्याच्या देशात पळून जाण्याची व्यवस्था करायला तो गेला होता. १९८६ च्या मार्चमध्ये मी त्याच्याबरोबर इथं आले.' एवढं बोलून ती पुन्हा रडायला लागली.

काकलीचं सांत्वन कसं करावं तेच मला कळेना. काही बोलण्यापेक्षा गप्प राहणंच बरं, असा मी विचार केला. अशा वेळी काही कॉमेंट करणं बरं नव्हे. खिडकीबाहेर सहज नजर टाकली. रात्रीच्या अंधारानं दिवसाच्या प्रकाशाला केव्हाच गिळून टाकलं होतं. काकलीचं उठण्याचं लक्षण नव्हतं. त्या दोघी आज रात्री इथंच राहणार आहेत, हे मी ओळखलं. त्यांच्या जेवणाची व्यवस्था करायला हवी होती. म्हणून मी त्यांना थांबायला सांगून स्वयंपाकघराकडे वळले. माझी दोन नंबरची जाऊ रोट्या करत होती. ह्या देशात कोणी भात खात नाही. रोट्याच खातात. भात हे छानछोकीचं खाणं.

मी सादगीला म्हटलं, 'दोघीजणी पाहुण्या आल्यात.'

'मला ठाऊक आहे. दोनदा डोकावून गेले. त्या इतक्या वेळ बसल्यात

म्हटल्यावर त्या रात्री आपल्याकडेच मुक्काम करणार हे ओळखलं मी. त्यांचाही स्वयंपाक केलाय.'

'वा! फारच हुशार आहेस हं! काय केलं आहेस जेवायला?'

'मटण कुर्मा. दही आहेच. होईल ना?'

'हो. हो. ह्याहून जास्त काय पाहिजे? आणि करायला आहेच काय?'

'आकिइला तुमच्या खोलीत दिवा लावायला सांगा.'

माझ्या एका चुलत जावेला सादगी 'आकिइ' म्हणून हाक मारायची. स्वयंपाकाचा प्रश्न मिटल्यावर मी पुन्हा काकलीपाशी येऊन बसले. तिला म्हणाले, 'तुमची हकिगत ऐकून फार जड वाटतंय.'

'दीदी, अजून तर आपण काहीच ऐकलं नाही. ह्या माझ्याबरोबर आल्यात ना, ह्यांना सगळं ठाऊक आहे.'

'खरंच की! एवढ्या वेळ आपण दोघीच बोलतोय. त्यांची विचारपूससुद्धा केली नाही. ह्या तुमच्या कोण?'

'ह्या माझ्या नणंदेची मोठी नणंद. माझ्यावर फार जीव आहे त्यांचा. त्यांच्या सांगण्यावरून इथं आले. घरी सांगितलं त्यांच्या घरी जातेय म्हणून.'

'तुम्ही माझ्याकडे आला होतात हे त्या कोणाजवळ बोलणार नाहीत ना?'

'नाही. मुळीच नाही. अहो, मला आपल्या घराचा रस्ता कुठं माहीत होता? त्यांनीच तर मला आणलंय. त्या कोणाजवळ बोलल्या तर त्यांनाच त्रास होईल ना!'

'बरं, पुढे काय झालं? नबाब खानशी लग्न करून तुम्ही इथं आलात? नंतर?''

'पुढे! प्रथम आम्ही काबूलला आलो. त्यावेळी काबुलची स्थिती आतापेक्षा वाईट होती. युद्धाचा जोर होता. सगळीकडे मिसाइल्स आणि रॉकेट्सचा मारा सुरू होता. रस्त्यावर छिन्नविछिन्न प्रेतं पडली होती. रक्ताचे पाट वाहत होते. त्यातूनच आमची गाडी चालली होती. मोठ्या रस्त्यानं जाणं शक्यच नव्हतं. म्हणून बाजूच्या कच्च्या रस्त्यानं गाडी जात होती. हा कच्चा रस्ता पार होईपर्यंत संध्याकाळ झाली. त्यानंतर आणखी एका तासानं आम्ही नबाबच्या घरी पोहोचलो. त्याच्या घरच्यांनी मला एका खोलीत नेऊन बसवलं. काहीजण माझ्या समोर बसले आणि मला अगदी निरखून पाह्यला लागले.'

'तुमच्या अंगावर साखर टाकली नाही? नवी नवरी घरात आली की तिच्यावर साखर टाकायची इथं चाल आहे ना? हवेत गोळ्या झाडून आनंद साजरा करतात. माझ्यावेळी असंच तर केलं होतं!'

'नाही. मी इथं आले तेव्हा असं काहीच केलं नाही. त्यामागेही एक कारण होतं. रात्री बारा वाजता नबाबचा थोरला भाऊ मी बसले होते त्या खोलीत आला. त्याला पाहताच खोलीतून एक एक करून सगळे बाहेर निघून गेले. खोलीत मी, नबाब,

नबाबचा दादा आणि एक बाई एवढेच राह्यलो. थोडा वेळ कोणीच काही बोललं नाही. मग अचानक त्या बाईनं आरडाओरड सुरू केली. माझ्याकडे रागारागानं पाहत ती हातवारे करून त्या दोघांना काहीतरी सांगायला लागली. नबाब तिची समजूत घालायला लागला. मला तरी तसंच वाटलं. मला काहीच उमजत नव्हतं. मी गोंधळून गेले होते. मी त्यांच्याकडे आळीपाळीनं पाहत होते. मला वाटलं की ती नबाबची आई आहे. माझ्याशी नबाबनं लग्न केलं म्हणून ती रागावली आहे. तिला राग येणं साहजिकच होतं. आईच्या मुलाकडून काही अपेक्षा असतात. मुलाचं लग्न थाटात करावं, सून घरात आणावी. आमच्या बाबतीत तसं काहीच झालं नव्हतं म्हणून ही तणतण असावी.'

"मी असा विचार करत होते तेवढ्यात नबाबचा भाऊ हिंदीतून मला म्हणाला, 'हे बघ काकली, नबाब एखाद्या परदेशी मुलीशी लग्न करून तिला अचानक इथं घेऊन येईल, असं आम्हाला वाटलं नव्हतं.' तो हे इतक्या उद्वेगानं म्हणाला की ते ऐकून मला खूप वाईट वाटलं. परक्या देशातली झाली तरी मी एक मुलगीच होते ना? त्या बाईकडे बोट दाखवत तो पुढे म्हणाला, 'हिला पाह्यलंस? हिच्याशी तुला ओळख करून घ्यायलाच हवी. कारण तुला जन्मभर हिच्याबरोबरच संसार करायचाय.' मी मनातल्या मनात म्हटलं की तो तर करायलाच हवा. जगातल्या सगळ्याच बायकांना सासूबरोबर संसार करावा लागतो. मलाही करावा लागणार. त्यात नवीन असं काय आहे?"

"पण आता आश्चर्याचा धक्का बसायची पाळी माझी होती, 'ही आहे नबाबची बीबी' ह्या वाक्यानं मी थिजून गेले."

"बीबी? नबाबची बीबी? माझ्या डोळ्यांसमोर अंधेरी आली. श्वास अडकला. अंग थंड पडलं. गरगरायला लागलं. मी काय बोलणार? माझ्या ऐकण्यात तर काही चूक झाली नव्हती ना? मला गप्प बसलेलं पाहून तो दुष्ट म्हणाला, 'का? काय झालं? नबाबनं तुला काही सांगितलं नाही? साधारण दहा वर्षांपूर्वीच नबाबचं लग्न झालंय."

'आता संशयाला जागाच नव्हती. मी ऐकलं होतं ते खरंच होतं. ती बाई नबाबची बायकोच होती. मग मी कोण? इथं माझी ओळख काय? ज्याच्या प्रेमाखातर सर्वांना सोडून हजारो मैल दूर आले, ज्याच्या विश्वासावर स्वत:चा देश सोडला, त्यानं माझ्याशी एवढं खोटं बोलावं? अशी महत्त्वाची गोष्ट लपवून ठेवावी? मी त्याच्यावर सरळ, शुद्ध मनानं भरवसा ठेवला. त्याला तडा गेला.'

'नबाबच्या भावाच्या प्रश्नाला मी उत्तर देऊ शकले नाही. नबाबला काहीतरी विचारणार होते. पण माझी वाचाच बसली होती. डोळे भरून आले होते. मी मान खाली घालून बसून राह्यले.'

काकलीची जीवनकथा एवढी थरारक असेल असं मला वाटलं नव्हतं. बाबांचं

म्हणणं मला आठवलं. बाबा म्हणायचे, 'लग्न हे जीवनाचं एक अंग आहे. त्याचं जर सोंग केलं तर नाश ठरलेलाच.' काकलीच्या आयुष्यात तेच घडलं होतं. दुर्दैवानं. माझ्याही आयुष्यात वेगळं काय घडलं होतं? ट्रॅजेडीच तर झाली होती. इच्छा-आकांक्षा पार धुळीला मिळाल्या होत्या. आणि काकली माझ्याकडे सुटकेचा मार्ग विचारायला आली होती.

हे दुर्दैवी मुली, मुक्तीचा मार्ग शोधायला आलीस. पण कुठं? जिला स्वतःच्या सुटकेचा रस्ता ठाऊक नाही तिच्याकडे? काय ही नशिबाची क्रूर थट्टा!

रवीन्द्रनाथांच्या 'काबुलीवाला'तील 'रहमत'मुळे अफगाणिस्तान आणि तिथली माणसं ह्यांच्याबद्दल आपुलकी निर्माण झाली होती. पण आज त्या रहमतखानचा तो देश जणू राक्षसी झाला होता, अघोरी झाला होता. मनात यायचं हाच का तो रहमतखानचा देश? इथंच राहत होती का त्याची ती मुलगी? इथला प्रत्येक माणूस अगतिक झालाय. पर्वतांमधून, खडकाळ जमिनीतून, मोकळ्या आकाशातून– सगळीकडून ऐकू येतोय हजारो माणसांचा आक्रोश, बालकांचं रडणं. रहमतखानसारखा माणूस इथं शोधूनही सापडू नये, ह्याचं मला राहून राहून आश्चर्य वाटत होतं. रवी ठाकूरांना खरंच रहमत भेटला होता की त्यांची ती फक्त कल्पनाच होती? शंका यावी अशीच स्थिती होती. पुन्हा विचार केल्यावर वाटायला लागलं रहमत खान नसेलच असं नाही, पण मला तो भेटला नव्हता इतकंच. किंवा मला जाँबाजमध्ये भेटला असं एकवेळ म्हणता येईल. पण काकलीचं काय? तिला काय मिळालं? नबाबमध्ये रहमत मिळणं अशक्यच. नशिबानं आज आम्हाला कुठं आणून टाकलं होतं? दोघींच्या विडंबनाच्या कक्षा भिन्न असल्या तरी केंद्रबिंदू एकच होता. नाही का?

काकली बोलतच होती, 'आणखी बरेच भोग माझ्या वाटेला आलेत ह्याची मला कल्पनाच नव्हती. नबाबचा तो भाऊ मला म्हणाला की आजची रात्र तुला एकटीलाच झोपावं लागेल. एकटी म्हणजे अगदी एकटी नव्हे. नबाबच्या बहिणी झोपतील तुझ्यासोबत. उद्यापासून तू, नबाब आणि आराना ह्यांनी एकत्र झोपायचं.'

'नबाबच्या पहिल्या बायकोचं नाव आराना.'

"मी काहीच बोलले नाही. काय बोलणार मी? त्याच्या त्या भावाशी बोलायची माझी अजिबात इच्छा नव्हती. नबाब आणि आराना निघून गेल्यावर मला लाज वाटली, किळस आली आणि संतापही आला. आम्ही लग्नानंतर दिल्लीला फक्त दोन रात्री काढल्या होत्या. त्या दोन रात्रीच नबाब माझा पती होता– फक्त माझा होता. नंतर सगळं संपलंच. आज सासरची पहिली रात्र. जगात सगळं सुरळीत चाललं होतं. रात्र झाली होती. काळोख पडला होता. आकाशात चांदण्या लुकलुकत होत्या. चंद्राची कोर उगवली होती. मी होते. जिवंत होते. माझी नाडी व्यवस्थित होती. विचारशक्ती जागृत होती. पण 'तो' आज माझ्याजवळ नव्हता. ज्याच्यासाठी

ऊबदार घराचा आधार सोडून एका अज्ञात जगात पाऊल टाकलं होतं 'तो'च आज माझ्यापासून दूर गेला होता. पहाटे पहाटे जरा डोळा लागला. कसल्यातरी आवाजानं मला जाग आली. पाहते तर समोर आराना आणि तिचा नवरा नबाब खान. नबाब म्हणाला, 'काकली, ऊठ. आरानानं तुझ्यासाठी पाणी आणलंय. आंघोळ करून तयार हो. आज सगळे तुला पाह्यला येतील आणि हो, तुझ्याजवळचे सगळे पैसे आरानाकडे दे. ती ते ठेवील.''

'का? मला पैसे सांभाळता येत नाहीत? का तिला माझ्यापेक्षा जास्त हिशेब येतो? आणि मला पैसे हवे असल्यास मी तुझ्या बायकोकडे मागायचे का?'

'माझ्या बोलण्यात प्रचंड उपरोध होता. अफगाणिस्तानातील मातीवर हेच माझं पहिलं प्रत्युत्तर. नबाबला काय वाटलं कोण जाणे! तो आणखी काही बोलला नाही. नंतर दिवसभर लोक मला पाह्यला येत होते. जणू मी म्हणजे एक तमाशाच! रात्री नऊ वाजता घर रिकामं झालं. आरानानं अंथरूण घातलं. हा भलामोठा बिछाना. त्यावर तीन उशा. काही वेळानं नबाबनं मला हाक मारली. त्यानं आरानालाही बोलावलं. तो बिछान्याच्या मध्यभागी झोपला. मी विचारलं, 'तीही माझ्याबरोबर इथंच झोपणार का?'

'हो. इथंच. तीही माझी बीबी आहे. ती इथं नाही तर कुठं झोपणार?'

'काय बोलतोस तू, नबाब! मी अशी कधीच झोपणार नाही. हा निर्लज्जपणा तुझ्या सवयीचा असेल, पण माझं शिक्षण, माझी संस्कृती ह्या गोष्टीला गैर मानते. जीव गेला तरी मी माझी अब्रू दुसऱ्यापुढे उघडी करणार नाही. नवरा-बायकोच्या एकांतात दुसरं कोणीच येता कामा नये.'

'त्या रात्री ते दोघं एकत्र झोपले. मी त्यांच्यापासून थोडी लांब झोपले. तेही पाठ करून. मला झोप कशी येणार? माझं आपलं माणूस दुसरीच्या मिठीत झोपलं होतं. सगळंच कल्पनेच्या पलीकडचं. अशक्य कोटीतलं. निर्लज्जपणालाही काही सीमा! माझ्या आयुष्यात असं काही घडेल असं मला स्वप्नातही वाटलं नव्हतं.' काकली रडत रडत सांगत होती, 'त्या रात्री नबाबनं माझ्यासमोरच आराना...' तिला पुढे बोलवेना. ती हमसून हमसून रडायला लागली.

सकाळी काकली निघून गेली. पण दिवसभर कामात असतानाही मी तिचाच विचार करत होते. दिवसभर काम आणि विचार करकरून मी पार दमून गेले होते. माझ्या दोन नंबरच्या जावेनं विचारलं, 'जेवायला वाढू का?' माझी जाऊ मला 'आगलनावे' म्हणून हाक मारायची. माझ्या नवऱ्याला ती 'आगल' म्हणायची. आगल म्हणजे दादा. नावे म्हणजे नवी नवरी. आगलची नवी नवरी ती आगलनावे.

■

४

आयुष्यात मी खूप हिंडलेय. पण ह्या देशातलं सगळंच वेगळं. अनोखं. जेव्हा मी इथली घरं प्रथम पाह्यली तेव्हा घरं अशी असतात हे मला खरंच वाटेना. ह्या देशातलं पहिलं घर पाह्यलं ते गझनीला रफीक खुरियेचं. ते पाहून मला आश्चर्याचा धक्काच बसला. रफीक जाँबाजचा भाचा. खुरिये म्हणजे भाचा. रफीकच्या घरासमोर एक लोखंडी दरवाजा होता. तो एवढा मोठा होता की त्यातून एखादी बस किंवा लॉरी सहज जाऊ शकली असती. आतलं घर संपूर्ण मातीचं होतं. काबूल सोडलं तर सगळीकडे मातीचीच घरं. भिंत असेल पन्नास-साठ इंच रुंद. भिंतीला लागून एका ओळीत खोल्या. मोजल्या. आठ होत्या. त्यांना लागून लांबच लांब व्हरांडा. व्हरांडा उतरून अंगणात बरंच चालून गेल्यावर अंगणाच्या मध्यभागी एक खोली. अंगणाच्या डाव्या कोपऱ्यात चार गुरं बांधलेली. स्वयंपाकघराच्या उजव्या बाजूच्या कोपऱ्यात विहीर.

अचानक कोणीतरी हाक मारली म्हणून मी मागे वळून पाह्यलं. एक वयस्क आणि अत्यंत देखण्या बाई होत्या. त्यांनी एक काळा, लांबलचक दुपट्टा घुंगटासारखा डोक्यावरून पुढे ओढून घेतला होता. त्यांचा पोशाख घागरा-चोळीसारखा होता. त्या बाईंनी प्रथम माझ्याबरोबर हॅन्ड-शेक केला. मग मला प्रेमानं मिठीत घेऊन माझ्या दोन्ही गालांचे मुके घेतले. माझे हात स्वत:च्या हातात घेऊन त्यांना झालेला आनंद व्यक्त केला. एका बारा-तेरा वर्षांच्या मुलीनं थोडी साखर माझ्यावर उधळली. सिदीक हा रफीक खुरियेचा मुलगा. त्यानं माझं स्वागत केलं आणि विचारलं, 'काय खाणार? सांगा.'

'आता काही नको.' माझं वाक्य पुरं व्हायच्या आधीच आणखी चौघी माझ्याभोवती गोळा झाल्या. त्यातल्या दोघी माझ्याच वयाच्या असाव्यात. दुसऱ्या दोघी थोड्या लहान होत्या. त्या चौघींनीही त्या बाईंसारखेच माझे मुके घेऊन माझं स्वागत केलं. मग त्यांनी मला एका खोलीत नेऊन बसवलं.

दारातून आत जाताना मला वाटलं की ती खोलीच आहे, पण तसं नव्हतं. डावीकडच्या आणि उजवीकडच्या अशा दोन्ही कोपऱ्यात दारं होती. मला डावीकडच्या दारातून आत जायला सांगितलं. ती मात्र खोली होती, पण त्या खोलीत सामानसुमान असं काहीच नव्हतं. फक्त एक मोठी गादी पसरली होती आणि तिच्यावर ओळीनं

तक्के ठेवले होते. गादीखाली पसरलेला गालिचा किमती होता. सबंध घरभरच उंची फ्रेंच कार्पेट्स अंथरलेली होती. उत्तरेकडच्या दारातून आत शिरल्यावर पश्चिमेच्या भिंतीसमोर एक खिडकी होती— असेल चांगली अडीच मीटर लांबी-रुंदीची. मी त्या खिडकीपाशी जाऊन बसले. खिडकीतून स्वयंपाकघर दिसत होतं. स्वयंपाकघरातून धूर येत होता. त्यावरूनच तर मी ते स्वयंपाकघर आहे हे ओळखलं. घरातल्या बायका माझ्यासाठी काहीतरी खायला करताहेत हेही लक्षात आलं. ह्या देशात सून आणि लग्नाची मुलगी ह्यांच्यात फरक करणं कठीणच! काही लग्न झालेल्या मुली मात्र घट्ट सलवार आणि गुडघ्यापर्यंत लांब कमीज घालतात. हे सर्व मला जाँबाजकडून, इथं येण्याआधीच कळलं होतं. आता तर मी सगळं प्रत्यक्ष पाहत होते. ह्या घरातली सून ओळखणं खरोखरच अवघड होतं. कारण कोणीच घट्ट सलवार घातली नव्हती. सगळ्यांनीच सैल सलवार आणि गुडघ्यापर्यंत कमीज असाच पोशाख केला होता. त्यांतलीच एकजण एका खोलगट बशीत चार अंड्यांचा एग-पोचसारखा पदार्थ घेऊन आली. अंडी तुपात बुडली होती. तिनं ती बशी माझ्यापुढे ठेवली. एका काचेच्या बाऊलमध्ये लस्सीसारखं काहीतरी होतं. प्रथम मला ती लस्सीच वाटली, पण ते होतं लोणी काढल्यावर राहिलेलं दह्याचं पाणी. त्यांच्या रोट्या आणि त्या ठेवायची पद्धत बघून मी तर चकितच झाले. मोठमोठ्या गोल रोट्या प्लॅस्टिकमध्ये गुंडाळून आणल्या होत्या. सगळेच खाणाखुणा करून मला खायला सांगत होते. मी अशा रोट्या कधीकाळी पाह्यलाही नव्हत्या. त्यामुळे खाणं तर दूरच, मी त्यांच्याकडे अचंब्यानं पाहतच राह्यले. माझ्या ओठांवर हसू क्षणभरच उमटलं आणि विरून गेलं. मला माझीच कीव आली. मनाशीच म्हटलं, 'अग दुर्दैवी पोरी, स्वत:च्या नकळत कसलं जिणं कवटाळलंस! असंच जिणं जगायचं होतं तर शिक्षण, संस्कृती हवीच होती कशाला?'

फार वेळ विचारांत गुंतून पडता आलंच नाही. गाडी तयार असल्याची वर्दी मिळाली. माझ्यासाठीच सगळे थांबले होते. मी नजरेनंच सर्वांचा निरोप घेतला. एक नवा अनुभव गाठीला बांधून मी पुढे निघाले. रस्ता कच्चा होता. रस्त्याच्या दोन्ही बाजूला अंतरा-अंतरावर घरं होती. एका ओळीत. रस्त्याला लागूनच बटाटे, कांदे, गाजर ह्यांचे मळे होते. काही ठिकाणी टोमॅटोचीही लागवड केलेली दिसत होती. ह्या मळ्यांतच दहा-दहा हातांच्या अंतरावर सफरचंदाची झाडं होती. लाल मातीचा चढ-उताराचा रस्ता. एक तासानंतर एक मोठं धरण दिसलं. धरणाची रुंदी गंगेच्या पात्राएवढी असावी. लांबी सांगणं कठीण होतं. इथून आणखी एक तासाच्या अंतरावर होतं जाँबाजचं गाव.

जाँबाजच्या देशात विजेची दोस्ती फक्त काबुलशीच होती. राजधानीपासून दहा मैलांवर आल्यावर विजेचे खांब दिसले, पण विजेचा पत्ता नव्हता. ताराच नव्हत्या

मग वीज असणार कशी? विजेचे खांब जणू सांगत होते की गैरसमज करून घेऊ नका. एके काळी आम्ही गावा-गावात पोहोचलो होतो. पण आता आमचा ह्या गावांशी काही संबंध उरला नाही. सध्या तरी आमची ह्यांच्याशी दोस्ती राहिलेली नाही.

अचानक आरडाओरडा ऐकू आला, म्हणून गाडीच्या खिडकीतून बाहेर पाह्यलं. बरेचजण ओरडत आमच्या गाडीमागून धावत येत होते. त्या गदारोळातून 'जाँबाज' हा एकच शब्द मला कळला.

एका मोठ्या लोखंडी दरवाजासमोर गाडी थांबली. हा दरवाजाही रफीक खुरियेच्या घराच्या दरवाजाप्रमाणेच प्रचंड होता. गाडी थांबताच जाँबाज गाडीतून खाली उतरला. गाडी माझ्यासकट दरवाजातून आत शिरली. आता ड्रायव्हरही उतरून गेला. गाडीत मी एकटीच. पाहता पाहता घराच्या अंगणात गर्दी जमली. त्या गर्दीतून वाट काढत एक बाई पुढे आल्या. त्यांनी गाडीत शिरून माझ्या अंगावर साखर उधळली. मला हाताला धरून खाली उतरवलं आणि गर्दीतूनच मला घेऊन घराकडे निघाल्या.

अचानक मशीनगनचा आवाज आला. मी दचकले. मी घाबरले आहे, हे त्या बाईंनी ओळखलं. त्यांनी बाहेर जाऊन एका गृहस्थांना बोलावून आणलं. त्या दाढीवाल्या गृहस्थांना एक डोळा नव्हता. ते मला समजावून सांगू लागले, 'बेटी, घाबरू नकोस. घरी नवी नवरी आली म्हणून घरातले सगळे आनंदानं हवेत गोळीबार करताहेत. इथं फटाके मिळत नाहीत ना म्हणून बार काढूनच आनंद साजरा करतात.'

त्याच वेळी त्या मशीनगनमधली गोळी माझ्या छातीतून आरपार गेली असती तर ह्या भयंकर परिस्थितीशी झगडावं तरी लागलं नसतं! सगळ्यातूनच सुटका झाली असती.

ह्यानंतर माझा संसार सुरू झाला.

आमच्या घरात माझे सासरे धरून तीन भाऊ. मोठे दोघं हयात नव्हते. माझे सासरे दोन नंबरचे. ते कोलकात्यातच वारले. त्यांचं गोबऱ्याला दफन केलं, असं ऐकलं होतं. धाकटे आसामखान. त्यांना दोन बायका होत्या. मागे सांगितल्याप्रमाणे पाबलू मोठी आणि नाकसिरा धाकटी. त्या दोघी एकाच घरात राहत. आसामचाचा आळीपाळीनं दोघींकडे जात. दोन दिवसांनी एकेकीची पाळी असे. थोरलीला दोन मुली– फौजी आणि गुलापी आणि एक मुलगा– सुलतान. धाकटीला पाच मुलगे– दिनार, आलिखेल, कुलीई, गुडाई व इस्लाम आणि पाच मुली– काफुई, सायेस्त, गोल परी... बाकीच्यांची नावं माझ्या लक्षात नाहीत. थोरल्या चुलत सासऱ्यांची पहिली बायको वारली होती. तिच्या मुलीचं नाव सामाला आणि मुलगा आद्रामान. दुसरी बायको जिवंत होती. तिचे आदम व जारखान हे दोन मुलगे. माझ्या सासऱ्यांना

जाँबाज, काला, मुशा व शावाली हे चार मुलगे आणि एकच मुलगी. तिचं नाव गुनचा. तिचं लग्न झालं होतं.

माझ्या माहेरी मी मोठी. आम्हीही चार भावंडं. माझ्या पाठचे तीन भाऊ. माझे वडील धरूनही तीन भाऊ. मला दोन आत्या तर जाँबाजला एकच. माझे वडील संरक्षणखात्यात आहेत. माझ्या सासरी कोणीच नोकरी करत नाही.

एकदा वेळ गेली की परत येत नाही. दिवस-रात्रीचं चक्र सुरूच असतं. त्या चक्रातच माझं आयुष्य फिरत होतं. आता मी काही नवी नवरी नव्हते. माझ्या एकतीस वर्षांच्या आयुष्यात आणखी सहा महिन्यांची भर पडली होती. आणखी सहा महिन्यांनी मी बत्तीस वर्षांची होणार होते. ह्या घरात पूर्णपणे समरस होण्याचा मी प्रयत्न केला. सर्वांत आवश्यक होतं त्यांची भाषा शिकणं. त्यांची भाषा शिकून घेऊन मी सर्वांना आपलंसं करू पाहत होते, नेमकं तेव्हाच आम्हाला घरातून वेगळं काढलं. अपराध काय? तर जाँबाजनं माझ्याशी लग्न केलं. जाँबाजचा धाकटा काका- आसामखान- भारी चमत्कारिक माणूस! पैसा खर्च होईल ह्या भीतीपोटी आपल्या वडील भावाच्या मुलांची लग्नं होऊ नयेत असंच त्याला वाटत होतं. तो भावाच्या मुलांना मोजून खायला द्यायचा. वर्षातून एकदाच शर्ट-पॅन्ट द्यायचा. तेही स्वत: वापरलेले. जुने. अशा स्थितीत वेगळं होणं आमच्या पथ्यावरच पडलं.

ह्या वातावरणात राहिल्यामुळे मीही बदलत चालले होते. एका सुशिक्षित, सुसंस्कृत समाजातली मी शिकलेली मुलगी, पण इथं येऊन पार वेगळीच होत होते. माझं स्टेट्स, माझी अस्मिता, माझा घरंदाजपणा ह्या गोष्टी एका मागून एक सोडून देऊन मी ह्या माणसांत मिसळू पाहत होते. साल, महिना, वार, तारीख– सगळं हळूहळू पुसलं जायला लागलं होतं. वर्तमानपत्रं, टी. व्ही., रेडिओ ह्यांतलं इथं काहीही नव्हतं. तेव्हा कुठं काय चाललंय हे समजायला काहीही मार्ग नव्हता. इथं वाराला म्हणत सांबा. एक सांबा, दू सांबा, छ सांबा ही वार मोजण्याची पद्धत. इथं व्यवस्थित स्वयंपाक कसा करायचा हे कोणालाच ठाऊक नव्हतं. बटाटे, कांदे आणि टोमॅटो ह्याशिवाय दुसऱ्या भाज्यांचा पत्ता नव्हता. मटण स्ट्यूसारखं काहीतरी शिजवून त्यात रोटी कुस्करून दूध-भाकरीसारखा काला करून खायचं. स्ट्यूला सुरुया म्हणत. पेय म्हणजे ब्लॅक आणि ग्रीन टी. बेदाणा किंवा लॉझिन्ज तोंडात ठेवून चहाचे घुटके घेण्याची पद्धत आहे इथं.

शिक्षणाचा आणि संस्कृतीचा प्रकाश अफगाणिस्तानातील बहुतेक लोकांपर्यंत पोहोचलेला नाही. जवळजवळ सतरा वर्षं ह्या देशात युद्ध सुरू आहे. त्यामुळे सामान्य माणूस त्रासलेला आणि घाबरलेला आहे. प्रत्येक दिवस त्याला भीतिदायक वाटतो. आपल्याकडची लहान मुलं सरस्वतीची पूजा करून हातात पाटी पेन्सिल घेतात, पण त्याच वयाची इथली मुलं शपथ घेऊन हातात बंदूक घेतात. ह्या देशाची

अवस्था अतिशय वाईट झाली होती. डॉ. नजीबुल्लांचं सैन्य रशियन सैन्याबरोबर हेलिकॉप्टरमधून गावा-गावावर बॉंब टाकत असे. घरात दिवा लावायचीसुद्धा चोरी. काही समारंभ असल्यास अंधारातच तो उरकावा लागायचा. सगळीकडे सुरुंग पेरलेले होते. पावला-पावलावर मृत्यूचं सावट होतं. रात्री सगळीकडे शांत झाल्यावर व्हरांड्यात येऊन उभं राहिल्यास सतत तोफांचा आवाज ऐकू यायचा. हवेत सतत बंदुकीच्या दारूचा वास भरून राहिलेला असायचा. अंधार, अविश्वास, द्वेष, दहशत ह्यांनी भरलेली रात्र सरली की आणखी एका दिवसाच्या सूर्याचं दर्शन व्हायचं. इथलं युद्ध कधी संपेल असं वाटत नाही. इथं 'लोकशाही झिंदाबाद'ची घोषणा कधी ऐकू येईल, असं वाटत नाही. डोंगरात विखुरलेल्या माणसांच्या चेहऱ्यावर लहान मुलांच्या चेहेऱ्यावर असतं तसं निरागस हसू कधी दिसणारच नाही. आनंदानं फुललेला चेहरा पाह्यलाच मिळणार नाही.

१९८९ सालच्या अखेरची गोष्ट. जॉंबाजचे एक काका-गफारखान-त्यांच्या मुलाला बरोबर घेऊन स्वतःच्या लॉरीतून माल आणण्यासाठी गुप्त मार्गानं अंगुरहाटला चालले होते. अंगुरहाट पाकिस्तानच्या सीमेवर आहे. अंगुरहाटला जाणारा रस्ता पूर्वी रशियन आणि नजीबुल्ला ह्यांच्या ताब्यात होता. नंतर ह्या दोघांच्या सैनिकांना हाकलून लावून मुजाहिदीनांनी ह्या रस्त्याचा कब्जा घेतला. ह्या रस्त्यानं जात असताना गफारखानचाचांच्या गाडीच्या चाकाखाली मातीत पुरून ठेवलेला सुरुंग आला.

ही बातमी त्यांच्या घरी पोहोचली तशी आम्हालाही कळली. गावातल्या लोकांनी एकच हलकल्लोळ केला. मीसुद्धा माणूसच ना! सगळ्यांबरोबर मीही रडले. दुसरी गाडी घेऊन सगळे अपघाताच्या ठिकाणी गेले आणि दुसऱ्या दिवशी हसत हसत परत आले. गफारचाचा आणि अम्माजानही बरोबर होते. ते दोघं सुखरूप परत येतील असं कोणालाच वाटलं नव्हतं. ह्या देशात मृत्यू पदोपदी दबा धरून बसलेला असतो. कधी रशियन आणि नजीब ह्यांच्या दहशतीच्या रूपात तर कधी मुजाहिदीनांच्या. एकंदरीत ह्या देशाची अवस्था अत्यंत बिकट आहे. सभ्य, सुसंस्कृत देशातील सामान्य माणसाजवळ शस्त्र नसतंच, पण ह्या देशात प्रत्येक घरात शस्त्र असतं. सगळीकडे सुरुंग पेरलेले. गफारचाचांची गाडी अशाच एका सुरुंगावरून गेली. अखेर अल्लानंच त्यांना वाचवलं. गफारखानांचा आणि अम्माजानचा पुनर्जन्मच झाला. आवडीनं घेतलेल्या गाडीची मात्र वाट लागली.

हा प्रसंग घडला तेव्हा मी खूप आजारी होते. मला डॉक्टरकडे जाणं आवश्यक होतं. पण जवळपास कोणी डॉक्टर नव्हता. त्यासाठी मुशखेलला जाणं भाग होतं. तिथंही पदवीधर डॉक्टर नव्हताच. तिथला डॉक्टर पुस्तक वाचून औषध देत असे. ह्या प्रसंगानंतर बऱ्याच दिवसांनी मी औषध घ्यायला सुरुवात केली.

मुशखेलच्या डॉक्टरकडे जायचं नक्की ठरलं. पण तिथं जाण्यास सगळे घाबरत होते. कारण आमचं गाव आणि मुशखेल ह्यांच्यामध्ये एक प्रचंड मोकळं मैदान होतं. कमीतकमी कोलकात्याच्या चार एस्प्लनेड इतकं ते मोठं होतं. ते मैदान ओलांडून जाणं म्हणजे मृत्यूलाच सामोरं जाणं. कारण रशियन सैनिक हेलिकॉप्टरमधून सतत नजर ठेवून असत. गाडी दिसताच हेलिकॉप्टर खाली उतरत असे आणि त्यांना नुसता संशय आला तरी ते गोळी घालत. काहीही सबब चालत नसे. प्रवाशांजवळ मशीनगन दिसली तर आटोपलाच कारभार म्हणून समजावं! पण मशीनगन न घेता बाहेर पडणंही धोक्याचं होतं. वाघ किंवा इतर प्राणी ह्यांनी हल्ला केला तर? चोरांनी पाठलाग केला म्हणजे?

घाबरून सगळेच मागे सरले तेव्हा जाँबाजनं बजावलं, 'तुम्ही कोणीही जाण्याची गरज नाही. तिला घेऊन मी स्वत:च जाईन.'

एक मोठा ट्रॅक्टर घरघरत आमच्या घरासमोर येऊन उभा राहिला. तेव्हा सलवार-कमीज घालून मी बाहेर पडले. बाहेर बोचरी थंडी होती, म्हणून अंगाभोवती शाल लपेटून घेतली होती. दार उघडून बाहेर येताच झोंबणाऱ्या सोसाट्याच्या वाऱ्याचा माझ्या तोंडावर सपकारा बसला. इतक्यात डोक्यावरचे पिंगट केस सावरत आबू माझ्यापाशी येऊन हसत हसत म्हणाली, 'मीही येते तुझ्याबरोबर.'

आबू म्हणजे जाँबाजची मोठी काकी. शिवाय माझी चुलत जाऊही माझ्याबरोबर यायला तयार झाली. आम्ही तिघी ट्रॅक्टरमध्ये बसलो. एक मोठा धक्का देऊन ट्रॅक्टर निघाला. त्या धक्क्यानं मी आबू आणि माझी चुलत जाऊ ह्यांच्या अंगावर पडले. ट्रॅक्टर मुख्य दरवाजातून बाहेर पडला आणि गचके खात निघाला. खडडत खडडत त्यानं चारदाचा रस्ता धरला. मधून मधून मुजाहिदीन दिसत. ते बंदुका रोखून मोठ्यानं ओरडून विचारत, 'मुसलमान का काफिर?' पण जाँबाज अतिशय हुशारीनं काहीतरी बोलून वेळ मारून नेत होता. चारदा ओलांडून पश्चिमेला गेल्यावर डावीकडे कटुयाल. कटुयाल सोडलं की ते प्रचंड मैदान सुरू होतं.

रस्ता अगदी निर्जन होता. जाँबाज मनातून बेचैन होता, अस्वस्थ होता. पण अतिशय सफाईनं ट्रॅक्टर चालवत होता. ही आमच्या अग्निपरीक्षेची वेळ होती. एक खोल खाई जणू आम्हाला गिळायला टपली होती. पाच-एक मैल गेलो असू तोच ट्रॅक्टरचा खडखडाट हेलिकॉप्टरच्या घरघराटात दडपला गेला. आबूनं आणि माझ्या जावेनं मला चादर लपेटून मशीनगनवर झोपायला सांगितलं. जाँबाजनं ट्रॅक्टर फुल स्पीडमध्ये सोडला, पण हेलिकॉप्टरची बरोबरी होणार कशी? हेलिकॉप्टर अचानक खाली उतरलं आणि त्यानं आमचा रस्ता रोखला. माझा पल्स रेट आधीच वाढला होता. तो आणखीच वाढला. युद्धामुळे देशाच्या खालावलेल्या स्थितीचं संपूर्ण चित्र माझ्या डोळ्यांसमोर उभं राहिलं. माझी जाऊ तर रडण्याच्या बेताला आली होती.

आबू एकदम गप्प बसली होती. नक्कीच ती घाबरली असावी आणि संकटाचा अंदाज घेत असावी. जाँबाजनं वळून माझ्याकडे पाहिलं. मीही उठून बसले होते आणि त्याच्याकडेच पाहत होते. जाँबाजच्या डोळ्यांत पाणी होतं. हृदय पिळवटून टाकणाऱ्या शब्दांत तो एवढंच म्हणाला, 'आबू, त्यांनी मला ठार मारलं तर पगलीला तुम्ही तिच्या देशात पाठवून द्यायचं लक्षात ठेवा.'

जाँबाजचं हे बोलणं ऐकून मला हुंदके आवरणं कठीण झालं. गळा दाटून आला. मी जाँबाजशी एक शब्दही बोलू शकले नाही. आबू आणि माझी जाऊ-दोघीही-मुकाट्यानं माझ्याकडे पाह्यला लागल्या. रशियन सैनिक आमच्याच दिशेनं येत होते. प्रथम ते चालत येत होते, पण नंतर ते अचानक धावायला लागले. ते क्रूर दिसत होते. एकानं दरडावून विचारलं, 'कुठं जातो आहेस?'

'मुशखेलला. माझी बीबी फार आजारी आहे. तिला डॉक्टरकडे घेऊन चाललोय.' जाँबाजनं उत्तर दिलं.

मी पुन्हा चादर ओढून घेऊन झोपून गेले. चार-एक सैनिकांनी आम्हाला घेरलं होतं. माझी छाती जोरजोरात धडधडत होती. ते नक्कीच जाँबाजला ठार मारणार! माझ्या आयुष्यातील– आशा, आकांक्षा, सुख, प्रेम– सगळं सगळं संपणार! रशियन सैनिकांनी आम्हाला असं घेरताच मला जाँबाजवरच्या माझ्या गाढ प्रेमाची जाणीव झाली. त्यांनी जाँबाजऐवजी मला मारलं तर फार बरं होईल, असं मला वाटलं. एकानं कोरड्या आवाजात विचारलं, 'तू मुजाहिद आहेस का?'

'नाही. मी हिंदुस्तानातून आलोय. माझी बीबी हिंदुस्तानी आहे. दोन-एक महिन्यांपूर्वी मी तिला देश दाखवण्यासाठी इथं घेऊन आलोय. आणखी पंधरा दिवसांनी परत जाणार आहे.'

सैनिकांनी माझ्याकडे निरखून पाहिलं. काही वेळ आमच्या सगळ्यांचीच मती गुंग झाली होती. सैनिकांनी मला आपादमस्तक न्याहाळत विचारलं, "आर्म्स आहेत का बरोबर?"

'नाही. आम्ही मुजाहिद नाही. मग आर्म्स कुठून मिळणार आम्हाला?'

'खरं सांगतोस का?'

'खरं. अगदी खरं. आपण सर्च करू शकता.'

त्या दिवशी त्यांनी जाँबाजला सोडलं. विजयाचं हसू जाँबाजच्या चेहेऱ्यावर पसरलं. ट्रॅक्टर पुढे चालू लागताच मी सुटकेचा निःश्वास सोडला.

ह्या देशातला रक्तपात थांबणार तरी केव्हा? त्रासलेल्या, गांजलेल्या ह्या लोकांना कधीच शांतपणे जगता येणार नाही का? युद्ध थांबवण्याचं आश्वासन त्यांना कोणी देऊ शकेल का?

आम्ही एका दवाखान्यापाशी येऊन पोहोचलो. जाँबाज काचेचं दार ढकलून

मला घेऊन आत शिरला. त्याला पाहताच डॉक्टरांना आनंद झालेला दिसला. त्यांनी आमचं स्वागत केलं. आत बायकांना बसण्यासाठी वेगळी जागा होती. तिथं आम्हाला बसायला सांगितलं. थोड्या वेळानं ते आत आले. भरघोस दाढी, मानेवर रुळणारे केस, मोठे डोळे. एकंदर त्यांचं व्यक्तिमत्त्व भारदस्त होतं. त्यांनी पांढरा 'खान-ड्रेस' घातला होता. अंगावर काळ्या रंगाची शाल. वय असेल अडतीस ते चाळीसच्या दरम्यान. त्यांचं वागणं, बोलणं मात्र अजिबात डॉक्टरांसारखं नव्हतं. त्यांचं वागणं सहज, स्वाभाविक होतं. त्यांनी जाँबाजकडे पाहत आपुलकीनं विचारलं, 'काय होतंय?'

'डॉक्टरसाब, माझी बीबी हिंदुस्तानी आहे. इथलं हवापाणी तिला मानवत नसावं. ती काही खात नाही. उलटी होते. गरगरतं.' जाँबाजनं खुलासा केला.

डॉक्टरांनी स्टेथस्कोप माझ्या पोटाला लावला. 'जॉन्डिस झालाय. औषध देतो. ते घ्या म्हणजे पूर्ण बरं वाटेल.' असं सांगून ते बाहेर निघून गेले.

आबू लगेच म्हणाली, 'पाहिलंस ना किती मोठे डॉक्टर आहेत ते? दुर्बीण लावल्याबरोबर तुला काय झालंय ते कळलं त्यांना.'

इथं स्टेथस्कोपला दुर्बीण म्हणतात.

मी तर अवाकच झाले. कुठल्या देशात आले होते मी? उलटी होते, गरगरतं, जेवण जात नाही म्हणून पोटाला स्टेथस्कोप? पोटाला स्टेथस्कोप लावून तपासणं मी आयुष्यात प्रथमच पाहत होते.

एवढ्यात जाँबाज औषधं घेऊन आला. एका तीन इंची उभ्या डबीत दहा-एक गोल मोठ्या गोळ्या. नाव कॅल्शियम सॅन्डोझ वुइथ व्हिटॅमिन सी. दुसऱ्या एका बाटलीत 'ब्लड बिल्डर' व्हिटॅमिन बी१२, बी२१, बी१ च्या पाचशे मि. ग्रॅ.च्या गोळ्या. आणखी एक-दोन पाकिटंही जाँबाजच्या हातात होती.

ही औषधं पाहून मला धक्काच बसला. काय चाललंय हे! पहिलं म्हणजे मला जॉन्डिस झालेला नाही, हे मला माहीत होतं आणि समजा जॉन्डिस झालाच असेल तर त्यावर ही औषधं? हा तर माणसांना मारण्याचा धंदा होता. हे डॉक्टर सगळ्यांना अशीच औषधं देत असणार. अशी वेडीवाकडी औषधं घेतल्यावर माणसाला झाला नसेल तो आजार नक्कीच होईल. असाच आजार लादला गेला गुलगुटीच्या मुलावर. फक्त तीन वर्षांचं पोर, पण त्याला सहजपणे जगणंही अशक्य झालं होतं. दिवसेंदिवस त्याच्या पोटाचा आकार वाढत होता. आधीच खोल असलेले डोळे अधिकच खोल गेले होते. हातापायांच्या काड्या झाल्या होत्या. चेहरा फिकुटला होता. डॉक्टरच्या औषधानं उतार पडण्याऐवजी आजार वाढतच चालला होता. गुलगुटीचा नवरा तेव्हा कुवेतला होता. तिच्या पोराला चांगल्या डॉक्टरकडे नेणार कोण? तेव्हा कुटुंबाच्या नाड्या होत्या आसामचाचाच्या हातात. पोराला डॉक्टरकडे

न्यायचं म्हणजे आसामखान पुढेच हात पसरायला हवा. काकाची थोरली बायको पाबलू हीच घरातली मुखत्यार. हिंदुस्तानातून आलेल्या पैशातला बराचसा पैसा पाबलूच्या माहेरी जायचा. त्यामुळे तिच्या मतानं गुलगुटीच्या पोराचं दुखणं म्हणजे एक नसती कटकटच होती. संसारातला वाढता खर्च म्हणजे तिच्या दृष्टीनं एक लचांड. आजारी पडण्यापेक्षा हे पोर मेलेलं बरं असंच तिला वाटत असणार. म्हणजे मग औषधपाण्यावरचा खर्च तरी वाचला असता. पण लोकलज्जेस्तव तिनं त्याल औषध आणून दिलं. अर्थात ह्या मुशखेलच्या डॉक्टरकडूनच. त्या एवढ्याशा पोराला सकाळपासून रात्रीपर्यंत अकरा डोस दिले. दुसऱ्या दिवशी सूर्यास्ताच्या वेळी, दिवसाचे अखेरचे किरण डोंगरमाथ्याला स्पर्श करत असताना, गुरं गोठ्यात परतण्याच्या वेळेला, पाखरांचा घरट्यांत किलबिलाट चालला असतानाच गुलगुटीच्या त्या पोरानं ह्या जगाचा निरोप घेतला. त्याची आई तेव्हा त्याला पाजत होती. तिचा प्रेमळ हात त्याच्या डोक्यावर फिरत होता.

त्याचवेळी माझी थोरली चुलत सासू-आबू-तिथं आली. तिनं सर्व पाहिलं. झाला प्रकार तिच्या लक्षात आला. ती गुलगुटीला म्हणाली, 'कोणाला दूध पाजतेस?'

आता कधीच तिचं बाळ तिला 'मा' म्हणून हाक मारणार नाही, तिला येऊन बिलगणार नाही, हे तिला समजलं. तिनं मुलाला मांडीवरून उचलून बिछान्यावर झोपवलं आणि मुकाट्यानं, पाय न वाजवता ती खोलीबाहेर पडली.

आसामखाननं पोराचं दफन केलं.

दुसऱ्या दिवशी आसामखानची धाकटी बायको– नाकसिरा– गुलगुटीला म्हणाली, 'तुझं पोर तर गेलं! आता त्याच्या उरलेल्या औषधाचा तुला काय उपयोग? मला दे ते. मी माझ्या मुलाला तरी देते.'

तिनं आपल्या तान्ह्या बाळाला ते औषध देताच त्याला त्याची रिॲक्शन आली आणि त्याचा एक पाय कायमचा वाकडाच झाला. डोस कमी होता म्हणूनच त्याचा जीव वाचला. साधारण एक महिन्यानंतर पाबलूचा मोठा मुलगा-सुलेमान– आजारी पडला. सुलेमान असेल बारा-तेरा वर्षांचा. त्याला रोज ताप यायचा. जेवण जात नव्हतं. उलट्या होत होत्या. उलटीतून रक्तही पडत होतं. पाबलूनं रडूनभेकून घर डोक्यावर घेतलं. ह्यावेळी मात्र मुशखेलच्या डॉक्टरांवर अवलंबून न राहता त्यांनी त्याला सरळ पाकिस्तानलाच नेलं. सुलेमानचे वडील जवळ होते ना! मग चिंता कसली? त्याच्या आईनं तर सगळ्यांच्या तोंडाला पानं पुसून रगड पैसा जमवला होता, पण 'आले देवाजीच्या मना तिथं कोणाचे चालेना.' आईवडलांच्या पापाचं फळ मुलाला भोगावं लागलं. पाकिस्तानच्या डॉक्टरांनी सुलेमानला परत पाठवलं. त्याला कॅन्सर झाला होता. त्याचं आयुष्य एक महिन्यापेक्षा जास्त राहिलं नव्हतं. पाबलूनं रडूनओरडून गोंधळ घातला. ह्या जन्मातल्या पापाची सजा ह्याच जन्मात

मिळते हे तिला समजून चुकलं. गुलगुटीच्या आक्रोशानं खुदाचं तख्त डळमळलं होतं.

'मुलेच देशाचे भवितव्य होत,' असं आपण म्हणतो, पण ह्या देशातील अडाणी आणि स्वार्थी माणसं मुलांच्या भविष्याचा खेळखंडोबा करतात. ह्या देशाला कसलं आलंय भवितव्य!

इथं माणसाच्या जिण्याला काहीही किंमत नाही. मुलांचाही विचार कोणी करत नाही. म्हणूनच औषधपाण्याविना किंवा चुकीच्या उपचारांमुळे भावी पिढी पार बरबाद होते आहे. अफगाणिस्तान हळूहळू एका भीषण काळोखाकडे चाललाय. हे कसंही करून थांबवता येणार नाही का? कसं येणार? उपाय तर दिसत नाही. मनातलं सगळं मनातच राहतं. विचारांनासुद्धा खीळ बसते.

डॉक्टरांकडून परतताच सुटकेचा श्वास घेतला. मला तर बरं व्हायचंच नव्हतं! इथं असं खितपत पडण्यापेक्षा मरण परवडलं. ह्या देशात बायको मेली तर अतोनात दु:ख होतं. कारण बराच पैसा देऊन बायको विकत घ्यावी लागते. एक विकत आणलेली बायको मेली तर दुसरी विकत आणावी लागते. म्हणजे नुकसानच नुकसान!

इथं बाई म्हणजे शय्यासोबतीण, स्वयंपाकीण आणि मुलं पैदा करणारं मशीन. थ्री इन वन. कुटुंबातल्या सर्वांचं हवं-नको तिनं पाह्यचं आणि दरवर्षी मुलाला जन्म द्यायचा. जर मूल झालं नाही तर नशिबी सवत ठरलेली. हा नियम बदलणं अशक्यच.

असं असलं तरी इथले लोक इतर देशांतील मुसलमानांप्रमाणे— विशेषत: बंगाली मुसलमानांप्रमाणे– तलाक देत नाहीत. इथले मुसलमान तेवढे निष्ठुर नाहीत. बायको काळीबेंदरी, लुळीपांगळी, आंधळी, कुरूप-कशीही असली तरी तिच्याबरोबर संसार करावाच लागतो. नवऱ्यानं दुसरं लग्न केलं तर घरातले सगळेजण पहिल्या बायकोला जास्तच कळवळा दाखवतात. घरातल्या लोकांच्या सहानुभूतीवरच तिला उभा जन्म काढावा लागतो. इथलं सगळंच विचित्र. चमत्कारिक.

मी इथं आल्यावर माझ्या दिरांसाठी मुली पाह्यला लागले. कारण त्यांचं लग्नाचं वय होऊनही कोणीच त्यांच्या लग्नासाठी खटपट करत नव्हतं. काट्याजला मुलगी पाह्यला गेले तेव्हा एका बंगाली मुलीशी ओळख झाली. पण काट्याजची मुलगी पसंत पडली नाही. आन्दारला एक चांगली मुलगी आहे, असं कळलं. तीच माझी दोन नंबरची जाऊ सादगी. सादगीच्या भावानं वीस लाखाला बहीण आम्हाला विकली. ह्या देशात इतर विचित्र चालीरीतींबरोबर आणखी एक अजब पद्धत आहे. लग्न पक्कं ठरल्यावर होणारा जावई आपल्या भावी सासरी एक वर्षभर राहतो आणि मगच त्यांचं लग्न होतं. अविवाहित जोडपं मुलीच्या माहेरी एकत्र राहतं. ह्या वर्षात

मुलीला दिवस गेले तर मुलाकडच्या लोकांची चांगलीच गोची होते. त्यांना मुलीचा एक वर्षाचा खर्च तर द्यावा लागतोच, पण मुलीकडचे आणखी वीस लाखांची मागणी करतात. हुंड्याची पद्धत आपल्याकडेही आहे, पण फरक इतकाच की आमच्या देशातले सुशिक्षित आईवडील मुलगा विकतात आणि इथले अशिक्षित आईबाप मुलगी विकतात. मग सुशिक्षितांत आणि अशिक्षितांत फरक काय? मला तरी काही फरक दिसत नाही.

आणखी एक महत्त्वाची गोष्ट. हिंदुस्तानातील आईवडील 'वर' विकत घेऊनही निश्चिंत नसतात. मुलीची काळजी त्यांना सतावत असतेच. 'सासरकडच्यांनी मुलीला भोसकून किंवा जाळून ठार मारलं' अशी बातमी केव्हाही येण्याची भीती त्यांच्या मनात ठाण मांडून बसलेली असते. नाहीतर 'वाईट चाली'ची म्हणून तिला परत पाठवण्याचीही दाट शक्यता असते. म्हणजे पैशापरी पैसा जातोच, पण त्याचबरोबर शारीरिक आणि मानसिक अत्याचारही सहन करावे लागतात.

इथले आईबाप मुलीला विकून निर्धास्त असतात. वाईटात वाईट काय होईल? तर जावई दुसरं लग्न करेल, पण मुलीला तिच्या अधिकारापासून मृत्यूशिवाय दुसरं कोणीही दूर करू शकत नाही. जगातल्या प्रत्येक देशात वाईट गोष्टी आहेत तशा चांगल्याही गोष्टी आहेत. कोणत्याही देशातला माणूस 'आम्ही परिपूर्ण आहोत. आमच्याकडे हत्या, लूटमार, गुंडगिरी नाही किंवा नागरिकांच्या जिवाला धोका नाही', असं म्हणू शकत नाही.

■

५

मी इतर चारचौघींपेक्षा वेगळी आहे. एखादी अन्याय्य गोष्ट मला नुसती जाणवतच नाही तर त्रास देते. तिला विरोध करायचा मी नेहमीच प्रयत्न करते. कधी यश मिळतं तर कधी अपयश पदरी येतं. इथंही मला विरोध करावा लागला. इथं आमचा खूप मोठा द्राक्षाचा मळा होता. द्राक्षं पिकली की ती घराच्या छपरावर पसरतात. धान्याप्रमाणे ती उन्हात वाळवतात. दहा-बारा दिवसांत त्यांचा बेदाणा होतो. नंतर बेदाणा स्वच्छ करून त्याच्या वाटण्या करतात. आमच्या बेदाण्याच्या वाटण्या आसामखानच्या थोरल्या बायकोच्या देखरेखीखाली व्हायच्या. आसामच्या दोन बायका दोन वाटण्या घ्यायच्या. मोठ्या काकांच्या बायकोला एक वाटणी मिळायची आणि आद्रामानच्या बायकोला एक. माझ्या सासूबाईंना फक्त एकच वाटणी मिळायची. मला हे खटकलं. दोन चुलत सासऱ्यांकडे दोन-दोन वाटण्या आणि आमच्याकडे एकच. कारण माझी सासू काहीच बोलत नसे. म्हणून असं करायचं? मी पाबलूचाचीला म्हटलं, 'चाची, अशा कशा वाटण्या? तुम्ही आमच्या दुप्पट घेता. असं का? तुम्ही बेदाणा खाऊ शकता तर माझे दीर नाही का खाऊ शकत?'

'आतापर्यंत अशाच वाटण्या होत आल्यात. माझी आणि माझ्या सवतीची वाटणी वेगळी. आबूची आणि तिच्या सुनेची वेगळी.' पाबलूचाचीनं उत्तर दिलं.

'तुम्ही आणि तुमची सवत वेगळ्या राहता का? तुमच्या चुली वेगळ्या आहेत?'

'जळ्ळी मेली जीभ तुझी! आम्ही का म्हणून वेगळं राहू? आणि वेगळं होणार कोणाबरोबर? आमचा घरधनी तर एकच आहे. त्याचे का भाग करता येतात?'

'तुम्ही दोघी एकत्र राहता ना मग बेदाण्याच्या वाटण्या करताना दोन वाटण्या का?'

'हे बघ, तुझी सासू एकटी आहे आणि आम्ही दोघी आहोत. समजलं?'

'नाही. हे चालणार नाही. बायकांच्यावरून वाटणी करायचीच नाही. पुरुषांवरून करायची. माझे सासरे धरून तीन भाऊ. तेव्हा तीन वाटण्या व्हायला पाहिजेत.'

माझं बोलणं ऐकून पाबलू चिडली आणि बेदाणा तिथंच टाकून तरातरा तिथून निघून गेली. माझ्या सासूबाई आणि दीर 'आता काय होईल?' म्हणून घाबरून गेले. आसामचाचा घरी आल्यावर त्याला सगळं कळणारच. मग तो इतका भडकेल की

मला ठारसुद्धा मारायला मागेपुढे पाहणार नाही, अशी भीती त्यांना वाटत होती. माझ्या सासूबाईंनी आणि दिरांनी जेवणखाण उरकून घेतलं आणि ते सगळे एका कोपऱ्यात गप्प बसून राहिले. जाँबाज घरी नव्हता. आईचं औषध आणायला गझनीला गेला होता, पण जिचा जीव धोक्यात होता ती मी मात्र अगदी निर्विकार आणि शांत होते. अन्याय, अविचार ह्यांच्या विरोधात मी उभी राहिले होते. मी चहाचा कप हातात घेऊन ओटीवर बसले. साधारण अर्ध्या तासानं तो आणीबाणीचा क्षण आला.

आसामचाचा घरात शिरला, तेव्हा मी ओटीवर ऊन खात 'अमेरिकाज फर्स्ट लेडी' वाचत होते. माझ्या मते आसामचाचापेक्षा त्याच्या दोघी बायकाच जास्त वाईट होत्या. अगदी कर्दनकाळ. त्यांच्या सांगण्यावरूनच आसामचाचा असं वागायचा.

चाचा येऊन बराच वेळ झाला. मनात चुळबुळ माजली होती. ती दाबून काय होतंय त्याची वाट पाहत होते. चाचा त्याच्या बायकांनी केलेल्या कागाळ्या ऐकून एकदम उसळून बाहेर आला तर? मी त्याच्या बायकोला असं का बोलले असं विचारलं तर? मी काय उत्तर देऊ? काही झालं तरी तो माझा सासरा होता. त्याच्याबरोबर वाद घालणं बरं दिसेल का?

अचानक चाचानं आकाश पाताळ एक करून आरडाओरड सुरू केली. कडाक्याच्या थंडीत त्याचं ओरडणं किती लांबपर्यंत ऐकायला जाऊ शकतं ह्याची त्याला कल्पना नसावी. म्हणूनच तो एवढ्या भसाड्या आवाजात ओरडत बाहेर आला. मला हे सहन झालं नाही. त्याच्यात जर अमानुष क्रूरपणा असेल तर प्रश्न सोडवण्यासाठी शांतपणे मीच शरण जायचं? व्यक्तिस्वातंत्र्य ही काय फक्त त्याचीच मक्तेदारी आहे? नाही. मी अन्याय सहन करणार नाही. मी चंडीचा अवतार धारण केला. आसामचाचा खवळला होता आणि ग्राम्य भाषेत मला शिवीगाळ करत होता. त्यानं माझ्या आईवडिलांना वाईटसाईट शिव्या देताच माझा तोल सुटला. मला काय बोलायचं असेल ते बोला, पण माझ्या आईवडिलांनी काय गुन्हा केलाय? त्यांना का शिवीगाळ?

आसामचाचानं अंगणात पडलेली एक काठी उचलली आणि तो माझ्या अंगावर धावला. चाचा ज्या पट्टीत ओरडत होता त्याच्याही वरच्या पट्टीत मी किंचाळले, 'खबरदार! आणखी एक पाऊल जरी पुढे टाकलंत तर दोन्ही पाय मोडून हातात देईन. मी काही अफगाणिस्तानातली बाई नव्हे. नाक मुठीत धरून पाया पडत येणं मला ठाऊक नाही. अन्यायाच्या विरुद्ध उभं राहायला मी शिकलेय.'

माझा आरडाओरडा ऐकून आसामचाचा क्षणभर थबकला. मग काठी फेकून घरात निघून गेला. मी मात्र बराच वेळ एकाच जागी उभी होते. किती वेळ कोण जाणे! जाँबाजच्या हाकेनं भानावर आले. माझं धाडस आणि खंबीरपणा पाहून

घरातल्या सगळ्यांनीच आश्चर्यानं तोंडात बोट घातलं. 'आसामच्या विरुद्ध लढायला इतक्या वर्षांनी एकजण तरी मिळालं म्हणायचं!' जाँबाजनं शेरा मारला.

माझा स्वभाव विचित्र आहे. एकदा ठरलं की ठरलं. मग माझं मत शेवटपर्यंत बदलत नाही. मी एकदा एखाद्याचा तिरस्कार केला की त्याच्यावर प्रेम करणं मला जमत नाही. मी माझ्या भावना उघड करणार नाही. त्याच्याशी सहज, चांगलं वागेनही, पण माझं मत मात्र बदलणार नाही.

ह्या प्रसंगानंतर साधारण महिन्याभरातच आम्ही वेगळे झालो. माझ्या सासूबाईही वारल्या. बरीच वर्षं त्या आजारीच होत्या. आसामखाननं त्यांना कधीच औषधपाणी केलं नाही. त्यामुळेच त्यांचा आजार वाढला. लहान मुलं पदरात असलेल्या विधवेच्या दु:खाची कल्पना करणं अशक्यच. त्यातून पैसा मिळवण्याचं काहीच साधन नव्हतं त्यांच्यापाशी. असहाय परिस्थितीची शिकार झाल्या त्या.

आमचं जुनं घर आसामचाचा आणि सगळ्यात मोठ्या चुलत सासूबाई ह्यांच्या वाट्याला आलं. आम्हाला मिळाला जमिनीचा एक तुकडा आणि द्राक्षाचा मळा. तेव्हा माझ्या दिराचं नुकतंच लग्न झालं होतं. त्यामुळे घरातलं सगळं मलाच पाहावं लागायचं. इथल्या रिवाजानुसार नवी नवरी परक्यांसमोर जात नाही. म्हणून मजुरांना जेवायला घालण्यापासून पाहुण्यांच्या आदरातिथ्यापर्यंत सगळं मलाच सांभाळावं लागायचं. मला कुठंही जाण्याची परवानगी होती.

असंच एकदा कळलं की माझ्या नणंदेला टी.बी. झालाय. ती त्या वेळी पाकिस्तानात राहत होती. मी तिच्याकडे जायचं म्हणताच, सगळ्यांनीच जोरात विरोध केला. कारण मी इकडे पुन्हा परत येणार नाही, असंच त्यांना वाटत होतं. जाँबाजचे एक लांबचे काका होते. गुलामचाचा त्यांचं नाव. त्यांनी तर सर्वांवर कडीच केली. ते म्हणाले, "साहेब कामाल तिथून परत आली तर मी माझी बायको जाँबाजच्या हवाली करेन."

वा! वा!! काय पण पैज! म्हणे काका आपली बायको पुतण्याला देणार! ह्याहून चांगली पैज काय असू शकते!

१४ सप्टेंबर १९९०. आम्ही कोणाच्याही बोलण्याकडे लक्ष न देता जीपनं पाकिस्तानात जायला निघालो. प्रथम आम्ही सरळ अंगुरहाटला जाणार होतो. त्या वेळी पाकिस्तानात जाण्यासाठी तेवढा एकच रस्ता होता. अंगुरहाटहून देरा. देराहून बसनं कराची. कराचीला पोहोचल्यावर मुसाला फोन करून पैसे मागवायचे आणि मग पुढे रेल्वेनं रावळपिंडी. रावळपिंडीच्या अलीपूर भागात माझी नणंद राहत होती.

आमची जीप उघड्याबोडक्या डोंगरांतून चालली होती. रस्त्याच्या दोन्ही बाजूचे उंच उंच डोंगर माथा उंचावून त्यांचे अस्तित्व ठसवत होते. त्यांच्या त्या उंच माथ्याला क्षणभरसुद्धा नमवण्याची ताकद कोणातही नव्हती. जणू त्यांनी स्वत:च

आपल्या कुशीतून एक रस्ता काढून दिला होता. त्यांच्या उंच माथ्याकडे पाहिलं की वाटायचं 'जे दिलंय तेवढं घ्या. आणखी मागू नका. नाहीतर सर्वनाश नशिबी येईल. जे दिलंय तेही काढून घेतलं जाईल,' असंच ते सुचवत असावेत.

बरंच अंतर कापून गेल्यावर एक मोठा ओढा लागला. ओढ्यात माती अजिबात दिसली नाही. लहान लहान दगड आणि वाळू होती. गाडी ओढ्यातच थांबली. एकेक करून सगळे खाली उतरले. मीही खाली उतरून स्वच्छ पाण्यानं तोंड धुतलं. मी सोडून सगळ्यांनी ओंजळीनं पाणी प्यायलं. पुन्हा गाडी धावायला लागली. मला सगळंच कसं छान वाटत होतं. माझं मन मोरपंखी रंगात रंगलं होतं.

'अहा रे! रे! रे! रे!
मला सोडून दे रे, दे!
जशी वनातली पाखरं
विहरती आनंदानं रे!'

ह्या ओळी माझ्या ओठांवर पुन्हा पुन्हा घोळत होत्या.

थोड्या वेळानं सहज खाली नजर टाकली आणि भीतीनं अंगावर काटा उभा राहिला. आपण इतक्या वर चढून आलोय, हे लक्षातच आलं नव्हतं. उंचीचा अंदाज करणं कठीण होतं. खाली पाहताना भोवंडल्यासारखं होत होतं. रस्ता चढणीचा होता. गाडी चढतच होती. ही झाडंझुडपं म्हणजे डोंगरांचे अलंकारच! त्यांच्याकडे पाह्यल्यावर वाटत होतं जणू आताच त्यांना प्रथम पृथ्वीवरचा प्रकाश दिसलाय! रम्य चांदण्या रात्री किंवा पहाटेच्या आल्हादक वातावरणात त्यांनी डोळे उघडले असावेत.

अंगुरहाट नजरेच्या टप्प्यात आलं होतं. दूरवर एक मशिदीचा घुमट दिसत होता. अफगाणिस्तानात शहरांशिवाय इतर ठिकाणी चांगली हॉटेल्स नाहीत. जंगलात किंवा मोठ्या रस्त्यांच्या कडेला धर्मशाळा किंवा ढाबे असतात; पण अतिशय गलिच्छ. बायकांसाठी राहण्याची वेगळी व्यवस्था नसते. अशा ठिकाणी एक चटई, उशी आणि रजई देतात. उशी आणि रजई वापरून वापरून फारच मळली की खोळ धुतात. अशा जागी रात्र काढावी लागू नये म्हणून आमच्या ड्रायव्हरची जिवाच्या आकांतानं धडपड चालली होती. रात्री पूर्वी अंगुरहाटला पोहोचण्यासाठी त्याचा आटापिटा चालला होता. अंगुरहाटची हॉटेल्स म्हणजे धर्मशाळेची वरची पायरी इतकंच!

अंगुरहाटला गाडी थांबली. रात्र तिथंच काढावी लागणार होती. जाँबाज हॉटेल शोधायला गेला. थोड्या वेळातच परत येऊन म्हणाला, 'चल. रात्री डोकं टेकायला जागा मिळालीय.'

हॉटेल कसलं! ती जणू एक स्टोअर-रूम होती. एक लहानसा रिकामा पट्टा. उशांना आणि रजयांना घाणेरडा वास येत होता. पण काय करणार! देश तसा वेष!

तशीच आडवी झाले. दिवसभराच्या प्रवासानं थकले होते. लगेच झोप लागली. सकाळी जाँबाजनंच उठवलं. पुन्हा प्रवास. पण आता जीपऐवजी होती टोयोटा. ड्रायव्हरजवळच आम्ही बसलो होतो. गाडी हेलकावे खात चालली होती. मागच्या बाजूला बरेच लोक बसले होते, पण बाई अशी मी एकटीच.

माझं मन आनंदानं नाचत होतं. खूप दिवसांनंतर मला बाहेरचं जग दिसत होतं. मला काय करावं तेच सुचत नव्हतं. मी आनंदानं गोंधळले होते. तिथं गेल्यावर काय काय करावं? आधी काय करावं बरं? आईबाबांना टेलिफोन करू का? त्यांना पाहून सव्वा वर्ष उलटलं होतं. इतक्या दिवसांनी मी त्यांच्याशी बोलणार होते! अफगाणिस्तानात आल्यापासून त्यांची सविस्तर बातमी कळली नव्हती. तशी येणाऱ्या-जाणाऱ्याबरोबर कॅसेटची देवाण-घेवाण व्हायची, पण ती अगदी क्वचित.

गाडीच्या कर्कश हॉर्नमुळे माझ्या विचारांची साखळी तुटली. पुढे एक वळण होतं. त्या वळणावरून एकाच वेळी दोन गाड्या जाऊ शकत नव्हत्या. म्हणून आमचा ड्रायव्हर येणाऱ्या गाडीला हॉर्न वाजवून थांबण्याची सूचना देत होता. बारा वाजता गावात पोहोचलो. तिथं जेवण आटपून दुसऱ्या गाडीनं पुढे निघालो.

मी पाकिस्तानातील सौंदर्य डोळे भरून पाहून घेत होते. उंच डोंगराच्या कुशीत लपलेल्या कुडाच्या झोपड्या. दगड लावून तयार केलेल्या रेखीव पायऱ्या. मी त्यांची जीवनरहाटी पाहताना भारावून गेले. काहीजणी ओढ्यावर धुणं धुवत होत्या, तर कोणी शेळ्यामेंढ्यांना घेऊन घराकडे निघाल्या होत्या. लांबलेल्या सावल्यांनी त्यांना दिवस मावळल्याची जाणीव करून दिली होती. रात्रीचा काळोख पृथ्वीला गिळायला येत होता. 'आपलं घर गाठा बरं!' असंच तो सगळ्यांना सांगत होता का?

दोन-एक तासांत आम्ही वार्नाला पोहोचलो. इथं एक रात्र मुक्काम करावा लागणार होता. रात्री इथून गाडी मिळणं शक्य नव्हतं.

संध्याकाळचे सात वाजले होते. पण मला कुठंही थांबण्याची इच्छाच नव्हती. प्रवास संपूच नये, असं वाटत होतं. फक्त प्रवास आणि प्रवास. पुढे पुढे जाणं. पण मॅन प्रपोझेस गॉड डिस्पोझेस अशी म्हणच आहे ना! त्यामुळे थांबावं लागलंच. आम्ही रात्रीपुरता जाँबाजच्या एका आत्याकडे मुक्काम केला. तिचं घर डोंगराच्या कुशीत होतं. 'घर' म्हणताच जे आपल्या डोळ्यांपुढे उभं राहतं, तसं हे घर नव्हतं. एक लहानशी शाकारलेली कुडाची झोपडीच होती म्हणा ना! हे अफगाणिस्तानातून आलेले निर्वासित होते.

१९७९ च्या डिसेंबरमध्ये रशियन सैन्य अफगाणिस्तानच्या भूमीवर उतरलं. ह्या आधीही इथं युद्ध झाली होती. लाखो माणसं मारली गेली होती. कित्येक गावं उद्ध्वस्त झाली होती. युद्धाच्या भीषणतेची, त्यात होणाऱ्या नाशाची इथल्या प्रत्येक माणसाला कल्पना होती. पण १९७९ च्या युद्धात अनेकांना आपला देश सोडून

जावं लागलं. ह्या आधीची युद्ध सैन्यापुरती मर्यादित होती. सर्वसामान्य नागरिक आणि दूरच्या गावांत राहणारी माणसं युद्धाबाबत उदास होती. पण नंतरच्या काळात राष्ट्रवादाच्या ताणामुळे देशातील प्रत्येक माणूस, प्रत्यक्षपणे किंवा अप्रत्यक्षपणे, युद्धात जखडला गेला. १९७९ च्या युद्धात देशातील मनुष्यबळ आणि आर्थिकबळ युद्धासाठीच खर्च करायचं ठरलं. अफगाणिस्तानच्या राजकीय आणि ऐतिहासिक घटनांची मला मुळीच माहिती नव्हती. पण माझ्या सासूबाईंनी सगळ्या बारीकसारीक गोष्टीसुद्धा मला तपशीलवार सांगितल्या होत्या. तीच माझी शिदोरी होती. त्यांच्या तोंडून ऐकलेल्या गोष्टी मी शक्य तेवढ्या लक्षात ठेवल्या होत्या. झहिरशा सत्तेवर असताना देशात शांतता होती. त्यांच्या संघटनकौशल्याबद्दल ते प्रसिद्ध होते. पण शेवटी तेही एक माणूसच. एखाद्या वेळी माणसाकडून अशी काही चूक होते की ती सुधारणं शक्य नसतं. अशाच एका चुकीची किंमत त्यांना मोजावी लागली. त्यांना गादी सोडावी लागली. ते डोळ्यांच्या ऑपरेशनसाठी अमेरिकेला गेले. म्हणून काही काळापुरती आपली सत्ता त्यांनी आपल्या पुतण्याच्या-दाऊदखानच्या हातात दिली. पण दाऊदनं विश्वासघात केला. त्यानं गादी सोडलीच नाही. ह्यानंतर हळूहळू नूर महंमद तराकींनी राजकीय रंगमंचावर प्रवेश केला.

असं म्हणतात की तराकींनी पीर अझरतसाहेबांच्या घराला आग लावली तेव्हापासून बंडाची सुरुवात झाली. अझरतसाहेबांचं घर पेटवल्यानंतर तराकींनी दाऊदखानला टँकला बांधून मैलो-न्-मैल फरपटत नेलं. त्यातच दाऊदचा मृत्यू झाला. केवळ रीत पाळायची म्हणून थोडी माती उकरून दाऊदचं दफन करण्यात आलं. मग तराकी गादीवर बसले. त्यानंतर पिजलामीन. पिजलामीन नंतर बबरक कारमाल. अखेर डॉ. नजीबुल्लांच्या हातात सत्ता आली. नूर महंमदांच्या कारकीर्दीत अफगाण जनतेनं त्यांचा धिक्कार केला. नंतर एकमेकांना मागे सारून बऱ्याचजणांनी सत्ता बळकावली. तराकींच्या काळातच रशियन अफगाणिस्तानात शिरले.

दुसरीकडे आणखी एक बंड सुरू झालं होतं. इथले नव्वद टक्के लोक मुजाहिदीनांच्याकडे ओढले गेले होते. त्यांना वाटायचं केवढी त्यांची बहुमुखी कार्यशक्ती! केवढा स्वार्थत्याग! त्यांच्या शौर्याला आणि स्वार्थत्यागाला इतिहासात तोड नाही. पण लवकरच अफगाण जनतेला तिची चूक कळून चुकली. आता ह्या देशात कधीही शांतता नांदणार नाही, हे त्यांना समजलं. काहींना वाटलं की नजीबुल्लाच देशाचं भलं करू पाहत होते. त्यांना पाश्चात्त्य संस्कृतीच्या प्रकाशात देश उजळून टाकायचा होता. शाळा-कॉलेज काढून शिक्षणाचा विकास करायचा त्यांचा प्रयत्न होता. शिक्षण घेऊन स्वत:ची प्रगती करण्याची संधी त्यांनी स्त्रियांनाही दिली. एवढंच नाही तर काही स्त्रियांनी एअर होस्टेस होऊन संसाराची जबाबदारीही सांभाळली.

पण १९७९ पासून सुरू झाले दहशतीचे दिवस, आतंकाच्या रात्री. अफगाणिस्तानात राहणाऱ्या ख्रिश्चनांवर वर्णन करता येणार नाहीत इतके भयंकर अत्याचार केले गेले. मुजाहिदीन ख्रिश्चनांना कलमा म्हणायला लावत. ख्रिश्चन कुराणातील कलमा म्हणायला तयार नसत. जगातील कोणीही धार्मिक संस्कारांपासून मुक्त नाही पण काही शब्द उच्चारल्यानं धर्म बदलतो असं मला वाटत नाही. गायत्री मंत्र म्हटल्यानं कोणी हिंदू होईल का? मनाची शुचिता, अध्यात्मज्ञान, शालीनता, संयम ह्यांची आवश्यकता अजिबात नाही? असो! कलमा न म्हटल्यास मुजाहिदीन ख्रिश्चनांची निर्दयपणे हत्या करत. कारण मुजाहिदीनांच्या मते ते विधर्मी होते.

त्या वेळची स्थिती यमपुरीहून वेगळी नव्हती. जागोजागी, सांदीकोपऱ्यात प्रेतांचे ढीगच ढीग दिसत. पाण्याच्या जोरदार प्रवाहातून वाहत येणाऱ्या प्रेतांमध्ये काहींची धडं गायब असायची तर काहींची मुंडकी. ही सर्व छिन्नविछिन्न प्रेतं ट्रॅक्टरमध्ये भरून दूर नेऊन डोंगरात कुठंतरी टाकून देत. घराघरांत दहशत आणि भीती ठाण मांडून बसली होती. रशियन सैनिक हेलिकॉप्टरमधून बॉम्ब्स आणि मिसाइल्स टाकत. दाढीवाला दिसताच त्याला ठार मारत. गझनी, गडदेश, मुशखेल, पाताना, साराना, ममदकेल, काटोयाज, तामिर, आलेकदारी हे सर्व इलाखे मुजाहिदीनांच्या घशात गेले होते. मुजाहिदीन अफगाणिस्तानच्या उन्नतीच्या आणि विकासाच्या विरुद्ध आहेत, असंच नजीबना आणि त्यांच्या अनुयायांना वाटत होतं.

१९९०-१९९१ साल. नजीबपुढे दोनच मार्ग होते. पहिला म्हणजे युद्धाचं आव्हान स्वीकारणं आणि दुसरा म्हणजे युद्ध न करता आत्मसमर्पण करणं. परिस्थितीचा विचार करता दुसरा मार्ग पत्करणं नजीबना योग्य वाटलं. हा निर्णय घेतल्याबरोबर त्यांनी आपल्या कुटुंबीयांना दिल्लीला सुरक्षित ठिकाणी पाठवलं. आत्मसमर्पणाच्या बदल्यात त्यांनी स्वतःच्या सुटकेची अट घातली, पण काबूलच्या एअरपोर्टवर विमानात चढण्यापूर्वीच त्यांना कैद करण्यात आलं. ही दुर्दैवी घटना अनपेक्षितपणे घडली. त्या घटनेचा तडकाफडकी दिसलेला परिणाम म्हणजे इतिहासात आणखी एका बेबंदशाहीची नोंद होणार, हे नक्की झालं. नजीबुल्लांच्या अफगाणिस्तानानं एक नवंच वळण घेतलं. त्या घटनेबद्दल अमेरिका, फ्रान्स, इराण, इराक, अरबस्तान वगैरे देशांत चर्चा सुरू झाली. सर्वच देशांचं लक्ष अफगाणिस्तानाकडे लागलं.

मुजाहिदीनांनी नजीबना कैद करूनही युद्ध थांबण्याचं लक्षण दिसेना. म्हणून निर्वासितांनीही पाकिस्तानातून परतण्याची घाई केली नाही. पाकिस्तानचे प्रेसिडेण्ट झिया-उल हक ह्यांनी अफगाण निर्वासितांच्या कॅम्पसाठी स्वतःच्या देशातील बरीच जागा दिली. अफगाणांच्या दृष्टीनं झिया-उल हक म्हणजे एक महान व्यक्ती होती. मानवतेचं प्रतीकच.

हे निर्वासित झोपडीत राहून कसेबसे दिवस ढकलत होते. आपल्या देशात

शांतता कधी नांदायला लागते आणि आपल्याला आपल्या देशात परत कधी जायला मिळतं, ह्याची ते आतुरतेनं वाट पाहत होते. त्यांच्या देशात एवढं काय आहे, तेच मला समजेना. त्या दगड, चिखल, माती असलेल्या देशासाठी हे एवढे कासावीस होतात तरी का? वर्षातले सहा महिने इथं असतं बर्फाचं निर्जीव पांढरेपण. शोधूनही कुठं हिरवा ठिपका सापडत नाही आणि बर्फ तरी किती पडतं! कधीकधी सकाळी उठून पाहावं तर घराबाहेर पाय ठेवायला रस्ताच नसतो. चार महिने तर बर्फामुळे घरात कैद होऊन पडावं लागतं. गावातील रस्त्यांवर तर रहदारी बंदच असते. काबुलचं मला काही ठाऊक नाही. कारण थंडीच्या दिवसांत मी कधी काबुलला गेलेच नाही. नोव्हेंबरपूर्वीच घरात अन्नधान्य भरून ठेवावं लागतं. गहू, साखर, गूळ, बटाटे, कांदे. ह्याशिवाय इथं दुसरं काही मिळतही नाही. मटण मात्र मिळतं. इथं मेंढ्यांऐवजी 'दुम्बा' पाळतात. दुम्बा मेंढ्यासारखाच दिसतो पण मेंढा नव्हे. आपल्याकडेही काही प्रांतांत दुम्बा आढळतात. इथले लोक दुम्बा मारून त्याचे सरळ तुकडे करून दोरीला अडकवतात. ह्यासाठी प्रत्येकाकडे एक वेगळी खोली असते. कडक थंडीत ते तुकडे सुकतात. थंडीत हेच मांस खातात. ह्या सुकलेल्या मांसाला 'लान्दाइ' म्हणतात. शिवाय दूध, तूप, लोणी, दही असतंच. प्रत्येकाकडे दोन-चार गुरं असतातच. गुरं नसली तर दूध, तूप मिळणं शक्य नाही.

हा असा देश म्हणे त्यांचा स्वर्ग! पण ह्यात खोटं तरी काय आहे? प्रत्येकाला आपला देश स्वर्गासारखाच वाटतो.

जॉंबाजच्या आत्यानं आमचं स्वागत केलं. प्रथम स्त्यारे माइसे म्हणजे हॅन्ड शेकसारखं केलं. मग मिठी मारून स्वागत. हे लोक गालाचा मुका घेत नाहीत. फार्सिवान घेतात. त्यानंतर 'सांगाराइये?' (कशी आहेस?) मी उत्तर दिलं, 'क्षाइयाम (ठीक आहे.) जोराइयाम. (कुशल आहे).'

आता मला हा संवाद जमायला लागला होता. उलट कोणी स्त्यारे माइसे केलं नाही, सांगाराइये म्हटलं नाही तर अपमान वाटायचा. ते असो!

इथं कशीबशी रात्र काढून पहाटेच एका टोयोटामधून देराकडे निघालो. आता रस्ता चांगला पक्का होता. रस्त्याच्या दुतर्फा खूप घरं होती. त्यांतली काही पक्की होती तर काही मातीची. थोडं पुढे गेल्यावर एक चेकपोस्ट लागलं. मी मनातून घाबरले. कारण आता आम्ही पाकिस्तानात आलो होतो आणि मी होते हिंदुस्तानी. त्यांनी माझा पासपोर्ट मागितला तर? नंतर समजलं इथं माझा पासपोर्ट म्हणजे जॉंबाज. आकाशी शर्ट आणि खाकी पॅन्ट घातलेल्या पोलिसानं जॉंबाजला हिंदीत विचारलं, 'कोठून आलात? शहर की गाव?'

'गाव. सारानाहून आलोय.'

माझ्याकडे बोट दाखवून त्यानं पुन्हा विचारलं, 'ही कोण?' तो माझ्याकडे

रोखून पाहत होता.

'माझी बीबी.' जाँबाजच्या उत्तरावर त्याचा विश्वास बसला नसावा.

'तुम्ही तर पठाण दिसता आणि ही पंजाबी वाटतेय.' त्यानं शंका विचारली.

'हो! माझी बीबी हिंदुस्तानी आहे.'

'लग्नाचं सर्टिफिकेट आहे? द्या' पोलिसानं हात पुढे केला.

जाँबाजनं सर्टिफिकेट दाखवलं तेव्हा कुठं आमची सुटका झाली. नंतर साधारण तासाभरात आम्ही देराला पोहोचलो.

देराहून एक्सप्रेस बसनं आम्ही कराचीला जायला निघालो. इथं एक्सप्रेस बसला 'फ्लाइंगकोच' म्हणतात. कराचीला पोहोचताच आमच्या सहा दिवसांच्या प्रवासाची समाप्ती होणार होती.

■

६

इथं येऊन युगं युगं लोटलीत असं वाटत होतं. रस्ते, झाडंझुडपं आणि प्रतिष्ठित समाजातील सुशिक्षित व सुसंस्कृत माणसं– हे सगळं जणू मी नव्यानंच पाहत होते. मी जगातल्या एका नव्या प्रकाशात उजळून निघाले होते. अफगाणिस्तानातील स्त्रिया सर्वच गोष्टींना मुकल्या आहेत. त्यांचं आयुष्य पराधीनता, लाचारी ह्यातच खर्ची पडतं. जगातल्या सुंदर गोष्टींचा उपभोग फक्त पुरुषच घेतात. कधी कधी मला वाटायचं की घरोघरी जाऊन प्रत्येक बाईला सांगावं, 'अंधारात तोंड लपवून राहू नकोस. दिवसाचा चकचकीत प्रकाश पाहा. स्वत:चे अधिकार मिळव. तू फक्त बाई नाहीस तर माणूसही आहेस हे सगळ्यांना दाखवून दे.'

पण लगेच दुसरा विचार मनात यायचा की हे सांगून तरी काय उपयोग? जगात, समाजात जे वाईट संस्कार युगानुयुगं चालत आलेत त्यांत असं सांगून कितीसा फरक पडणार?

जाँबाज मला हाक मारत होता. पण माझं त्याच्याकडे लक्षच नव्हतं. आम्ही अलीपूरला पोहोचलो होतो. पाकिस्तानात शिरल्यापासून मी पाहत होते की स्त्रिया एकट्या घराबाहेर पडत होत्या. पुरुष बरोबर नसतानाही त्या एकट्या हिंडू शकत होत्या. अफगाणिस्तानात आल्यावर 'बाई एकटी घराबाहेर पडू शकते', हे मी विसरूनच गेले होते. अफगाणी स्त्रिया पूर्णपणे पुरुषांवर अवलंबून आहेत, हे माझ्या लक्षात आलं होतं. बाई एकटी असेल तर तिला कुठल्याही गाडीत जागा मिळत नसे. इथं अनेक बंगाली स्त्रियांशी माझी ओळख झाली होती. त्या आयुष्याची रंगीत स्वप्नं पाहत इथं आल्या होत्या. त्यांतलीच एक होती काकली. शिवाय झुबेदा, नूरजहान, कमला, यशोदा, हारानी, सविता, मानसी– किती म्हणून नावं घ्यावीत! त्यांच्यातली हारानी म्हातारी झाली होती. झुबेदा तिच्या चार मुलींसह अत्यंत कष्टात दिवस कंठत होती. नूरजहान ख्रिश्चन होती. लौरेटात शिकलेली. तिचे वडील सराफ होते. त्यांची पेढी होती. सर्व सोडून ह्या इथं आल्या होत्या आणि आता त्यांचा शेवट होणार होता इथंच. त्यांची स्वप्नं केव्हाच विरली होती. माझ्यासारखा विचारही त्या करत नव्हत्या. त्यांच्यात धाडसही नव्हतं.

विचारांच्या तंद्रीतच बसमधून उतरले. आता आम्ही डाव्या हाताचा रस्ता धरला.

फारच सुंदर होता हा रस्ता. दोन्ही बाजूला सुरुची झाडं डोलत होती. जो देश एके काळी माझ्या दृष्टीनं भीतिदायक होता त्याच देशाच्या मातीवरून मी निर्धास्तपणे चालले होते. मला पाकिस्तानबद्दल राग होता, त्या देशाबद्दल माझं मत अजिबात चांगलं नव्हतं. याह्याखान, भुट्टो ह्यांचा देश चांगला कसा असेल? १९६९-७० मधली गोष्ट. मी तेव्हा चित्तरंजनमध्ये माझ्या काकांच्याकडे राहत होते. तेथल्याच सेंट जोसेफ कॉन्व्हेंटमध्ये शिकत होते. त्या काळी त्या भागात कालीपूजेच्या वेळी 'जात्रा'* होत असे. एका 'जात्रादला'नं केलेल्या नाटकामुळे भुट्टो आणि याह्याखान ह्यांच्या अत्याचारांची, असंस्कृतपणाची मला ओळख झाली. नाटकात त्या दोघांचे चेहेरे इतके भयंकर दाखवले होते की मी घाबरून आजोबांच्या कुशीतच तोंड लपवलं. तेव्हापासून पाकिस्तान म्हणजे काहीतरी भयंकर असंच समीकरण माझ्या मनात घर करून बसलं होतं. आम्ही चाललो होतो त्या रस्त्यावर शुकशुकाट होता, पण मला खूप बरं वाटत होतं. त्या क्षणी तरी मी त्या देशाविषयी माझ्या मनात असलेला राग, भीती, तिरस्कार पार विसरून गेले होते. एवढेच नव्हे, तर जगातील सर्व न्यायअन्याय, आचारविचार मागे सारून मी निसर्गाशी एकरूप झाले होते. जसंजसं आम्ही पुढे जात होतो तसतसे मला आश्चर्याचे धक्केच बसत होते. रस्त्याच्या दोन्ही बाजूला गव्हाची शेतं होती. नजर वळवावी तिकडे सौंदर्याची उधळण. हिरव्या व बदामी रंगाची अपूर्व शोभा! आम्ही नणंदेच्या घरी पोहोचलो. आम्हाला पाहताच माझी नणंद-गुनचा– बाहेर आली. आम्हाला अगत्यानं आत नेऊन बसवलं. घरातल्या दुसऱ्या सुनेनं चहा आणला. मी गुनचाचं घर निरखत होते. एकंदरीत त्यांची स्थिती हलाखीची असावी. आम्ही ज्या गादीवर बसलो होतो, ती अतिशय कडक होती. ती कापसाची होती. स्पंजची नव्हती. गुनचाच्या नवऱ्याचं मसाल्याचं छोटंसं दुकान होतं, असं ऐकलं होतं. तिच्या दोन दिरांची लाकडाची वखार होती. ह्यातून त्यांचं कसंबसं भागत होतं. हीच त्यांच्या दृष्टीनं चैन होती. आणखी काही मिळणं, मौजमजा करणं त्यांना शक्यच नव्हतं. शिवाय तीन भावांचे संसारही काही लहान नव्हते. गुनचाच्या थोरल्या दिराला सहा मुलगे आणि पाच मुली होत्या. धाकट्या दिराला दोन मुली, एक मुलगा आणि गुनचाला तीन मुली, एक मुलगा. तिची मोठी मुलगी मतिमंद होती.

मी खूप दमले होते. आडवी होताच कधी झोप लागली कळलंच नाही. नणंदेच्या नवऱ्याची हाक ऐकून जागी झाले. त्यांचं नाव रम्माजान. त्यांचा थोरला भाऊ जमील आणि धाकटा कलामदार. जमीलच्या बायकोचं नाव जोहरा आणि कलामदाराच्या बायकोचं रशीदा. गप्पांत बराच वेळ गेला. मग गुनचा स्वयंपाकघराकडे वळली. मटणकुर्मा आणि रोटी खाऊन थकलेला देह बिछान्यावर लोटून दिला. पहाटे पाचला गुनचा चहा आणि नाश्ता घेऊन आली. मुसलमान पहाटे चारलाच

उठतात. कारण सूर्योदयापूर्वी ते नमाज पढतात. आपण हिंदूच नव्हे, तर सर्वच धर्माचे लोक पहाटेच उठतात, पण मुसलमानांचं वैशिष्ट्य म्हणजे ते उठल्याबरोबर बाथरुममध्ये जातात आणि अजू करतात. अफगाणिस्तानात 'अजू'ला 'आबद्दास' म्हणतात. अजू करणे म्हणजे शुद्ध होणे. एका मोठ्या मगमध्ये पाणी घेऊन तीन गुळण्या करतात. असं तीन वेळा करतात. मग हात-पाय धुतात. हाच 'अजू'. त्यानंतर म्हणतात, 'खुदा, नमाज पढण्यासाठी शुद्ध व्हावं म्हणून मी अजू केला.' जर रात्री पतिपत्नीचा शरीरसंबंध आला असेल तर फटफटण्याच्या आधीच उठून आंघोळ करावी लागते. अशी आंघोळ केल्याशिवाय नमाज पढणं तर सोडाच, पण कुठल्याही गोष्टीला हात लावायचा नसतो. इथंच आहे त्यांचा वेगळेपणा.

पहाटे नमाज पढल्यावर बायका स्वयंपाकघरात शिरतात आणि त्यांचे दैनंदिन व्यवहार सुरू होतात. गुनचानं नाश्ता दिला. मी रम्माजानबरोबर डॉक्टरकडे जाणार होते. बऱ्याच दिवसांपासून एखाद्या चांगल्या गाइनिकॉलॉजिस्टला दाखवायचं माझ्या मनात होतं. पाकिस्तानात आलेच होते तर दाखवलेलं बरं! आम्ही डॉ. डब्ल्यू. एफ. हसन यांच्या नर्सिंगहोममध्ये गेलो. नाव नोंदवून वाट पाहत बसले. चार-पाचजणींनंतर मला बोलवलं. आत गेले. डॉक्टरांनी 'क्या तकलिफ है?' असं विचारलं. मी माझी तक्रार सांगितली. डॉक्टरांना काय वाटलं कोणास ठाऊक! ताठ बसत त्यांनी विचारलं, 'बीबी, तुम्ही तर पठाण नाही. पाकिस्तानीही वाटत नाही. कुठून आलात?'

'मी इंडियन आहे. पठाणाशी लग्न केलंय. म्हणून तर पाकिस्तानात येऊ शकले.'

'तुम्ही मुसलमान आहात का हिंदू?' डॉक्टरांनी भुवया उंचावून विचारलं.

'हिंदू. का विचारता? मी हिंदू आहे म्हणून तुम्ही मला तपासणार नाही का?'

'असं कुठं म्हटलं मी?'

त्यांनी मला तपासलं आणि लॅपरोस्कोपी करून घ्यायला सांगितलं. त्याच्या आधी छातीचा एक्स-रे काढायला सांगितला. त्यांनी प्रिस्क्रिप्शन लिहून दिलं आणि एक्स-रे काढण्यासाठी कुठं जायचं तेही सांगितलं. `Department of Pathology. Army Medical College, Abid Majid Road, Rawalpindi Cantt. [Pakisthan] असा तो पत्ता होता.

त्याच दिवशी एक्स-रे साठी मेडिकल कॉलेजच्या पॅथॉलॉजी डिपार्टमेंटमध्ये गेले. हे डिपार्टमेंट एका चार मजली इमारतीत होतं. काचेचा दरवाजा ढकलून आत गेले आणि काउंटरवर स्लिप दाखवली. नंतर डावीकडच्या जिन्यानं खाली जाऊन उजवीकडे वळल्यावर डावीकडे गेले. तिथं उजव्या हाताच्या खोलीत जाऊन डॉक्टरांनी दिलेलं प्रिस्क्रिप्शन दिलं. मग मला एका खोलीतल्या लाकडी चौरंगावर उभं केलं. तिथल्याच जवळच्या एका खुर्चीवर मी माझी चेन, पर्स, चष्मा वगैरे वस्तू

ठेवल्या. एक्स-रे काढून झाल्यावर मी बाहेर आले. थोडं पुढे गेल्यावर माझ्या लक्षात आलं की मी बाकी सगळ्या वस्तू उचलल्या, पण माझी सोन्याची चेन तिथंच राहिली. ताबडतोब मी परत गेले आणि तिथं काम करणाऱ्या गृहस्थांकडे चौकशी केली. त्यांनी कानावर हात ठेवले. ती त्यांनीच उचलली आहे हे मी ताडलं. ती चेन कोलकात्याच्या बी. सी. सेन ह्यांच्या दुकानातून मी खरेदी केली होती. माझ्या मायभूमीची ती आठवण होती.

ह्या कठोर वास्तवातही मला माझ्या लहानपणच्या आठवणी यायला लागल्या. आईचं रागावणंही आठवलं. 'थांब. बाबा आले तुझे की सांगते सगळं.' 'हे असं करू नको.' 'त्याला हात लावू नकोस.' 'त्याला मारू नकोस. तो तुझा भाऊ आहे ना?' 'बाबांना सांगतेच बघ.' 'अभ्यास कर नाहीतर ह्यांना सांगेन.' आईच्या अशा धमकावण्यानंच मी बिथरले. ती नुसतीच भीती दाखवायची नाही तर खरंच बाबांना सांगायची. मग मला बाबांच्या छड्या खाव्या लागायच्या, पण मी कोणाला बधणारी नव्हतेच. उलट मार खाल्ला की मी जास्तच दांडगाई करायची. शाळेचा उंबरा ओलांडला तरी माझ्या खोड्या कमी झाल्या नाहीत आणि मार खाणंही. उलट मार खाण्याचं प्रमाण वाढलंच.

एकदा आम्ही चौघी मैत्रिणी, सिनेमातल्या हिरॉइन्स व्हायला म्हणून मुंबईला निघालो, पण हावडा स्टेशनवरूनच पोलिसांनी कान पकडून एकेकीला घरी आणून पोहोचवलं. आणखी एकदा मी अशीच अडचणीत सापडले होते.

१९७२ ची गोष्ट. ७० साली माझे दोन नंबरचे काका-काकी पुरीला गेले होते. त्यांच्या तोंडून पुरीचं वर्णन ऐकून आपणही पुरीला जावं असं मला वाटायला लागलं, पण घरी मला कोणी दाद दिली नाही. नंतर ७२ च्या जुलैमध्ये माझ्या काकांना मुलगा झाला. त्यांनी पुरीच्या जगन्नाथाला नवस केला होता. तेव्हा नवस फेडलाच पाहिजे असं घरातल्या सगळ्या लोकांचं म्हणणं पडलं. मी पुरीला जाण्यासाठी खूप मागे लागले, पण मला तेव्हा कोणी नेलंच नाही. ७३ साली माझ्या धाकट्या काकाचं लग्न झालं तेव्हा मी सतरा वर्षांची होते. I.C.S.E. झाले होते. पुरीला जाण्याचं वेड कमी झालं नव्हतं, पण पुरीला जायचं तर पैसे हवेत. माझ्याजवळ पैसे नव्हते. तेव्हा चोरी करण्याशिवाय गत्यंतर नाही, असं वाटलं, पण चोरी करणार कुठं आणि कशी? बाबांच्या खिशातून पैसे घेतले असते तर नक्कीच पकडले गेले असते. म्हणून मी हातातल्या बांगड्या विकायचं ठरवलं. तेव्हा सोन्याचा भाव पाचशे रुपये तोळा होता, पण बांगड्या कुठं विकाव्यात ते मला समजेना. म्हणजे पुन्हा अडचण! पण हार न मानता मी एका भाजीवाल्याला गाठलं आणि माझा प्रश्न विचारला. माझा प्रश्न ऐकताच तो माझ्याकडे निरखून पाह्यला लागला. मी गोंधळून गेले. मग त्यानं मला विचारलं, 'कांदाबटाट्याच्या दुकानात

सोनं विकायला आलात होय? त्यापेक्षा असं करा ना कोळ्याकडे जा. तो बरोबर सांगेल. काय नसती भानगड आहे!'

मला मेल्याहून मेल्यासारखं झालं. मान खाली घालून निमूट घरी परतले.

१९७४ साल उजाडलं. एवढा काळ उलटूनही माझं पुरीला जायचं वेड काही कमी झालं नव्हतं. उलट दिवसेंदिवस ते वाढतच होतं. पण जाणं जमत नव्हतं. आजोबा वारल्यावर आजी बरेच वेळा चित्तरंजनलाच असायची. आजी आमच्याकडे राहत नसल्यामुळे दुसऱ्या कोणाची किती गैरसोय होत होती कोणास ठाऊक! पण मला मात्र खूपच अडचण होत होती. ह्याच वेळी माझी धाकटी काकी वारली. धाकट्या काकीच्या अचानक जाण्यानं घरात भलतीच पंचाईत झाली. कारण ती महिन्याची बाळंतीण होती. बाळाचं दूध गरम करायला गेली असताना सिलिंडरचा स्फोट झाला. आता तान्ह्या शिमूला कोणी सांभाळायचं हाच प्रश्न होता. त्याची आबाळ होऊ नये म्हणून काकाच्या दुसऱ्या लग्नाची बोलणी घरात सुरू झाली आणि मी आणखीनच काळजीत पडले. कारण सावत्र आई वाईट असते अशी माझी समजूत होती. घरातल्या लोकांनाही हा प्रश्न सतावत नव्हता असं नाही. तरीही काकाचं दुसरं लग्न झालंच. नवीन काकी घरात आली. मी तेव्हा बरेचदा काकाकडेच असायची. नवीन काकी वाईट नसेलही पण आमच्यात एक तुटकपणा आल्याचं मला जाणवलं. मी तिच्यापासून दूर झाले. हा माझ्या स्वभावातला दोषच आहे. चांगल्या गोष्टीचा मी मनापासून आनंद घेते पण वाईट गोष्ट अजिबात सहन करू शकत नाही. मग ती गोष्ट कोणाचीही असो, माझा त्यात कितीही स्वार्थ असो, मी वाईट काहीही खपवून घेऊ शकत नाही. नव्या काकीवर नाराज झाल्यावर मी काकाकडे जाणं जवळजवळ सोडलंच. त्यामुळे मला खूप आपला वाटणारा लाडका काकाही मला दुरावला. दुसऱ्या लग्नाआधी काका माझ्या सुखदुःखांचा भागीदार होता. लग्नानंतर सगळंच बदललं. पूर्वी महालयाच्या* दिवशी मी काकाबरोबर नवे कपडे खरेदी करायला जायची. नवी काकी येताच कपडे तर राहू देत पण पूजेच्या दिवशी आमच्या घरी येणंही काकानं बंद केलं. पण माझी दोन नंबरची काकी मात्र मला खूप आवडायची. काकीचं वागणं अगदी आईसारखं होतं. कितीही अपराध केले तरी ती पोटात घालायची. तिला एक मुलगा व एक मुलगी होती पण ती माझ्यावर मुलीसारखंच प्रेम करायची. तिचं घर पुतणे-पुतण्यांनी भरलेलं असायचं. ती म्हणायची की माझी दोघं तसेच तुम्ही सगळे. ती मलाच नव्हे तर घरातल्या सगळ्यांनाच आपलं मानायची.

काही बायकांना एकटं राहायला आवडतं पण असं राहण्यात मजा नाही, हे त्यांना कळतच नाही. ह्यात आनंदही नाही आणि सुखही नाही. फक्त आपल्याला अधिकार गाजवायला मिळतो इतकंच. त्या आपल्या नवऱ्यांना मुठीत ठेवायला

बघतात. माहेरच्या माणसांचं करतात पण सासरची माणसं त्यांना नको असतात. त्यांचे नवरेही जणू कणाहीन असतात. शेळपटाप्रमाणे वागतात ते. काही पुरुष लग्नानंतर स्वत्व गमावून बसतात. पुरुष बायकांना एवढी मोकळीक देतातच का? सुनेचा छळ झाला तर कायद्याप्रमाणे सासूला व नणंदेला अटक होऊ शकते. पण सुना सासवांना छळत नाहीत का? मानगूट धरून घराबाहेर काढत नाहीत? त्यांच्याविरुद्ध कोर्टात जाता येत नाही. सासूला छळल्यास सुनेला का शिक्षा होऊ नये? असो. सासू-सून पुराण इथंच थांबवते आणि माझ्या स्वत:बद्दल बोलते.

बुडी, टुटुन, बिजय, शोभन, ट्याटन, पली हे सगळे माझे जिवलग दोस्त. ह्यांतील कोणीही माझ्याशी कट्टी घेत नसे. कारण कट्टी घेतली तर त्यांचीच पंचाईत व्हायची. मी ह्या सगळ्यांना रोज काही ना काही खायला देत असे. कोणीही कट्टी घेतल्यास मी त्यांना म्हणायची की माझं खाल्लेलं आधी परत दे. आणि मग कट्टी घे. मग त्यांना माझ्याशी बट्टीच करावी लागायची.

पण एकदा बुडीला माझ्या खोड्या सहन झाल्या नाहीत. तेव्हा तिनं कट्टी घेतली आणि माझ्या हातावर पाच पैशांचा चनाचोर ठेवला. तीन दिवसांपूर्वीच मी तिला चनाचोर घेऊन दिला होता. बालपणीच्या अशा कितीतरी आठवणी. आजच्या वास्तवानं त्या दूर उडवून दिल्या होत्या. ह्या आठवणींविना माझं आयुष्य पोकळ झालं होतं. जणू एका रात्रीत माझं एका सुशील स्त्रीत रूपांतर झालं होतं.

माझ्यासमोर होती साफेसाल मशीद. झिया-उल हकचं विमान इथंच पडलं होतं, असं जाँबाजनं सांगितलं. ह्या मशिदीचं सौंदर्य शब्दांत वर्णन करणं कठीण आहे. मशिदीच्या आवारात उभं राहिल्यावर आपण स्वर्गात उभं राहिल्याचा मला भास झाला. इस्लामाबादचा हा भाग पाहिल्यावर मला दिल्लीच्या सफदरजंग रोडची आठवण झाली. मी भारावून गेले होते. आज ह्या देशातून मला परत जायचं होतं. पुन्हा अफगाणिस्तान. पुन्हा तेच तापदायक, संस्कारहीन आयुष्य. ह्यातून आता माझी सुटका नव्हतीच. जणू काही अनंत कालापासून मी एका अंधाऱ्या गुहेत झोपले होते. त्या झोपेत मला एक सुंदर स्वप्न पडलं होतं. त्या स्वप्नात मी पाहिला होता प्रकाश. फक्त प्रकाश. अंधार नावालासुद्धा नव्हता. एक गोड स्वप्न. स्वप्न भंगलं. डोळे उघडून पाहते तर त्याच अंधाऱ्या गुहेत मी झोपलेली. मधुर, सुंदर क्षण क्षणभंगुर का असतात बरं? माझ्या आयुष्यातील मधुर पण अल्पजीवी क्षणांना मी धरून कसं ठेवणार?

आता पुन्हा मी तुरुंगाकडे चालले होते. तिथं जाण्याशिवाय गत्यंतरच नव्हतं. काही झालं तरी मला माझ्या देशाला, माझ्या माणसांना अपेश आणायचं नव्हतं. मी पाकिस्तानातून हिंदुस्तानात गेले असते तर जाँबाजच्या नातेवाइकांचं म्हणणं खरं ठरल्यासारखं झालं असतं. आता जाँबाजची बायको निघून गेली असंच त्यांना वाटलं

असतं. त्यांनी मग मलाच नव्हे, तर हिंदुस्तानातील तमाम स्त्रियांनाच अपराध्याच्या पिंजऱ्यात उभं केलं असतं. शिवाय माझा स्वभावही असा आहे की एखादी गोष्ट तडीस नेल्याशिवाय मी सोडत नाही.

गाडीनं आम्हाला पातानाला आणून सोडलं. इथून आमचं घर दोन किलोमीटरवर होतं. इथं बऱ्याच लोकांच्या कबरी आहेत. जाँबाजच्या आजोबांचं आणि मोठ्या काकांचं दफन इथंच केलंय. इथं अनेकजण येतात. कबरीजवळ बसून कोणी रडतात, कोणी आपलं मन मोकळं करतात. इथल्या स्त्रियांचं तर हे तीर्थस्नान आहे, विरंगुळ्याची जागा आहे ही.

आम्ही घरी परत येताच घरातल्या लोकांचं वागणं बघून मी अवाकच झाले. जणू काही मी मोठी लढाई जिंकून आले होते. एका मागोमाग एक करत सगळेच मला भेटायला आले. सगळ्यांचं एकच वाक्य– 'साबास्ति दार बान्दि।' (शाबास!)

काहीजण म्हणाले, 'प्लार मोर मख ना दा तोर काराइ।' (आईवडिलांच्या तोंडाला काळं फासलं नाहीस.)

मी पुन्हा इथं परत येईन असं कोणालाच वाटलं नव्हतं. मी इथं परत आले होते ती एका माणसाच्या प्रेमाखातर. कृतज्ञता म्हणून. नाहीतर कोण ह्या देशात खितपत पडायला येईल! मातीचं घर, खाणंही विचित्र, गोल मोठ्या रोट्या, खायच्या कशाशी? तर लोणी, दही किंवा लोणी काढल्याबरोबर खाली राहिलेल्या पाण्याबरोबर. जे पाह्यलं नव्हतं ते कसंतरी गिळावं लागत होतं. इथं लोणी काढल्यावर खाली राहिलेल्या पाण्याला 'क्रुबे' म्हणतात. दह्याला म्हणतात 'मस्तिया'. गव्हाची वाळलेली ताटं म्हणजे 'प्रोरोरा'. 'प्रोरोरा' जनावरांचा 'ओच् खोराक'. ओच् खोराक म्हणजे कडबा. 'शाओताला' आणि 'रिस्का' हा 'लान्दा खोराक' म्हणजे हिरवा चारा. सप्टेंबर द्राक्षांचा हंगाम तर जुलै कलिंगडांचा. साधारण ऑगस्टपासून सफरचंद मिळायला लागतात. इथली इतर फळं आकारानं मोठी असतात पण सफरचंद मात्र लहान असतात. रंगही काश्मिरी सफरचंदापेक्षा वेगळा असतो. शिवाय काकडी, कांदा, पालक, गाजर, टोमॅटोही पिकतात. सफरचंद, द्राक्ष, कलिंगड ह्यांच्याशिवाय जरदाळू, खाटकी, तुती, आलबुखार, बदाम होतात. इथले बदाम आपल्या बदामासारखे नसतात. चपटे असतात. खाटकी हे कोहळ्यासारखे पण लांबट आकाराचे फळ आहे. चवीला फार छान असतं. खाटकी पिकल्यावर त्याच्यापासून पाच मैलांवरून जरी घोडा किंवा गाडी गेली तरी त्याच्या कंपनामुळे ते फुटतं. जरदाळूचा रंग पिवळा असतो व आकार पानासारखा. जरदाळू मध्यम आकाराच्या बटाट्याएवढा असतो. आतून पोकळ असतो. आतली बी आवळ्याच्या बीसारखी असते. हा ओला जरदाळू वाळला की आपण खातो तो जरदाळू तयार होतो. इथं गहू पिकतो पण भात नाही म्हटलं तरी चालेल. खरं तर इथं भाताचं पीक कोणी घेतच नाही. तंबाखूही होते.

हे सगळं सात महिन्यांत होतं. मेपासून नोव्हेंबरपर्यंत. कारण नंतर थंडी सुरू होते. बर्फ पडतं. झाडं वाळून जातात. सप्टेंबर-ऑक्टोबरमध्ये गव्हाची कापणी होते. मग पुन्हा गहू पेरतात. गव्हाची ताटं बारीक कापून गुरांना खाण्यास देतात. ह्याशिवाय इथं मटारसारखी झाडं वाढतात. शाओताला आणि रिस्का. त्यांचाही गुरांचा चारा म्हणून उपयोग करतात. रोझ्याच्या दिवसांत पाकिस्तानातले व्यापारी टोमॅटो, काकडी, संत्री, वाटाणा, मुळा, हिरव्या मिरच्या, लोणची आणि आणखी बरंच काही इथं आणून चढ्या भावात विकतात. इथलं चलन म्हणजे 'अफगाणी'. चलनात पन्नास अफगाणीपासून नोटा सुरू होतात. एक हजार भारतीय रुपयांच्या बदल्यात साठ हजार अफगाणी मिळतात. इथं महागाई बरीच आहे. एका अंड्याला पाचशे अफगाणी पडतात. एका कोंबडीची किंमत तीन ते चार हजार अफगाणी असते. एक वार कापडाची किंमत अडीच हजार अफगाणी असते. कापड भारी असेल तर एका मीटरलाच चार-पाच हजार अफगाणी मोजावे लागतात. एका ट्रॅक्टरची किंमत जवळजवळ दोन लाख अफगाणी असते. एका दुम्ब्याचा भाव चाळीस हजारापासून ऐंशी हजारापर्यंत असू शकतो. डिसप्रिनच्या एका स्ट्रिपला पाचशे अफगाणी पडतात. सिरपच्या एका बाटलीची किंमत तीन हजार अफगाणी. एक चाराग बटाट्याचा दर बावीसशे अफगाणी असतो. इथे किलोला 'चाराग' म्हणतात. एक लीटर केरोसीनला पाच हजार अफगाणी द्यावे लागतात.

ह्या देशात अनेक वाईट गोष्टी असल्या तरी एक गोष्ट अतिशय चांगली आहे– ती म्हणजे मान्सून. इथलं पाणीही फार चांगलं आहे. थंड आणि गोड. आणि हवा? तिची कशाचीच तुलना करता येणार नाही. कोणाला गंजलेल्या पत्र्यानं कापलं तरी टिटॅनसचं इंजेक्शन घेण्याची गरज पडत नाही. डेटॉल व मलम लावलं की पुरे. सबंध दिवसभर वारा असतो. संध्याकाळपासून त्याचा जोर वाढतो. वर्षभर पांघरूण लागतंच, नाहीतर थंडी वाजते. डिसेंबर ते फेब्रुवारी बर्फ पडतं. फेब्रुवारीपासून बर्फ वितळायला सुरुवात होते ते एप्रिलपर्यंत. ह्या काळात सर्वत्र चिखल असतो. मेमध्ये पाऊस पडायला सुरुवात होते. तेव्हा मात्र इथली स्थिती फार वाईट असते. गाड्या जानेवारीपासूनच बंद होतात. रशियन ट्रॅक्टर चालू शकतात. पण त्यांची चाकंही बर्फात आणि चिखलात रुतून बसतात. चिखल उकरून ट्रॅक्टर ढकलून बाहेर काढावा लागतो. जुलैपासून सगळं सुरळीत सुरू होतं. डिसेंबरपासून जूनपर्यंत सगळ्यांना घरातच कोंडून बसावं लागतं. जूनच्या मध्यापासून पेरणीला सुरुवात होते. थंडीत द्राक्षांचे वेल छाटून मातीखाली गाडतात. बर्फ वितळला की माती सारून ते मोकळे करतात. जूनमध्ये इथं 'पिन्डिइ' नावाची पालेभाजी आपोआप उगवते. ती सर्वजण खातात. वाळवंटात एक बारीक लांबट पानांची भाजी उगवते. तिला म्हणतात 'खेश.'

डोंगरावर एक प्रकारची लहानलहान झुडपं उगवतात. त्यांना 'बुट' म्हणतात. बुट सुकल्यावर उपटून आणून 'तोरणा'त घालतात. त्यावर लाकडं घालून पेटवतात. 'तोरण' म्हणजे चूल. ही चूल तेलाच्या बॅरलसारखी दिसते. खड्डा खणून त्यात ही पुरतात. हिचं तोंड जमिनीच्या समपातळीत ठेवतात.

अफगाणिस्तानात उन्हाळा नसतोच असं म्हटलं तरी चालेल. दिवसा ऊन तापतं. झाडांची सावली नसतेच. तरीही एकदा घरात शिरलं की उकडणं तर दूरच राहो गारच वाटतं.

∎

---

* जात्रा : खुल्या रंगमंचावर नेपथ्याशिवाय सादर होणारी संगीतिका.
* महालया : शारदीय दुर्गापूजेच्या आधीची अमावस्या.

७

मला काय हवंय, तेच माझं मला कळत नव्हतं. कधी मी खुशीत असायची, तर कधी फारच एकटं एकटं वाटायचं. एकटेपण तर मी दूर करू शकत नव्हते. जाँबाज एकदा मला म्हणाला, 'इथं एक बाबाका नावाची मुलगी आहे. ती सकाळी उठते, खाते आणि पुन्हा झोपते. खाणं आणि नैसर्गिक विधी करणं एवढं सोडलं तर उरलेला बाकीचा वेळ ती झोपलेलीच असते. पगली, तूही त्या बाबाकासारखीच आहेस बघ, नेहमी झोपलेली.' जाँबाज मला 'पगली' म्हणायचा.

नंतर मला कळलं की बाबाका आंधळी, बहिरी, मुकी होती. माझी अवस्थाही तिच्यासारखीच झाली होती– डोळे असून आंधळी, कान असून बहिरी आणि खूप बोलण्यासारखं असूनही मला बोलता येत नव्हतं, म्हणजे मुकीच. जी पुस्तकं मी बरोबर आणली होती त्याची बरेच वेळा पारायणं झाली होती. प्रगतिपथावर धावणाऱ्या देशातील मी एक आधुनिक मुलगी होते. पण इथं फक्त मी खाणं, झोपा काढणं आणि कल्पनेच्या भराऱ्या मारणं ह्या व्यतिरिक्त काहीच करत नव्हते. 'आइड्ल ब्रेन इज डेव्हिल्स वर्कशॉप' अशी म्हण आहे ना? माझी स्थिती अगदी तशीच झाली होती. पडल्या पडल्या मी विचार करायची की जाँबाजला काही झालंच तर इथून माझी सुटका कशी होणार? माझी सुटका होणं शक्यच नाही का? मी माझ्या देशात कधीच परत जाऊ शकणार नाही का? मी आईबाबांना आणि माझ्या माहेरच्या इतर माणसांना कधीच भेटू शकणार नाही? आमच्या लग्नाला माझ्या माहेरच्या माणसांनी विरोध केला होता. आज टळटळीत दुपारी मला तो दिवस आठवतोय. श्यामलदांचीही आठवण येतेय. श्यामलदांना जेव्हा कळलं की मी जाँबाजशी लग्न करायचं ठरवलंय तेव्हा ते म्हणाले होते, 'सुमी, तुझं शिक्षण, तुझ्या आवडीनिवडी तुझ्या लग्नाच्या आड येणार नाहीत ना?'

'जाँबाज खूप चांगला आहे. तो माझ्याबरोबर छान ॲड्जेस्ट करून घेईल.'

'तसं झालं तर फारच चांगलं! पण तू फार मानी आणि रागीट आहेस. काही दिवसांनंतर पर्सनॅलिटि क्लॅशेस सुरू न होत म्हणजे मिळवली.'

त्यानंतर मी अफगाणिस्तानात जातेय हे कळल्यावर श्यामलदा म्हणाले होते, 'जातेस तर जा. मी अडवणार नाही, पण जाण्यापूर्वी सारासार विचार कर आणि

मगच जा. तिथं जाँबाज सोडून तुझं असं कोणी असणार नाही. अडीअडचणीला तुझ्या पाठीशी कोण उभं राहणार? जाँबाज आपलं घर, आपली माणसं, आपली माती ह्यांच्याविरुद्ध उभा राहणार नाही.'

ह्या अशा भकास दुपारी मी स्वतःच स्वतःला दोष द्यायची. मी त्या वेळेस कोणाचंच का बरं ऐकलं नाही? कोणत्या ओढीनं मी इथं आले होते? कशासाठी आले होते? इथं होती फक्त रडारड. सर्व हरवल्याची हाकाटी. असे विचार मनात आले की मन बंड करून उठायचं. मला सगळ्यांचाच राग यायचा. सगळंच नकोसं वाटायचं. मग मी विनाकारण जाँबाजशी भांडायची. घरातले सगळे मला घाबरायला लागले. एवढी शांत मुलगी अशी का वागते, हेच कोणाला कळेना. मी जाँबाजला सतवायला लागले. एके दिवशी मी जाँबाजजवळ 'आताच्या आता मला माझ्या देशात घेऊन चल' म्हणून हट्ट धरला. जाँबाजला गप्प बसलेलं पाहताच माझा तोल सुटला. मी हिंस्र वाघिणीसारखी त्याच्यावर तुटून पडले. त्याला ओरबाडलं. चावले. आसामचाचा मध्ये पडला, तर मी त्याचे कपडेच फाडले. कलॅश्निकोव्ह उचलली. बंदुकीनं सगळ्यांना ठार करून मीही माझ्या छातीवर गोळी झाडून घेणार होते. जाँबाजनं माझ्या हातातून बंदूक काढून घेतली. मी त्याचे केस पकडून त्याला खाली पाडलं आणि दाबून धरलं. जाँबाजचे दोन भाऊ आणि आसामचाचा मध्ये पडले. आसामचाचानं माझे केस धरून डोकं खाली दाबलं. मी विव्हळायला लागले. जाँबाजनं स्वतःला सावरलं. तो आसामचाचाला म्हणाला, 'आसाम, पगलीला सोड. तिला त्रास होतोय. विव्हळतेय ती. ऐकू येत नाही? तिचे केस ओढायला कुणी सांगितलं तुला? मारझोड, भांडणं ह्याची सवय नाही तिला.'

माझा माझ्या कानांवर विश्वासच बसला नाही. जाँबाजचं बोलणं ऐकून मला मेल्याहून मेल्यासारखं झालं. ज्याला मी इतका त्रास दिला, दुखावलं तोच मला जाचणूक होऊ नये म्हणून काकुळतीनं काकाची मनधरणी करत होता. मी मुकाट्यानं जाँबाजकडे बघत बसले. माझ्या डोळ्यांना धार लागली. जाँबाजनं माझं डोकं त्याच्या मांडीवर घेतलं आणि माझ्या केसांतून हात फिरवत तो माझी समजूत घालायला लागला, 'पगली, रडू नकोस. मी तुला तुझ्या देशात पुन्हा नक्की घेऊन जाईन. मी कोणाचं काहीही ऐकणार नाही. तू का रडतेस? त्यांना वाटेल ते बोलू देत. तू तिकडे लक्ष देऊ नकोस.'

ह्या लाजिरवाण्या अवस्थेत मला ह्या जगात तोंड लपवायला जागा होतीच कुठं! धरती पोटात घेईल तर बरं, असं वाटलं मला. जाँबाजच्या हातावर वळ उठले होते. हात सुजले होते. जखमेतून लस वाहत होती. जखमेच्या आजूबाजूची जागा काळीनिळी झाली होती. मी त्याच्या मनगटाला चावले होते– अगदी कडकडून. तिथून रक्त ठिबकत होतं. केसांचे पुंजके मी उपटले होते. बाप रे! किती भयंकर होतं

हे सगळं! मी इतकी वाईट वागले होते, पण हा आपला शांत. स्वत:ला वेदना होत असताना पगलीला त्रास झालेला त्याला पाहवला नाही. किती हा चांगुलपणा! माझं शिक्षण, माझं स्टेट्स ह्यांचा उपयोग झाला का मला ह्या लाजिरवाण्या स्थितीतून बाहेर पडायला? जे शिक्षण माणसाला मातीत मिळवतं त्याचा काय उपयोग? माणुसकी पुढे हारणाऱ्या स्टेट्सचा तरी काय फायदा?

ह्या प्रसंगानंतर माझ्यात बदल झाला. मी घरातल्या सगळ्यांशी मिळून मिसळून वागायला लागले. पूर्वी मला ज्यांनी काहीबाही सांगितलं होतं ते खोटं असल्याचं लक्षात आलं. मला जीवनसाथी म्हणून खरोखरच एक 'माणूस' मिळाला होता. त्याचा मला अभिमान वाटायला लागला.

इथं अतिशय दारिद्र्य होतं. जे हिंदुस्तानात किंवा पाकिस्तानात व्यवसाय करत होते त्यांची गोष्ट वेगळी होती. दारिद्र्याबरोबरच संसाराच्या कटकटी होत्या. कादीरचाचांचं घर आमच्या घरापासून दोन मिनिटांच्या अंतरावर होतं. त्यांची दोन लग्नं झाली होती. दोन्ही बायका जिवंत होत्या. थोरलीला एक मुलगी आणि एक मुलगा होता. धाकटीला दोन्ही मुलीच. कादीरचाचांना दोन भाऊ होते. त्यांच्या वडिलांनी तीन लग्नं केली होती. म्हणजे कादीरचाचांचे हे भाऊ सावत्र होते. सरफतखानांच्या तीनही बायकांना एक-एक मुलगा होता. मधल्या बायकोचं हे दुसरं लग्न होतं. तिच्या पहिल्या नवऱ्यापासून तिला एक मुलगा आणि एक मुलगी होती– लपू आणि पारी. सरफतखानांपासून तिला मादालाम हा मुलगा आणि गोलबीबी ही मुलगी होती. इथं बायका पाच-पाच, सहा-सहा लग्नं करू शकतात. पण तलाक दिल्यावर नाही तर नवरा वारल्यावर.

कादीरचाचांच्या ह्या दुसऱ्या बायकोनं लग्न होऊन घरात पाऊल टाकल्यापासून त्यांना मुठीत ठेवलं होतं. बिचारी पहिली बायको! तिच्याकडे कोणी ढुंकून पाहिना. पण तिला मुलगा असल्यानं माहेरीही पाठवता येत नव्हतं. संपत्तीचा वाटा तिला देणं भागच होतं. चाचांनी तिला वेगळं घर बांधून दिलं होतं. तिथं ती, तिचा मुलगा, सून आणि दोन नाती राहत. कादीरचाचा, त्यांची दुसरी बायको आणि तिच्या दोन मुली वेगळे राहत. सर्व सुखसमाधान आलं होतं दुसरीच्या वाट्याला. पहिलीला मिळालं फक्त दु:ख आणि कष्ट. ह्या देशात सर्वत्र असंच चित्र दिसतं. अपवाद असतात. पण विरळा.

प्रत्येकाला कमीत कमी दहा ते पंधरा मुलं असतात. मुलांची काळजी त्यांना अजिबात नसते. दोन वर्षांपर्यंत मुलांना कसंबसं वाढवतात. त्यानंतर गुरं आणि मुलं ह्यांच्यात काही फरक नसतो. सकाळी गोठ्यातून गुरं बाहेर पडतात आणि घरातून मुलं. दिवसभर ती भटकतात, हुंदडतात. ढीगभर रोट्या बडवून ठेवल्या की काम झालं. मुलं कोरड्या रोट्या खाऊन भूक भागवतात. संध्याकाळी गुरं गोठ्यात आणि

मुलं घरात. हेच त्यांचं वर्तमान आणि भविष्यही. मुली मोठ्या होताच आईबाप लग्नाचा फार्स करून त्यांना विकतात आणि लाखो रुपये कमावतात. नशिबात असलं तर मुलीला चांगला नवरा मिळतो नाहीतर तिच्या आयुष्याचं मातेरं होतं.

इथं मला सगळे 'काफिर' म्हणत. 'हिंदू' म्हणून शिवीगाळ करत. आसामचाचा एकदा मला म्हणाला, ''तू नमाज पढ. नाहीतर जहन्नममध्ये जाशील. मी तुझ्या हातचं पाणीसुद्धा पिणार नाही.''

आसामचाचाला उत्तर देण्याची मला गरज वाटली नाही. असेच काही दिवस गेले. मग आला रमजानचा महिना. घरात माझ्या व्यतिरिक्त सर्वांचे रोझे होते. मी रोझे करत नाही हे आसामचाचाच्या कानावर गेलं. तो म्हणाला, 'तुम्ही हिंदू बंगाली म्हणजे काफिर. तुम्हा लोकांची सावली पाहिली तरी आम्हाला पाप लागतं. जाँबाज जनावर आहे जनावर. नाहीतर दुसऱ्या धर्मातल्या काफिराशी कोणी लग्न करेल का?'

हे ऐकून माझी सहनशक्ती संपली. अंगाचा तिळपापड झाला. मनातल्या मनात म्हणाले, 'थांब. आज तुझी खैर नाही. तू आज मलाच नव्हे, तर सबंध हिंदू जातीलाच शिव्या दिल्यास. तुम्हाला अल्लानं पृथ्वीवर पाठवलंय, असं समजता. मग आम्हाला कोणी निर्माण केलंय? त्यानंच ना? मग आम्ही लाचार होऊन गुडघे का टेकायचे तुझ्यासारख्या सामान्य माणसापुढे? अन्यायाविरुद्ध लढण्याचा जन्मजात अधिकार आहे मला. खरा धर्म काय ते नसेल मला ठाऊक; पण धर्मांधता, जात नावाचा सनातनी दुष्टपणा ह्यांना मी अजिबात मानत नाही. धर्माचा खरा प्रकाश कुठं आहे, हे मला कोण सांगू शकेल? मी नास्तिक नाही. वास्तववादी आहे. देवावर माझा विश्वास आहे. मी माणसांवर प्रेम करते. माणसाला माणसाबद्दल वाटणारं प्रेम म्हणजे धर्म असं मी मानते. जन्मल्यानंतर आपली जबाबदारी पार पाडणं म्हणजे धर्म. मी मुकाट्यानं सोसत होते. पण तूच मला तोंड उघडायला भाग पाडलंस. आता भाग पाडलंच आहेस तर ऐकच.'

मी आसामचाचासमोर जाऊन उभी राहिले व म्हणाले, 'चाचा, मला तुमच्या धर्माबद्दलच्या श्रद्धेला धक्का द्यायचा नाही. पण तुम्ही मलाच नाही तर हिंदू धर्मावर श्रद्धा ठेवणाऱ्या प्रत्येकालाच गलिच्छ शब्दांत शिवीगाळ करता. तुम्ही विसरला असलात तरी मी एक गोष्ट विसरू शकत नाही. हिंदू धर्मावर श्रद्धा असणाऱ्या माणसाचं रक्त जरी माझ्या शरीरात असलं तरी मी प्रेम केलंय ते मुस्लिम धर्मावर श्रद्धा असणाऱ्या एका माणसावर. तेव्हा तुमच्या ह्या असभ्य वागण्याकडे मला त्रयस्थपणे पाहता येणार नाही.'

आसामचाचा निमूटपणे आपल्या खोलीत निघून गेला. एका मूर्ख माणसाचा मूर्खपणा त्याच्याच नजरेस आणण्यासाठी मला एवढं ऐकवावं लागलं. माझ्या

मनात आलं की धर्मात काय आहे? सगळी माणसं सारखीच नाहीत का? मग हा धर्मरूपी, क्रूर, हिंस्र माणूस आला कुठून? ईश्वरानं किंवा अल्लानं नक्कीच त्याला घडवलं नाही. मग ह्याला जन्म दिला कोणी? आणि ज्यांनी त्याला निर्माण केला त्यांना जराही शरम वाटली नाही आपल्या करणीची? धर्माच्या नावावर जगात हा नाश चालणार तरी किती दिवस?

१९९२ मध्ये बाबरी मशिदीवरून केवढी दुर्घटना घडली! गार्डनरिच, मेटियाबुरुज, तिलजला, चार नंबर ब्रिज, राजाबाजार अशा अनेक ठिकाणी हिंदू-मुसलमानांत मारामाऱ्या झाल्या. शेकडो लोक त्यात सामील झाले. भोसकाभोसकी झाली. रस्त्यारस्त्यांतून सैन्याची गस्त सुरू झाली. कर्फ्यू लागला. ब्लॅक आऊट झालं. हे एवढं कशामुळे झालं? एक मशीद पाडल्यामुळे. पण अखेर काय झालं? धर्माचं नाव पुढे करून जे लोकांना बनवतात, भोंदूगिरी करून धर्माचा ढोल पिटतात, त्यांना अजिबात लाजलज्जा नाही? अशा ढोंगांपासून माणसाची सुटका होणार तरी कधी? ज्यांनी बाबरी मशिदीच्या प्रकरणात जीव गमावला त्यांच्या मृत्यूमुळे बाबरी मशीद पुन्हा उभी राहिली का? ह्यालाच धर्म म्हणायचं का? धर्माचं रूप असं भयंकर असेल तर अशा धर्माचा आणि त्याच्या भक्तांचा धिक्कार असो! 'धर्म', 'धर्म' करत मरण ओढवून घेण्यापेक्षा तथाकथित नास्तिक, विधर्मी होऊन जगणं अधिक चांगलं नाही का?

गुलबुद्दीन हिकमतयार हेही अतिशय कट्टर मुसलमान आहेत. ते १९७९ पासून डॉ. नजीब आणि रशियन ह्यांच्या विरुद्ध युद्ध करताहेत. हिस्ब-इ-इस्लामी-अफगाणिस्तान ह्या पार्टीचे ते प्रमुख आहेत. देशाबाहेरच्या जगात त्यांना 'इंजिनियर हिकमतयार' म्हणून ओळखतात. १९९० च्या अखेरीला नजीब सरकार पडल्यानंतर फक्त दोन वर्षांसाठी 'मोजद्देदी' साहेब सत्तेवर आले आणि त्यांची मुदत संपल्यावर रब्बानींच्या हातात सत्ता आली. पण दोन वर्षांची मुदत संपल्यानंतरही रब्बानींनी सत्ता सोडली नाही, तेव्हा गुलबुद्दीनांनी युद्ध सुरू केलं. बाप रे! काय भयानक तांडव होतं ते! आमच्या गावातील बऱ्याच मुलांना लढण्यासाठी नेलं. आम्ही आमच्या घरातल्या मुलांना पाकिस्तानात पाठवून दिलं होतं. त्या लढाईत बातासीचाचीचा भाऊ मारला गेला. रहमतचं लग्न होऊन दोनच महिने झाले होते. तोही शहीद झाला. रहीमखान, दौलतखान, अब्दुलाखान, बशीरखान, इस्लाम, सत्तार, बिस्मिल्ला, रशीद, गुलखान, सुलतान– हे सगळे गुलबुद्दीनांनी सुरू केलेल्या युद्धात शहीद झाले. गुलबुद्दीनांच्या मिलिटरीचं मुख्य स्टेशन होतं– चारशिया. चारशियापासून काबुल अर्ध्या तासाच्या अंतरावर आहे. काही दिवस तरी सामान्य लोकांनी सुटकेचा नि:श्वास टाकला. कारण मुजाहिदीनांच्या हातात सत्ता असताना युद्ध बंद होतं. पण पुन्हा आकाशात काळ्या ढगांनी गर्दी केली. काबुलच्या रस्त्यांवर तोफांचा धडधडाट थांबतो ना थांबतो तोच

पुन्हा रणभेरी वाजू लागल्या. हे युद्ध नजीबच्या किंवा रशियनांच्या विरुद्ध नव्हतं, तर मुसलमानच मुसलमानांच्या विरोधात उठले होते. यादवी युद्ध पेटलं होतं.

आणि हे यादवी युद्ध सुरू केलं होतं हिस्ब-इ-इस्लामी-अफगाणिस्तान पार्टीचे प्रमुख व देशभक्त इंजिनियर गुलबुद्दीन हिकमतयार ह्यांनी. ह्या युद्धाचा मूळ मुद्दा होता सत्ता. हे द्वंद्व सत्तेसाठी होतं. आता पुन्हा नव्यानं लोकांच्या रक्तानं इतिहासाची पानं लाल व्हायला लागली. जेव्हा रब्बानी जगाबरोबर औद्योगिक उत्पादन आणि आर्थिक समस्या सोडवण्यात गुंतले होते, त्याच वेळी एका शोषणाची जागा दुसऱ्या शोषणानं घेतली. ह्या यादवी युद्धानं राष्ट्रयंत्राला खीळ पडण्याची चिन्हं पुन्हा एकदा दिसू लागली.

ह्या काळात प्रत्येक बंडखोर दलाचं मुख्य कर्तव्य होतं नूर महंमद तराकीपासून नजीबुल्लापर्यंतच्या सत्तेवर आलेल्या सरकारची सत्ता आणि दडपशाही समूळ नष्ट करणं. नेमकं ह्याच वेळी गुलबुद्दीन हिकमतयारांनी अत्यंत अयोग्य पाऊल उचललं. जे गुलबुद्दीन काबुलमध्ये मुस्लिम सत्ता कायम राहावी म्हणून बराच काळ लढत होते, त्यांनीच मुसलमानांविरुद्ध लढा सुरू केला. काबुलच्या रस्त्यांवर प्रेतांचे ढीग साठले. पुरुष, स्त्रिया, मुलं ह्यांचे छिन्नविछिन्न देह रस्त्यावरच्या मातीत मिसळून जायला लागले. अवयव पायदळी पडले. लोक शहर सोडून आश्रयासाठी डोंगरदऱ्यांकडे गेले. तिथंही दुर्दैवानं त्यांची पाठ सोडली नाही. शहरात तोफांचा मारा तर डोंगरात थंडीचा. भूक, जागरण ह्यांनी लोकांचे बळी घेतले. प्रेतं सडायला लागल्यावर जगणं मुश्किल झालं.

एवढी प्रेतं उचलणार कोण? मग दोन्ही पक्षांकडून एक वेळ ठरवण्यात आली. त्या वेळात युद्धबंदी. कोणीच कोणावर गोळीबार करायचा नाही. पांढरं निशाण दाखवत प्रेतं उचलली की पुन्हा युद्ध सुरू. पुन्हा प्रेतांचे ढीग जमणं सुरू. कोणाचे वडील गेले, कोणाचा मुलगा तर कोणाचा नवरा. नजीबची सत्ता गेली तर देशात शांती नांदेल असे जे म्हणत होते, तेच आता 'नजीबचंच सरकार बरं होतं' असं म्हणायला लागले. जगातल्या अनेक देशांनी गुलबुद्दीनना युद्ध थांबवण्याचा सल्ला दिला, पण गुलबुद्दीनना काही झालं तरी सत्ता हवी होती. देशातली सर्वच्या सर्व माणसं मेली तरी त्यांना पर्वा नव्हती. युद्ध थांबवायला ते तयार नव्हते. गुलबुद्दीनना माणसांच्या कोलाहलानं भरलेल्या अर्ध्या राज्यापेक्षा, प्रेतांचे ढीग पडलेल्या भकास राज्याची किंमत अधिक वाटत होती. अखेर जागतिक प्रतिनिधींच्या मध्यस्थीनं गुलबुद्दीन पंतप्रधान, रब्बानी राष्ट्रपती, मसूद अहमद शाह संरक्षणमंत्री आणि हाजी रुस्तुम नागरी उड्डयान मंत्री व्हावेत असं ठरलं. जेव्हा सगळं मनासारखं ठीकठाक झालं तेव्हा गुलबुद्दीन मक्केला गेले आणि कुराणशरीफवर हात ठेवून 'कधीच कोणत्याही कारणानं युद्ध करणार नाही' अशी शपथ त्यांनी घेतली. पण एक महिना

उलटतोय ना उलटतोय तोच पुन्हा युद्ध सुरू झालं. कारण त्यांना सर्वसत्ताधीश व्हायचं होतं. त्यांच्या एकट्याच्याच हातात सत्ता असावी असंच त्यांना वाटत होतं. त्यांना सत्तेत दुसरा कोणी भागीदार नको होता. हा आहे कट्टर मूलतत्त्ववादी धर्मनिष्ठ मुजाहिदचा चेहरा. आज अफगाणिस्तानात पवित्र इस्लामच्या नावावर जे दहशतीचं राज्य स्थापन झालंय त्याचं नेतृत्व आहे इंजिनियर गुलबुद्दीन हिकमतयार ह्यांच्याकडे. ते ह्या देशात मुस्लिम शासन कायम करण्यासाठी ७९ पासून क्रुसेड करताहेत म्हणे! गुलबुद्दीनांनी यादवी युद्ध केलं नसतं तर ह्या देशात तालिबानचा प्रवेश झाला असता? सगळंच विलक्षण! अद्भुत! अभूतपूर्व! ह्या कट्टर मुसलमानांची धर्मपरायणता पाहून मी अवाकच झाले आणि लोकांच्या वागण्यातला विरोधाभासही हसू आणणाराच नाही का? त्या देशातल्या नागरिकांनी नजीबुल्लांच्या अटकेचा दिवस हा 'उत्सवाचा दिवस' म्हणून घोषित केला होता व स्वतंत्र देशाचं नाव सुवर्णाक्षरांनी लिहिलं होतं. आज तेच लोक नजीबुल्लांच्या सुटकेसाठी अल्लासमोर डोकं टेकत होते. त्यांना आता नजीब आणि त्यांची कारकीर्द चांगली वाटत होती.

मला आतून खूप शांत वाटलं. कुराणशरीफचा अवमान करण्याच्या फाजील धीटपणाच्या आणि उद्धटपणाच्या रासवटपणापेक्षा विधर्मी काफिर म्हणून असलेला माझा परिचय अधिक चांगला आहे, सुखद आहे. मी विधर्मी असले तरी तीर्थक्षेत्राच्या ठिकाणी जाऊन, पवित्र धर्मग्रंथावर हात ठेवून, खोटी शपथ घेण्याचं धाडस माझ्यात नाही. माझी ती वृत्तीच नाही. कोणत्याही धर्माचा अपमान मी करू शकत नाही. मी धर्म मानला नाही तरी सभ्यता पाळते, माणसाला मानते.

८

उन्हाळा संपत आला होता. थंडीची चाहूल लागली होती. पानगळ सुरू झाली होती. घराघरांतून थंडीसाठी तरतूद केली होती. इथं प्रत्येक घरात घर गरम करायची सोय असते. घराच्या आत एक बीळ असतं. त्याचं एक तोंड स्वयंपाकघरातल्या मोठ्या चुलीला जोडलेलं असतं आणि दुसरं छपरातून बाहेर काढलेलं असतं. ह्यातून धूर बाहेर जातो. घराची लादी पातळ पण रुंद कपच्यांची असते. लादी तापली की घरही गरम होतं. थंडीला इथं 'मुनाइ' म्हणतात. थंडी संपून ग्रीष्म ऋतू सुरू झाला की 'मुनाइ उडालो, सुरमुनाइ रागालाइ' असं म्हणतात. ह्याचा अर्थ थंडी गेली आणि उन्हाळा आला किंवा वसंत आला असा आहे. वसंतातच इथं पाऊस पडतो. म्हणजे वसंत वसंत राहत नाही.

थंडीतली अशीच एक सरती संध्याकाळ. मावळत्या सूर्यानं आपल्या अखेरच्या किरणांनी आकाश रंगवून टाकलं होतं. पक्षी घरट्यात परतून किलबिलाट करत होते. माझी दोन नंबरची जाऊ रात्रीसाठी विहिरीवरून घडा भरून आणत होती. इथं पाण्याला 'उबू' म्हणतात. सकाळला 'गिस', दुपारला 'गरमा', 'मकाम' म्हणजे रात्र' आणि 'मास्पीन' म्हणजे संध्याकाळ. माझी धाकटी जाऊ रोट्या करत होती. मी तिन्नीला A B C D शिकवत होते. तिन्नी माझ्या दोन नंबरच्या जावेची– सादगीची– मुलगी. ह्या शिक्षणानं तिन्नीला प्रकाशाचा मार्ग दिसणं कठीण होतं. पण माझा वेळ बरा जात होता इतकंच.

जन्मापासून तिन्नीला मीच सांभाळलं होतं. मला मूल नव्हतं म्हणून तिन्नीच्या आईवडिलांनी म्हणजे माझ्या दिरानं आणि जावेनं कुराणशरीफची शपथ घेऊन दहा लोकांसमक्ष जाँबाजच्या साक्षीनं तिला माझ्या ओटीत घातलं होतं. ते म्हणाले होते की ही मुलगी आता तुझी. हिचं भलंबुरं सगळं आम्ही तुमच्या दोघांवर सोपवलंय. तेव्हापासून सर्वचजण तिन्नीला जाँबाजची आणि साहेब कामालची मुलगी म्हणूनच ओळखत. त्या पोरीलाही 'मीच तिची आई आहे' असंच वाटत होतं.

सहा वर्षं उलटली. अंदमानच्या नव्हे, तर अफगाणिस्तानच्या घरच्याच तुरुंगात मी सश्रम कारावासाची शिक्षा भोगत होते. माझा गुन्हा मात्र मला कळला नव्हता. घरातल्या प्रत्येकाबरोबर मी दिवसभर नाटक करायची. मनातलं दु:ख मनातच लपवून हसायची. तीन वर्षं चार महिने मी इथं एकटी होते. जाँबाज इथं नव्हताच.

रात्र किती झाली होती कोण जाणे! सगळे गाढ झोपले होते. पण मी मात्र जागीच होते. झोप येत नव्हती. संपूर्ण दिवस आनंदात असल्याचा अभिनय केल्यावर रात्र माझी असायची– फक्त माझी. रात्रीच्या अंधारात मी माझा शोध घ्यायची. तीन वर्षांच्या वैवाहिक जीवनाच्या आठवणी, परिपूर्ण प्रेमाचे आनंदानं भरलेले क्षण, रात्र जागवणाऱ्या काव्यप्रेरणा, हव्याहव्याशा वाटणाऱ्या कितीतरी सुखांची वचनं– हे सगळं अंधारात विसर्जित करून मी मलाच सामोरी जायची. भकास आयुष्यातील भीषण प्रश्न आणि काळज्या ह्यांनी मला रात्रंदिवस भंडावून सोडलं होतं. भीतीनं मला ग्रासलं होतं. ह्या आदिम, पुरुषप्रधान, कट्टरपंथी देशातून मी माझ्या व्यक्तिस्वातंत्र्यवादी देशात कधीतरी परत जाऊ शकेन का? ह्या कैदेत राहणं आता मला शक्य नव्हतं. कसंही करून मला माझ्या देशात, माझ्या जन्मभूमीत परतायला हवं होतं. तिथं मी स्वतंत्र असणार होते. तनमनानं अगदी स्वतंत्र. मुक्त.

अचानक माझ्या दिरानं मारलेल्या हाकेमुळे माझ्या विचारांची साखळी तुटली. माझा दोन नंबरचा दीर मला हाका मारत होता. तो का हाका मारतोय ते मी ओळखलं होतं. सादगीचे दिवस भरले होते. संध्याकाळीच तिचं तोंड उतरलं होतं. ती सुस्तावल्यासारखी वाटत होती. त्यावरूनच आज घरात नवा पाहुणा येणार हे मी ओळखलं होतं. ह्या बाबतीत देवानं माझ्यावर कृपाच केली होती म्हणायची! नाहीतर 'एकादशीच्या घरी शिवरात्र' ह्या म्हणीसारखी माझी अवस्था झाली असती. मला एकटीला इथून पळता येत नव्हतं. त्यात मूल असतं तर... बरं. ते असो.

कर्तव्य म्हणून सादगीच्या खोलीत गेले. इथं बाळंतपणं घरीच होतात. ज्यांचं नशीब शिकंदर त्या जगतात, वाचतात. पण नशिबानं पाठ फिरवली तर अनर्थ ठरलेलाच. माझ्या चुलत नणंदेच्या बाबतीत असंच घडलं. तिला सहा मुलगे, एक मुलगी. पण एवढी मुलं असूनही तिचा नवरा खूष नव्हता. तिला पुन्हा दिवस गेले. मुलगाच झाला म्हणून सगळे अगदी आनंदात होते. सगळे आनंदात दंग आणि तिकडे बाळंतीण वेदनांनी तळमळायला लागली. वार तिच्या पोटातच राहून गेली होती. दोन दिवस तळमळली आणि अखेर तिची कायमची सुटका झाली. तान्हं मूल मागे ठेवून तिनं जगाचा निरोप घेतला. आता ते मूल सगळ्यांनाच नकोसं झालं. आईच्या उबदार मांडीऐवजी त्याच्या नशिबाला आली कडक जमीन. भयंकर होतं सगळं! ऐकूनच सर्वसामान्य माणसाच्या अंगावर काटा उभा राहील. मी तर हे डोळ्यानं प्रत्यक्ष पाह्यलं होतं. त्या भीषण जिण्याबरोबर मी तर पूर्णपणे जखडली गेले होते.

सादगीला ह्याही वेळी मुलगीच झाली. ही धरून चार मुली. १९९० मध्ये तिचं लग्न झालं. ९० पासून ९४ पर्यंत चार वर्षांत चार मुली झाल्या होत्या. लग्नाआधी, वडिलांकडे असतानाच तिला दिवस गेले. सासरी आल्यावर तीन महिन्यांतच तिला

पहिली मुलगी झाली. गोठ्यात जागा असतेच, तेव्हा 'मूल नको' असं म्हणण्याचा प्रश्नच येत नाही.

रात्र सरली. पहाट झाली. फटफटलं. मी दात घासते न घासते तोच गुलगुटीनं चहा आणला. गुलगुटी आमच्या घराच्या आश्रयाला आली होती. तिच्या नवऱ्यानं दुसऱ्या देशात जाऊन नवीन संसार मांडला होता. नवरा नावाचा प्राणी जिवंत असेपर्यंत गुलगुटीला दुसरं लग्न करता येणार नव्हतं. तिला कुठंच आसरा नव्हता म्हणून ती आमच्याकडे राहत होती. मीच तिला ठेवून घेतलं होतं. माझ्या खोलीत माझ्याजवळच झोपायची ती. सध्या मी एकटीच होते. अगदी एकटी. जाँबाजनं दिलेली वचनं आणि प्रेमाच्या रंगीबेरंगी आठवणी मधून मधून मनाच्या पडद्यावर उमटून जायच्या. हे सगळंच खोटं होतं? नाटक होतं? ह्या आयुष्याची सुरुवातच खोट्यापासून झाली होती? अपमान, उपेक्षा ह्यांतच संपणार का माझं आयुष्य?

नवरा बायकोला काहीही न सांगता निघून जातो हे माझ्या कल्पनेपलीकडचं होतं. माझ्या संसाराचा पाया एवढा कच्चा असेल असं मला स्वप्नातही वाटलं नव्हतं. मलाच कशाला कोणालाही असं वाटेल का? हे अघटित माझ्याच आयुष्यात का घडावं?

माझ्या दिरांनी मला ओळखलं नव्हतं. सूडाच्या आगीत त्यांना जाळून त्यांची राखरांगोळी करून टाकायलाही मी मागे-पुढे पाहणार नाही, हे त्यांना ठाऊक नव्हतं. माझ्यासमोर पहिलं काम होतं ते म्हणजे इथून पळून जाण्यासाठी मार्ग शोधणं आणि दुसरं म्हणजे माझे दीर कधीही हिंदुस्तानात येणार नाहीत हे पाहणं, तशी व्यवस्था करणं. व्यवसायासाठी त्यांना हिंदुस्तानात जावंच लागायचं.

आज तीन वर्षं झाली. मी वाट पाहतेय. माझे दीर मला कधी माझ्या देशाला घेऊन जातील ह्याची उत्कंठेनं वाट पाहतेय.

मला मरणही येत नव्हतं आणि शांततेनं जगताही येत नव्हतं. दोन्ही गोष्टी दोन टोकाच्या होत्या. मरण आणि जगणं एकत्र येणं शक्यच नव्हतं. जगायचं तर मला माझ्या देशात, माझ्या माणसांत जायलाच हवं. माझ्या दिरांनी मला इथं डांबून का ठेवलंय, ते मला हिंदुस्तानात का जाऊ देत नाहीत, ह्या प्रश्नांची उत्तरं माझ्याजवळ नव्हती. लहानथोरांपाशी मी आर्जवं करत होते. मला माझ्या आईवडिलांकडे जायचं होतं. नवऱ्याकडे जायचं होतं. अल्लापुढे डोकं टेकत होते. माझ्या दिरांना माझी थोडीतरी दया यावी म्हणून कुराणशरीफपाशी रडत, भेकत, करुणा भाकत होते. मी इथून माझ्या देशात कशी जाईन, ही एकच चिंता रात्रंदिवस मला भेडसावत होती. माझ्याजवळ माझं म्हणता येईल असं कोणीच नव्हतं. ज्याला आपलं मानून ह्या देशात आले होते तोही इथं नव्हता. चोरासारखा पळून गेला होता तो. दिवस उजाडताच मला आशा वाटायची की माझे दीर मला हिंदुस्तानात घेऊन जाण्याची

गोष्ट काढतील. रात्र झाली की वाटायचं अचानक जाँबाज समोर येऊन उभा राहील. मग मी मनातल्या मनात ठरवायची की जाँबाज असा आला तर आपण त्याच्याशी बोलायचंसुद्धा नाही. पण ह्या सगळ्या कल्पनाच ठरायच्या. जाँबाज येत नव्हता आणि दिवसाचा प्रकाश माझ्या अंधारलेल्या आयुष्यात क्षणभरसुद्धा उजेड पाडत नव्हता. मी सुटकेसाठी सगळ्यांपुढे याचना करत होते. पण कोणालाच माझी दया येत नव्हती. उलट सगळे माझी थट्टा करत, हळूच हसत, डोळे मिचकावत. 'पुढच्या महिन्यात तुला घेऊन जाणार आहेत हिंदुस्तानात' असं सांगून माझ्या जावा माझी चेष्टा करत. पुढचा महिना कधी येतच नसे. माझा आक्रोश हवेतच विरून जायचा.

इथून सुटका होत नव्हती त्याचं दुःख तर होतंच. शिवाय शारीरिक अत्याचारही मुकाटपणे सहन करावे लागत होते. माझे दीर माझ्या अंगावर हात टाकायला अजिबात कचरत नसत. इथल्या प्रत्येक बाईला फार सोसावं लागतं. संसाराचा भार बायकोवर टाकून पुरुष हिंदुस्तान गाठतात. चार-चार, सहा-सहा वर्षं इकडे फिरकत नाहीत. बायकांना मात्र सासरच्या भयानक छळाला तोंड द्यावं लागतं. ह्यातून कोणाचीच सुटका नसते. मीही ह्या जंगली, असंस्कृत माणसांच्या हातची शिकार झाले होते. जीवनाची ही अज्ञात बाजूही कळून चुकली होती.

अफगाणिस्तानातील बायकांना स्वप्नं पाहणं ठाऊकच नाही. काहीतरी भव्यदिव्य मिळण्याची आशा नसतेच. ह्या देशातल्या मुली त्यांच्या आईवडिलांच्या बँक डिपॉझिटची सर्टिफिकिट्स असतात. थोड्याशा शारीरिक सुखाच्या बदल्यात त्यांना आयुष्यभर छळ सोसावा लागतो.

माझ्या खोलीच्या डाव्या हाताच्या भिंतीवर जाँबाजचा एक मोठा फोटो होता. मी तिकडे पाहायचं शक्यतो टाळायची. मला त्याचा रागही यायचा आणि प्रेमही वाटायचं. माझ्यात एक असह्य उदासीनता भरून राहिली होती की मला तिटकारा वाटत होता? काहीच कळत नव्हतं. मी त्याच्या फोटोकडे का पाहत नव्हते? ह्या प्रश्नाचंही धड उत्तर माझ्यापाशी नव्हतं आणि जर कधी त्या फोटोकडे नजर गेली तर ती निर्विकार असायची. मी तेव्हा मनाशी काय बोलायची तेही सांगता येत नाही. मी त्याच्याविषयी तक्रार करायची? त्याला दोष द्यायची? तो जवळ असावा असं वाटायचं का? नाही. आता त्याच्याबद्दल ओढ वाटणं शक्य नव्हतं. कधी कधी फोटोकडे नजर जाताच माझे डोळे आग ओकायला लागायचे. मला हिंदुस्तानात जायचं होतं. त्यानंतर गुपचूप पासपोर्ट घेऊन कुठंतरी परदेशात निघून जायचं असं मी ठरवलं होतं. जाँबाजला अशीच शिक्षा द्यायला हवी. ह्या विचारातच रात्र सरायची. कधी कधी मी कल्पनेच्या राज्यात रमायची. कधी अमेरिकेत पळून जाण्याचा बेत आखायची तर कधी मी नाटकात नायिकेची भूमिका रंगवत असायची. मला

अभिनयाची जाण होती आणि शौकही होता.

अभिनयाचं वेड मला एका सिनेमामुळं लागलं. मी लहान असताना बागुइहाटीला गेले होते. विनोदिनी थिएटर तेव्हा नव्यानंच झालं होतं. बागुइहाटी बाजारावरून दमदम पार्कला जाताना हे थिएटर लागायचं. गायत्रीच्या मामाचं घर तिकडेच होतं. मी प्रथमच सिनेमा पाहत होते. खूप कुतूहल आणि थोडी भीती वाटत होती. दुपारी मी घरी नाही हे आजीच्या लक्षात आल्यावर माझी शोधाशोध सुरू होईल, सगळ्यांची धावपळ होईल ह्याची मला जाणीव होती, तरी कुतूहलापोटी मी गायत्रीबरोबर सिनेमाला गेले. 'महातीर्थ कालीघाट' पाहताना कालीदेवीचं काम आपण केलं असतं तर कसं केलं असतं हा विचार माझ्या मनात आला आणि मग तो माझा पाठपुरावाच करायला लागला. रात्रंदिवस मी कालीच्या भूमिकेतच वावरायला लागले. एखाद्याचा राग आला की त्याचं भस्म करून टाकायची. शिवाचं ध्यान करायची.

एकदा आईनं मला पकडलं. मग मी आईला खरं खरं सगळं मनमोकळेपणानं सांगून टाकलं. तेव्हा आईला हसावं का रडावं तेच कळेना. मला काय बोलावं तेही सुचेना. शेवटी तिनं मला दम दिला, 'थांब, बघतेच तुझ्याकडे! काली व्हायचंय म्हणे! हे येऊ देत. मग कान धरून एका पायावर उभं राह्यला लावलं म्हणजे समजेल काली होणं काय असतं ते!'

अर्थात मला एका पायावर उभं राहावं लागलं नाही. कारण आजी माझ्या पाठीशी उभी राहिली. मी सर्व हकिगत, थोडाफार फेरफार करून, आजीला सांगितली. बस! काम फत्ते! आजी म्हणजे माझं शस्त्र. मला पाठीशी घालत आजी आईला म्हणाली, ''सूनबाई, लक्षात ठेव. माझ्या नातीची तक्रार केष्टकडे केलीस तर मी माहेरी निघून जाईन. काय? मी काय म्हणते ते कळलं ना?''

आई गप्प बसली. बाबांकडे तक्रार करायचं धारिष्ट्य आता तिला नव्हतं. पण आईनं आजीचं सगळं ऐकलं असं म्हणता येणार नाही. माझ्या अभिनयाबद्दल ती बाबांजवळ बोललीच. बाबा थोडे रागावले, 'अभिनय वगैरे फालतू गोष्टी आहेत. मन लावून अभ्यास कर. अभ्यासात यश मिळालं की आयुष्याचं सार्थक होतं, नाहीतर सगळ्याचीच वाट लागते. अभिनयामुळे चांगला नवरा मिळत नसतो. त्यासाठी शिक्षणच हवं. डिग्री हवी.'

मी मनाशी म्हणाले, 'अभ्यासाशिवाय मी काहीच करायचं नाही वाटतं!' पण उघडपणे बोलायचं धाडस नव्हतं. गप्प बसले. तेव्हा मी फक्त बारा वर्षांची होते. नुकतीच सहावीत गेले होते. नवीन पुस्तकं घेणं, कव्हर घालणं, कोण गडबड! मन कसं उतावीळ झालेलं असायचं! मग यायची सरस्वती पूजा. एकीकडे वरच्या वर्गात गेल्याचा आनंद तर दुसरीकडे सरस्वती पूजेची गडबड. नवीन कोऱ्या करकरीत पुस्तकांचा गठ्ठा. सगळंच कसं छान, मनापासून आवडणारं! पण म्हणून अभिनयाचं

वेड डोक्यातून गेलं नाही, उलट वाढलंच.

१९७२ साल. चार वर्षं कशी झटकन् गेली कळलंच नाही. पुन्हा सरस्वती पूजेचा दिवस आला होता. पण ह्या वेळी बरीच आवडती माणसं माझ्या आयुष्यातून निघून गेली होती. माझं सर्वांत आवडतं माणूस म्हणजे माझे आजोबा. त्यांना सगळे घाबरत. त्यामुळे मलाही कोणी शिक्षा करायला धजत नसे. आजोबांच्या प्रेमळ सावलीतच मी लहानाची मोठी झाले. ह्या माझ्या लाडक्या आजोबांनी नोटिस न देताच जगाचा निरोप घेतला. आम्ही रडत रडतच त्यांना निरोप दिला. अकराव्या दिवशी 'त्यांच्या आत्म्याला शांती व समाधान लाभावं' म्हणून प्रार्थना केली. ह्या गोष्टीलाही आता बरीच वर्षं झाली.

फायनल इयरला असताना अभ्यासापेक्षा नाटकाकडेच माझा ओढा जास्त होता. आलमबाजारला एक ग्रूप होता. तिथं मी अभिनय शिकायला जायची. तेव्हा मी कोलकात्यालाच राहत होते. त्या नाटकाच्या ग्रूपचं नाव होतं 'बांधव समाज'. त्या ग्रूपमधले सगळे माझ्यावर स्वत:च्या मुलीप्रमाणे प्रेम करत. श्यामलदांकडूनही मी अभिनयाचे धडे घेत होते. विशाखावहिनींची ओळख श्यामलदांकडेच झाली. विशाखावहिनी शोभन मुखर्जींच्या पत्नी. त्यांचं सासर होतं रॉडन स्ट्रीटला. त्यांचं घर म्हणजे जणू काही पॅलेसच. शोभनदांची आई खूप देखणी होती. पण तिचा स्वभाव चांगला नव्हता. शोभनदा आईचा पदर सोडायला तयार नसत. त्यांचा धाकटा भाऊ मात्र आईला दाद देत नसे. आईच्या गैर वागण्याला विरोध करत असे. त्यामुळे आई त्याच्याशी थंडपणे वागायची. दुर्लक्ष करायची. पोटच्या मुलांपेक्षा मानलेला मुलगा– सच्चिदानंद– तिचा जास्त लाडका होता. पुढे बऱ्याच दिवसांनी कळलं की तो तिचा मानलेला मुलगा नव्हता, तर मानलेला नवरा होता. धाकट्या मुलाला आईचं हे असं वागणं अजिबात आवडत नसे. तो तिला विरोध करत असे. अखेर तो वारला. मोठा मुलगा शोभन घरी चांगली बायको असूनही बाहेरख्याली होता. त्याची आई त्याचे सर्व अपराध पोटात घालायची. त्याच्या वागण्याला आडकाठी करायची नाही. पैसे कमी पडताच त्याची नजर बायकोच्या दागिन्यांवर वळली. ही गोष्ट लक्षात येताच विशाखावहिनींनी दागिने द्यायला नकार दिला. दोघं वेगळे झाले. पुढे फार मोठी कहाणी आहे. पण ती सांगण्यासारखी नाही.

ते असो! आता फक्त नाटकाबद्दलच सांगते. मी बऱ्याच नाटकांत भूमिका केल्या. मला बरीच बक्षिसही मिळाली. पण माझ्या लक्षात राहिली ती 'बांधव समाजा'च्या एका नाटकातील भूमिका. मी त्यात मुकी मुलगी झाले होते. ह्या भूमिकेत जे थ्रिल होतं ते दुसऱ्या कुठल्याही भूमिकेत नव्हतं. ह्या भूमिकेनं मला वेगळाच अनुभव मिळाला. आनंद तर मिळालाच. काळ माणसाला सर्व विसरायला लावतो. नाहीतर मी माझ्या आवडत्या 'बांधव समाजा'ला कशी विसरले असते? मी

पुन्हा त्यांना भेटायला गेले नाही. ते मला कृतघ्न समजत असतील का? नसले तर चांगलंच.

ह्यानंतर मात्र अभिनय सोडून पुन्हा अभ्यासाकडे वळण्याचा मी विचार केला. मला डॉक्टर किंवा I.A.S. व्हायचं होतं. I.A.S. च्या अभ्यासासाठी मनाची एकाग्रता आवश्यक होती. पण मी तर मन आणि वेळ ह्या गोष्टींचा विचार केव्हाच सोडून दिला होता. जगात काय चाललंय, ह्याची मला काहीच माहिती नव्हती. बऱ्याच दिवसांत बाहेरच्या जगाशी माझा संपर्कच नव्हता. त्या दृष्टीनं मी अनभिज्ञ होते आणि I.A.S. ला तर जगाशी संपर्क हवा, जनरल नॉलेज हवं, तेव्हा I.A.S. होणं शक्यच नव्हतं. मग राहता राह्यला दुसरा पर्याय– डॉक्टर होणं. तेच जमण्यासारखं होतं.

माझ्या मधल्या जावेनं आत येऊन खिडकीचा पडदा सारला तेव्हा उजेड माझ्या डोळ्यांवरच पडला म्हणून डोळे उघडले तर चकचकीत ऊन पडलं होतं. एक सुंदर सकाळ झाली होती. मला जरा हलकं वाटलं. काळजीचा भार उतरल्यासारखा वाटला. रात्रभर मी जाँबाजला कल्पनेतच खूप शिक्षा केली होती. पण त्याला खरोखरीची शिक्षा करायची तर इथून बाहेर पडायला हवं होतं. काहीही करून इथून सुटका करून घ्यायचीच असं मी ठरवून टाकलं होतं. इथून पळूनच जायला हवं होतं. त्याशिवाय दुसरा पर्याय नव्हता. १९८९ पासून १९९५ पर्यंत वाट पाहण्यात मी घालवली होती. ह्या काळात माझ्या जीवाची प्रचंड उलघाल झाली होती. इथून परत जाण्यासाठी मी धडपड केली. पण सरळ मार्गानं काम होईल असं दिसत नव्हतं. १९८८ मध्ये मी इथं आले तेव्हा 'आपण वर्षासाठी जातोय', असं जाँबाजनं मला सांगितलं होतं. आता सात वर्षं उलटली होती. पण त्याचं 'एक वर्ष' काही संपत नव्हतं.

मी इथून पळून जाऊ तरी कशी? मला मदत कोण करेल? गाडी कुठं मिळेल? एखाद्या गाडीनं मला अफगाणिस्तानची बॉर्डर गाठणं भाग होतं. पण कोण मला सीमापार करून देईल? इथं गाडी म्हणजे जीप, टोयोटा, ट्रॅक्टर आणि लॉरी. वाहन म्हणून गाढव आणि उंटाचाही उपयोग करत पण सर्वजण नाही. जे भटके होते, जिप्सी होते तेच उंटावरून ये-जा करताना दिसत. हे लोक गावाबाहेर राहत. थंडीत पाकिस्तानात जात आणि उन्हाळ्यात अफगाणिस्तानात परत येत. ते तंबू बांधून राहत. इथं जिप्सींना 'कोची' आणि तंबूला 'खेमाक' म्हणतात. उन्हाळ्याच्या दिवसांत वाळवंटात अनेक पांढरे 'खेमाक' दिसतात. ह्या लोकांबरोबरच शेळ्या, मेंढ्या, गाई, गाढवं आणि उंटही असतात. गाढवाला 'खाढ' म्हणतात आणि गाईला 'गोयाइ'.

ह्या देशात एकट्या बाईला कोणीही गाडीत घेणार नाही, हे मला ठाऊक होतं. बाईबरोबर पुरुष हवाच. पुरुष म्हणजे 'लाइसन्स'. मी हे 'लाइसन्स' कुठून आणू?

अचानक मला एकाची आठवण झाली. त्याच्यावर मी बरेच उपकार केले होते. त्याच्याजवळ सरळ सरळ मदत मागितली तर? मी त्याला पैसे द्यायला तयार झाले तर तो मला नक्कीच नाही म्हणणार नाही, ह्याची मला खात्री होती. पण ह्या माणसालाही चोरून भेटायला पाहिजे. घरातल्या कोणालाही ह्याचा पत्ता लागता कामा नये. म्हणजे अवघडच काम. आणि जरी त्यानं गाडीची सोय केली तरी तो माझ्याबरोबर येऊ शकणार नव्हताच. कारण कुठून जरा जरी सुगावा लागला असता तरी मला पळून जायला कोणी मदत केली हे उघड झालं असतं.

एकटं पळून जायचं ह्या विचारानंच माझ्या अंगावर काटा उभा राह्यचा. इथं सगळीकडेच तालिबानचा पहारा होता. मला एकटीला पाहून ते पकडणारच. मग? सर्व रस्त्यांच्या कोपऱ्या-कोपऱ्यावर उभं राहून ते येणाऱ्या-जाणाऱ्यांवर कडक नजर ठेवत. कोणीही पुरुष बरोबर नसताना एकटी बाई गाडीनं जातेय असं त्यांच्या नजरेला आलं तर खेळ संपलाच म्हणून समजायचं. त्यांनी मला अडवून हजार चौकशा केल्या असत्या आणि मी पळून चाललेय हे कळलं असतं तर अगदी निष्ठुरपणे गोळ्या झाडून माझ्या देहाची चाळणी करून टाकली असती.

तालिबान जंगली, अतिशय कट्टर, कर्मठ होते. थोडक्यात रानटीपणा, कडवेपणा, पुराणमतवाद ह्या सगळ्यांचं प्रतीक म्हणजे तालिबान, असं म्हणायला हरकत नाही. विज्ञान, तंत्रज्ञान, देशादेशाचे परस्परसंबंध आणि विकास, आर्थिक प्रगती, मानवतावादी विचारसरणी अशा बाबींमध्ये ते इतरांपेक्षा हजारो वर्षं मागे होते. स्त्रीशक्तीच्या बाबत मात्र ते अतिशय जागरूक होते. स्त्रीशक्तीला चैतन्य आलं, स्त्रिया जाग्या झाल्या तर पुरुषप्रधान समाजव्यवस्था, पुरुषांची सत्ता, एवढंच नव्हे, तर पुरुषजातीलाच धक्का बसेल हे ते ओळखून होते. म्हणूनच संपूर्ण स्त्रीजातीलाच ते दडपून टाकायला पाहत होते. स्त्रीनं कुठल्याही बाबतीत सक्षम होऊ नये म्हणून पुरुषांनी– विशेषत: तालिबाननी– कडक शिक्षेची व्यवस्था करून ठेवलीय. स्वत:चा स्वार्थ, वासना, कामना ह्यांच्या पूर्तीसाठी स्वत:च आपल्याला पाहिजे तसे नियम करून त्यांना 'धर्माज्ञा' नाव दिलंय आणि सर्वांचाच छळ मांडलाय. स्त्रियांना पुरुषांबरोबर समान अधिकार देण्याच्या बाबतीत जगातील सर्वच धर्म सारखेच पुराणमतवादी आहेत. इस्लामही त्याला अपवाद नाही. पण इथं मी जे पाहते किंवा बी.बी.सी. वरून जे ऐकते त्यावरून वाटतं की तालिबान इस्लामला बदनाम करताहेत, माणसांच्या मनात इस्लामबद्दल भीती निर्माण करताहेत.

कुराणशरीफच्या नावावर तालिबान जे करतात किंवा सांगतात ते खरं नाही. अजिबात खरं नाही. जर कोणी नमाज पढला नाही तर त्याला धरून मारा असं कुराणशरीफमध्ये कुठं लिहिलंय? दाढी ठेवली नाही तर हातपाय कापा असं तरी कुठं लिहिलंय? केस तोंडावर आले तर नमाज पढला गेला नाही असं कुठं आहे

कुराणात? ज्या कुटुंबात पुरुष नाही त्या कुटुंबातील स्त्रीनं नोकरी किंवा व्यवसाय करून संसार करू नये असं कोणी सांगितलंय? अशा स्त्रीनं काही करायचं नाही तर मग घरातल्यांनी उपाशी मरायचं की आत्महत्या करायची? क्रूर तालिबान अशांना खायला घालणार नाहीत, त्यांची जबाबदारी उचलणार नाहीत आणि आत्महत्या केल्यावर पापाचे वाटेकरीही होणार नाहीत. ज्यांना कोणतीही जबाबदारी उचलता येत नाही ते स्त्रियांचे सर्व अधिकार काढून घेऊन कुराणातील फक्त निर्बंधच त्यांच्यावर लादण्याचं धाडस करतातच कसं? असं करून ते मानवतेचा अपमान करतात. मुसलमानांची नाचक्की करतात. तालिबान स्त्रियांवर अत्याचार करतात. रस्त्यात धरून त्यांना मारझोड करतात. हे काय नमाजी? ह्यांना धार्मिक म्हणायचं? जे घास घालू शकत नाहीत त्यांना घास काढून घ्यायचा तरी अधिकार काय? मला तालिबानच्या विरोधात शस्त्र हातात घेण्याची फार इच्छा आहे. ठोशाला ठोसा दिलाच पाहिजे. सर्वांनी एकत्र येऊन 'तालिबान हटाओ' अशी मागणी करायला हवी. 'धर्मांधांनो, दूर व्हा. आम्हाला जगू द्या, अधिकार द्या.' जगात स्वत:चे अधिकार मिळवण्यासाठी स्त्री-पुरुष– सर्वच लढताहेत. मग अफगाण जनतेनंच गप्प का बसायचं? अफगाण स्त्रियांनी आवाज का नाही उठवायचा?

■

९

आज मंगळवार. उद्या मी इथून पळून जाणार आहे. सगळी तयारी केलीय. इथून सरळ हिंदुस्तानात जाता येत नाही म्हणून मी पाकिस्तानात जायचं ठरवलंय. काबुलला सध्या युद्ध सुरू आहे. शिवाय काबुलपेक्षा पाकिस्ताननं खूप पुढची मजल गाठलीय. तिथं सरकार आहे. कायदेकानून आहेत. कोणाला मारल्यास शिक्षा होते. बाईवर अत्याचार केल्यास पोलीस जाब विचारतात. अफगाणिस्तानात असं काहीही नाही. आपल्या मर्जीनुसार कोणालाही ठार करावं. इथं माणसाची किंमत एका कोंबडी इतकी. माणसापेक्षा गाढवाची किंमत जास्त. अफगाण माणूस गाढवाला फार जपतो. कारण त्याचा वाहन म्हणून उपयोग करता येतो. माल वाहून नेता येतो.

ह्यावरून एक गोष्ट आठवली. चार महिन्यांपूर्वीची. जलीलला त्याच्या चुलतभावानंच गोळी घातली. इथं ही गोष्ट नेहमीचीच. क्षुल्लक. जलीलचा चुलतभाऊ शरीफ. शरीफ जलीलकडे स्वत:च्या गव्हाच्या शेताच्या बदल्यात जलीलची द्राक्षाची बाग मागत होता. जलीलनं ह्या मागणीला नकार दिला. तेव्हा एके दिवशी दुपारी शरीफ जलीलला म्हणाला, ''चल, जंगलात जाऊन ससाण्याची शिकार करू या.''

इथं ससाण्याच्या शिकारीची पद्धत आहेच. अनेकदा लोक ससाणे पकडून आणतात. म्हणून जलीलला त्यात वावगं काहीच वाटलं नाही. तो लगेच तयार झाला. त्यातून शरीफ त्याचा चुलतभाऊ होता. तेव्हा त्याच्यावर विश्वास ठेवण्यात गैर काहीच नव्हतं. तो शरीफबरोबर आनंदानं शिकारीला गेला. त्यानं बायकोला 'पातिरा' करून देण्यास सांगितलं. 'पातिरा' म्हणजे आट्यात तूप, साखर घालून केलेला मोठ्या चकतीसारखा पदार्थ. जलीलची बीबी म्हणालीसुद्धा की शरीफबरोबर शिकारीला जायची गरजच काय? तो माणूस काही बरा नाही. पण नियतीपुढे कोणाचं चाललंय? जलीलनं कोणाचंही ऐकलं नाही. 'पातिरा' वगैरे बरोबर घेऊन तो शरीफबरोबर गेला. घराबाहेर पडताना आज काही घडेल असं त्याला अजिबात वाटलं नव्हतं. साधारण दहा मैलांवर एक वळण होतं. त्या वळणावर एक रिकामी शेड होती. तिथं हे दोघं पोहोचताच शरीफ थांबला. त्यानंतर त्यानं जलीलला कसं मारलं ते काही कळलं नाही. दुसऱ्या दिवशी प्रेत घरी आणलं तेव्हा त्याच्याकडे पाहवत नव्हतं. आम्ही जलीलच्या घरी गेलो तेव्हा प्रेत घरी आणलं नव्हतं.

जलीलच्या बायकोनं– रइसानं- मला मिठी मारली आणि आक्रोश करत ती खाली कोसळली. जलीलची मुलं लहान होती. एक मुलगा आणि तीन मुली. त्यांना काही कळत नव्हतं. पण आईला रडताना पाहून तीही घाबरून रडायला लागली. घरात एवढा आकांत उडाला होता की खुदाचं आसनसुद्धा डळमळलं असेल.

तेवढ्यात एकानं निरोप आणला की जलीलला आणताहेत. गप्प बसा. हा निरोप आणणारा आला तसाच धावत निघून गेला. आता तर रडारड आणखीनच वाढली. मीही रडायला लागले. रडण्याशिवाय काय उपाय होता? काही दिवसांपूर्वीच जलीलचं गाणं मी ऐकलं होतं. मी हिंदुस्तानी होते म्हणून मला खूष करण्यासाठी त्यानं मोठ्या उत्साहानं हिंदी गाणी म्हटली होती, 'मेरे अंगनेमें तुम्हारा क्या काम है?', 'एक परदेसी मेरा दिल ले गया', वगैरे वगैरे. आता तो कधीही गाणार नव्हता. सगळेच रडत होते.

घराच्या अंगणात बरोबर मध्ये एका खाटेवर जलीलला ठेवलं होतं. त्याच्यावर शरीफनं कमीत कमी तीस गोळ्या झाडल्या असाव्यात. शरीराची चाळणी झाली होती. काय हा भयंकर क्रूरपणा! असं कोणी कोणाला मारू शकतं? ह्या देशातल्या माणसांना अजिबात दयामाया नाही? जमिनीच्या तुकड्यासाठी एखाद्या निष्पाप माणसाचा जीव घेताना ह्याचा हात कसा कापला नाही? माणसाची किंमत काहीच नाही इथं?

जलील गेला. एक तेवणारा दिवा वाऱ्याच्या एका सपकाऱ्यानिशी विझला होता आणि जलीलची बीबी? तिचं काय झालं? ते नंतर सांगेन. आता आधी इथून पळून जायला पाहिजे.

मी ज्याची मदत घ्यायची ठरवलं होतं त्यानं मला तामीरपर्यंत गाडी मिळवून देण्याचं कबूल केलं होतं. तो स्वत: माझ्याबरोबर तेथपर्यंत येणारही होता. पुढे मात्र मला एकटीलाच जावं लागणार होतं. मी तयार झाले. त्याच्या म्हणण्याला होकार दिला नसता तर कदाचित त्यानं केली एवढीही व्यवस्था केली नसती.

बुधवारी सकाळी आठ वाजता अलेकदरीला यायला मी त्याला सांगितलं होतं. आज मंगळवार. ज्याची इतक्या दिवस वाट पाहत होते तो दिवस उद्यावर येऊन ठेपला होता. अलेकदरीच्या फकिरकाला गावी माझी नणंद राहत होती. ती हल्ली ह्या देशातच राहत होती. मी बदल म्हणून मधून मधून नणंदेकडे जाऊन राह्यची. कधी कधी पंधरा-पंधरा दिवससुद्धा. तेव्हा घरातलं कोणीही माझी विचारपूस करायला येत नसे.

मी तिच्याकडे राह्यला जायचं बरेच दिवस घाटत होतं. तिच्या मुलांचे कपडे शिवून द्यायचे होते. पण काही ना काही कारणानं माझं जाणं झालं नव्हतं आणि पळून जायचं ठरल्यापासून मी मला मदत करणाऱ्या माणसाच्या निरोपाची वाट पाहत होते. त्यामुळे जाणं लांबणीवरच पडलं होतं. घरातल्या सगळ्यांना मी गुनचाच्या घरी जाणार आहे, ह्याची कल्पना होतीच. जेव्हा त्या मदत करणाऱ्या

माणसानं गाडी ठरवल्याचा निरोप दिला तेव्हाच घरातून बाहेर कसं पडायचं ते मी ठरवलं. अर्थात मी नणंदेकडे जाणारच नव्हते. बुधवारी आठ वाजता गाडी येणार होती. तेव्हा बुधवारी घरातून निघून गाडी गाठणं शक्य नव्हतं. एक तर भल्या पहाटे घरातून बाहेर पडावं लागलं असतं आणि दोन तास चालावं लागलं असतं. म्हणून आदल्या दिवशीच घर सोडायचं असं मी ठरवलं. रात्री कुठं तरी मुक्काम करायला हवा होता. म्हणजे दुसऱ्या दिवशी सकाळी गुनचाकडे जातेय असं दाखवून अलेकदरीला जाता आलं असतं.

ह्या वेळी मी गुलगुटीचा उपयोग करून घ्यायचा असं ठरवलं. तिची बद्री नावाची बहीण रस्तुलखेलला राहत होती. तिथून अलेकदरी फक्त दहा मिनिटांवर होतं. गुलगुटीला माझ्या बेताची अजिबात कल्पना नव्हती. ती बहिणीकडे जायला मिळणार म्हणून माझ्याबरोबर यायला खुशीनं तयार झाली. माझ्या दिरांनीही अडवलं नाही. अडवण्याचं काही कारणही नव्हतं. कारण ह्या आधी बरेच वेळा मी एकटीच गुनचाकडे गेले होते. पळून जाताना घालण्यासाठी मी इथल्या बायकांसारखे कपडे शिवून घेतले होते. पंजाबी ड्रेस घातला असता तर कदाचित माझ्याबद्दल संशय आला असता. तोच अफगाणी पोषाख मी घातला. तिन्नीसाठीही असेच कपडे शिवून ठेवले होते. तिलाही तेच कपडे घातले. हिंदुस्तानातून जाँबाज मला हातखर्चासाठी पैसे पाठवायचा. शिवाय माझीही मिळकत होतीच. सर्व मिळून माझ्याजवळ चार लाख अफगाणी होते. ते मी कमरेला बांधले आणि घरातून बाहेर पाऊल टाकलं. थोडी भीती, थोडी उत्कंठा आणि मुक्तीचा आनंद.

आनंदानं मनात खळबळ माजली होती. रस्ताभर मी गुलगुटीबरोबर उगाचच बडबडत होते. माझ्या आनंदात कोणालाही सहभागी करून घेता येत नाही म्हणून मला वाईट वाटत होतं. मी विनाकारणच रस्त्याच्या कडेला बैठक मारली. गुलगुटीला ओढून माझ्याजवळ बसवलं. 'ओ आमार देशेर माटि...' (हे माझ्या जन्मभूमी...) हे गाणं माझ्याशिवाय कोणाला कळत नसूनही मी गायला लागले आणि ते संपताच 'भारत आमार भारतवर्ष...' (भारत माझा भारतवर्ष) सुरू केलं. आज सगळंच कसं छान वाटत होतं. भयंकर छळातून सोडवणूक करून घेऊन मी आज मोकळा श्वास घेत होते.

दोन वाजता आम्ही बद्रीकडे पोहोचलो. बद्री जाँबाजच्या आत्याची मोठी मुलगी. तिला सगळे 'आकिइ' म्हणत. म्हणून मीही 'आकिइ'च म्हणत असे. आम्हाला पाहताच बद्रीला इतका आनंद झाला की तिनं मला मिठीच मारली. नंतर आम्हाला घरात नेलं. तिचं घर जुनं होतं. त्यामुळे घराला खिडक्या नव्हत्या. भिंतीच्या वरच्या बाजूला एक काच लावलेली. त्यातून जेवढा प्रकाश येईल तेवढाच उजेड. पूर्वीची घरं अशीच असायची. हल्लीच्या घरांना मात्र मोठमोठ्या खिडक्या असतात. बद्री आमच्यासाठी

चहा आणि खाणं आणायला आत गेली. तिची मुलगी- बेनजीर- आईच्या मदतीला गेली. मला काही खाण्याची इच्छा नव्हती; पण थोडं खायला हवंच होतं. तिनं खोलगट भांड्यात चार अंड्यांचं एगपोचसारखं करून आणलं. त्यात गावठी तूप भरपूर घातलं होतं. दोन चिनी मातीच्या वाडग्यांत दही. मी, गुलगुटी, तिन्नी, किस्मत आणि सबेरा खायला बसलो. किस्मत आणि सबेरा ह्या गुलगुटीच्या मुली. मोठी किस्मत आठ वर्षांची तर धाकटी सबेरा असेल तीनेक वर्षांची. खाणंपिणं झाल्यावर गप्पा झाल्या. गुलगुटीला बरोबर आणलं म्हणून बद्रीनं माझे पुन्हा पुन्हा आभार मानले. गुलगुटीला नवऱ्यानं टाकलं होतं. त्यामुळे तो असून नसून सारखाच. तिला आईवडील नव्हते. भाऊ तिला आपल्याकडे ठेवायला तयार नव्हते. कारण घरात कटकट झाली असती. शिवाय ती एकटी नव्हती. तिला दोन मुली होत्या. तिघीतिघींना कोण सांभाळणार? मी तिच्यावर उपकार केले होते. त्याची तिला जाणीव होती. आयुष्यात दुःखाव्यतिरिक्त तिला काहीच मिळालं नव्हतं. आमच्या घरी ती दिवसभर राबायची; पण माझ्या दिरांना त्याची कदर नव्हती. ते तिला मारझोड तर करतच पण त्या तिघींची उपासमारही होत असे. आमच्या घरी तिच्या मुलींना दुधाचा चहासुद्धा मिळत नसे. माझे दीर सकाळी चहा पीत तेव्हा गुलगुटीच्या पोरी कोरडा रोटीचा तुकडा घेऊन चहाची वाट पाहत बसत. इथं दुधाच्या चहाला 'शेरचा म्हणतात. 'काका शेरचा कधी देतात', त्याची त्या दोघी आशाळभूतपणे वाट पाहत. पण माझ्या दिरांइतकी निष्ठुर माणसं पृथ्वीच्या पाठीवर सापडणं अशक्य! ते आणि त्यांची मुलंबाळं ह्यांचा चहा पिऊन झाला की त्याच किटलीत थोडी साखर आणि पाणी घालून ते चहाचं पाणी ह्या दोन लहानग्यांना देत. बिचाऱ्या पोरी तसाच चहा पित. आणि गुलगुटी! हे पाहून कोपऱ्यात बसून डोळे पुसत असे. ती सतत रडत असे. सध्या अश्रूच तिचे सोबती होते. म्हणूनच गुलगुटीला आणलेलं पाहून बद्रीला आनंद झाला. एक दिवस तरी गुलगुटीला आणि तिच्या पोरींना चांगलंचुंगलं खायला मिळणार होतं. मी मलाच दोष दिला. आधीही ह्या पोरक्या पोरींना आणि त्यांच्या अभागी आईला मी इथं आणू शकले असते, पण तेव्हा मला हे सुचलं नाही आणि आज माझ्या स्वार्थापोटी मी त्यांना घेऊन आले होते.

पहाटेचे चार वाजले होते. बद्री आणि गुलगुटी उठून अजू करायला गेल्या. त्यानंतर त्या नमाज पढणार होत्या. मीही उठले. मला उठलेलं पाहून त्यांनी विचारलं, ''एवढ्या लवकर कशाला उठलात? नमाज पढणार का?''

माझ्या तोंडातून पटकन् होकार निघून गेला.

पण ते खोटं होतं.

त्या दोघी आश्चर्यानं माझ्याकडे पाहतच राहिल्या. बद्री म्हणाली, ''बरं झालं. सुबुद्धी झाली म्हणायची. या अजू करून घ्या.''

मी गडबडून गेले. 'हो' म्हटलं तेव्हा आता नमाज पढायला पाहिजेच होता. नमाज

पढायला लागेल म्हणून मी अस्वस्थ झाले नव्हते तर अल्लाचं नाव पुढे करून मी माझं काम साधायला बघत होते. मी अशी खोटेपणानं वागेन असं माझं मलाच वाटलं नव्हतं. देवाशी खेळ करत होते मी! मनातल्या मनात शेकडो वेळा मी अल्लाची क्षमा मागितली. प्रथम 'देवा, मला क्षमा कर' असंच म्हणाले. पण नंतर लक्षात आलं की इथं देवाला 'अल्ला' म्हणतात. मी 'देवा' म्हटलं तर मी कोणाचा धावा करतेय हे 'अल्ला'ला कळेल का? नाहीतर घोटाळा व्हायचा. म्हणून मग देवाऐवजी अल्ला म्हणायला सुरुवात केली. छे! हे मी काय करत होते! माझ्या विवेकबुद्धीला झालं होतं तरी काय? देव, अल्ला, ईश्वर, गॉड सगळे एकच नाहीत का? माणसानंच आपल्या स्वार्थासाठी त्याला वेगवेगळी नावं दिलीत. त्याचे भाग पाडलेत. चंद्र एकच आहे पण कोणी त्याला चंद्र म्हणतं, कोणी मून म्हणतं तर कोणी चाँद. इथल्या भाषेत चंद्राला 'स्पांगी' म्हणतात. तसंच देवाच्या नावांचं. माणूस मूळ गोष्ट विसरला आणि निरनिराळ्या नावाखाली त्यानं जात, धर्म ह्यांच्यात स्वत:लाच वाटून घेतलं. एकाच आईची लेकरं पण कोणी आर्य तर कोणी अनार्य. रक्त तर एकच ना? अशा नालायक मुलांना पृथ्वीचा प्रकाश दाखवला म्हणून तो ईश्वर लाजला असावा. त्यानं तोंड लपवलं असावं

ईश्वर निराकार आहे, त्याचं सामर्थ्य अपार आहे, एवढं सगळं माहीत असूनही मी मूर्खासारखा विचार करत बसले म्हणून मी स्वत:लाच धिक्कारलं.

अजू करून त्या दोघींबरोबर नमाज पढला. मी अल्लाचं नाव घेऊनच इथून बाहेर पडावं ही अल्लाचीच मर्जी असावी. नमाज काय किंवा पूजा काय– देवाजवळ केलेली प्रार्थनाच.

नमाज पढून झाल्यावर बद्री माझ्यासाठी चहा घेऊन आली. मी तिन्नीला उठवलं. गुलगुटी म्हणाली, ''एवढ्यात तिला कशाला उठवायचं? अजून तर उजाडलंही नाही.''

मी काहीच बोलले नाही. तिन्नीला उठवलं आणि म्हटलं, ''जा. बेनजीर तुझं तोंड धुवून देईल.''

बेनजीर आधीच उठली होती. तोंड धुवून तिनं आमच्याबरोबर चहाही घेतला होता. चहा, परोठा खाऊन झाल्यावर मी गुलगुटीला म्हणाले, ''आता मी थांबत नाही. निघते. अजून बरंच चालायचंय.''

ह्यावेळी मात्र गुलगुटीनं मला आश्चर्याचा धक्काच दिला. ती अचानक रडायला लागली. रडत रडतच म्हणाली, 'आता कदाचित पुन्हा आपली भेट होणार नाही. हो ना?' मी गांगरून तिच्याकडे पाहतच राह्यले. 'तुम्ही आज जाताय ते परत येण्यासाठी नाही हे ओळखलंय मी.'

कमालच आहे. हिला मी बुद्दू समजत होते. हिला काही समजत नाही, असा माझा समज होता. पण ही तर.....'मी सुटका करून घ्यायला निघालेय हे तुला कसं

कळलं ग?'

तिनं माझ्याकडे पाह्यलं. नंतर हळूच म्हणाली, 'तुमचा आनंदी चेहरा पाहून. तुमचं बोलणं ऐकून. रात्री बद्रीकडे मुक्काम करण्याच्या बेतावरूनही मी ओळखलं की तुम्ही आम्हाला सोडून जाताय.''

तिचं खरं होतं. अगदी जवळचे नातेवाईक सोडून मी कधीच कोणाकडे रात्रीचा मुक्काम करत नसे. आणि हो! आनंदाचं प्रदर्शन जरा जास्तीच झालं होतं. पण तरी गुलगुटीच्या हे लक्षात येईल असं वाटलं नव्हतं. मला माझ्या वडलांची आठवण झाली. ते म्हणायचे की कधीही स्वत:ला दुसऱ्यापेक्षा हुशार समजू नये. दुसरा आपल्यापेक्षा चलाख, बुद्धिमान आणि बलवानपण असू शकतो, हे नेहमी लक्षात ठेवावं. त्यांच्या शिकवणुकीचा तंतोतंत प्रत्यय मला असा आला.

अर्थात्, गुलगुटीनं मला अडवलं वगैरे नाही. उलट माझ्याबरोबर अलेकदरीपर्यंत यायला निघाली.

आम्ही बद्रीकडून बरोबर पावणेसातला बाहेर पडलो. आम्हाला चालत जायला फार तर अर्धा तास लागला असता. आता पुन्हा माझ्या छातीत धडधडायला लागलं. मी उतावीळ झाले होते. कासाविशी जाणवत होती. माझा श्वास जोरात चालला होता. मी पुन्हा पुन्हा मागे वळून पाहत होते. ओळखीचं कोणी मागून येणार तर नाही ना, अशी भीती वाटत होती. दिरांबद्दलही शंका वाटत होती.

अशा वेळी धूमकेतूप्रमाणे अचानक समोर येऊन उभे राह्यले– रम्माजान-माझ्या नणंदेचे यजमान. माझ्या बेतावर आता पाणी पडणार म्हणून मी अतिशय खट्टू झाले. गुलगुटी तर भीतीनं कापायला लागली. मी पळून चाललेय आणि गुलगुटी मला पोहोचवायला निघालीय हे त्यांना कळलं तर?..... मला कल्पनाही करवत नव्हती. पोटात गोळा आला होता. कसंतरी स्वत:ला सावरलं. 'अरे, रम्माजानभाई? मी तर तुमच्याकडेच निघाले होते.'

'मीही तुम्हाला आणायलाच निघालो होतो. शावाली काल अंडी आणायला अन्दारला गेला होता. परत यायला त्याला उशीर झाला. म्हणून त्यानं रात्री आमच्याकडेच मुक्काम केला. त्यानंच सांगितलं की रात्री बद्रीकडे मुक्काम करून तुम्ही सकाळी आमच्याकडे येणार आहात म्हणून. मी बद्रीकडेच निघालो होतो.'

'गुलगुटीला बद्रीकडे जायचं होतं म्हणून मीही आले तिच्याबरोबर. म्हटलं एवढं अंतर एका दमात पार करण्यापेक्षा बद्रीकडे विश्रांती घेऊन तुमच्याकडे जावं.'

'गुलगुटीही आमच्याकडेच येतेय का?'

'नाही. मी सासूबाईंच्या कबरीकडे निघालेय. साहेब कामाल एकट्याच निघाल्या म्हणून मीही निघाले त्यांच्याबरोबर.'

मी मनातल्या मनात गुलगुटीला शाबासकी दिली. खरंच! केवढं प्रसंगावधान

दाखवलं होतं तिनं! रम्माजानना कसं कटवावं तेच कळत नव्हतं. मी काळजीत पडले. वेळेत अलेकदरीला मी कशी पोहोचणार? म्हणजे माझी सुटका होणारच नाही का? माझ्या सगळ्या आशा धुळीला मिळणार का? अचानक मला एक युक्ती सुचली. रम्माजानना आमच्या घरी हात-मशीन आणायला पाठवलं तर? रम्माजान इथून दूर गेले तरच मला माझा बेत तडीस नेता येणार होता. मी रम्माजानना म्हटलं, 'भाई, तुम्हाला एक काम करावं लागेल.'

''काय करायचंय?'

'आमच्या घरून शिवणाचं मशीन सायकलवरून आणायचंय. सादगीला तसं सांगून ठेवलंय. ती देईल काढून.' मी थाप मारली.

'उद्या आणलं तर चालणार नाही? मी आज मत्ताबच्या डॉक्टरकडे जातोय. फार खोकला झालाय..'' एवढं बोलून रम्माजान माझ्या परवानगीची वाट पाहत थांबले.

'ठीक आहे. आज मक्ताबला जा आणि उद्या आणा मशीन.'

मनातल्या मनात म्हटलं 'देव पावला.' कारण मत्ताबला जाऊन येण्यास रम्माजानना कमीतकमी चार तास तरी लागणार होते. तोपर्यंत मी गडदेशही सोडलं असेल. चार तासांनंतर रम्माजान घरी गेले असते आणि मी त्यांच्या घरी पोहोचले नाही हे त्यांना कळलं असतं. काय झालं असेल ह्याचा अंदाज त्यांना येणारच होता. पण त्यांनी एकट्यानं कुठलाही निर्णय घेतला नसता. ते आधी आमच्या घरी गेले असते. सायकलवरून आमच्या घरी जायला त्यांना एक तास तरी लागणार होताच. आमच्या घरी ही हकीकत कळताच सर्वजण गाडी करून ताबडतोब निघाले असते. तोपर्यंत मी खोश्तला पोचले असते. रात्री ते खोश्तला जाणं शक्यच नव्हतं. त्यांना सकाळीच जावं लागणार होतं. पण मीही सकाळीच खोश्त सोडणार होते. ते जेव्हा खोश्तला पोचले असते तेव्हा मी मिरामसाला पोचणार होते. ह्या कॅलक्युशनमध्ये सेकंदाचा जरी फरक पडला तर माझी धडगत नव्हती. मला बराच वेळ गप्प बसलेलं पाहून रम्माजाननं विचारलं, ''साहेब कामाल, कसला विचार करताय? जा. तुम्ही आमच्या घरी जा. मीही निघतो. उशीर झाला तर उन्हाचा फटका बसेल.''

रम्माजान निघून गेले. आम्हीही चालायला लागलो. थोडं पुढे गेल्यावर गुलगुटीनं विचारलं, ''साहेब कामाल, काय होईल?''

''कशाचं काय होईल? रम्माजान तर गेले.''

गुलगुटी मुकाट्यानं माझ्याबरोबर चालायला लागली. कोणीच कोणाशी बोलत नव्हतं. ती घाबरलीय, हे मी ओळखलं होतं. मी पळून गेल्यावर सगळे तिलाच जबाबदार धरणार नाहीत कशावरून? तिनंच मला पळून जायला मदत केली, असा आरोप ते करणार नाहीत? ती हा सगळा विचार करत असावी. ती असहाय होती. तिला असं टाकणं बरं नव्हे, हे मला पटत होतं पण मला इथून निघून जायचं होतं.

कशीही करून सुटका करून घ्यायची होती. मागे वळण्यात आता अर्थ नव्हता.

दुरूनच मला एक जीप दिसली. त्या जीपच्या मागेच मला मदत करणारा तो माणूसही उभा होता. आता खरंच मलाही भीती वाटायला लागली. माझं वेळेचं गणित चुकलं तर? मला त्यांनी पकडलं तर? नाही. आता असा विचार करण्यात अर्थ नव्हता. जे व्हायचं असेल ते होईल. मी परत फिरणार नव्हते. ही संधी दवडली तर पुन्हा संधी मिळणं कठीण होतं. मी भराभर चालत गाडीपाशी पोचले. गुलगुटीचा निरोप घेतला. अल्लाचं नाव घेतलं आणि गाडीत चढले. गाडी निघाली.

मला मदत करणारा माणूस पुढे बसला होता आणि मी तिन्नीला घेऊन मागे. तिन्नी माझ्या काळजाचा तुकडा होता ना!

रस्ता खाचखळग्यांचा होता. गाडीला धक्के बसत होते. अचानक मागून मोटारसायकलचा आवाज आला. मी चपापले. कोण असेल? मला पकडतील का? मी अगदी अगतिक झालेय, हे मला जाणवलं. माझे हातपाय गार पडले होते. अंगातही त्राण उरलं नव्हतं. गाडीच्या सीटवर मी कलंडले होते. माझा शेवट जवळ आलाय का? मोटरसायकल अगदी गाडीजवळ आली. मी तिकडे पाह्यचंसुद्धा टाळलं. आणि ती मागून येऊन आमच्या जीपला ओलांडून पुढे निघूनसुद्धा गेली.

■

१०

सुटका! स्वातंत्र्य! ह्या आकाशात मला दिसतोय मुक्तीचा प्रकाश. एका भीषण दहशतीचा अंत झाला. मी निघाले. बराच रस्ता कापलाय. पुढे निघालेय. आणखी एका तासानं तामीर येईल. माझ्याबरोबर आलेला माणूस तामीरपर्यंतच येणार आहे. पुढे मला एकटीलाच जायचंय. ही जीपही तामीरपर्यंतच जाणार आहे. तिथून मला दुसरी गाडी ठरवायला पाहिजे. ह्या जीपच्या ड्रायव्हरला साठ हजार अफगाणी द्यायचेत आणि माझ्या मदतीला आलेल्याला एक लाख. स्वातंत्र्याच्या बदल्यात ही किंमत काहीच नाही.

तहानेनं जीव कासावीस झाला होता. पण क्षणभरसुद्धा गाडी थांबवण्याचं धाडस होत नव्हतं. अखेर गाडी थांबवावीच लागली. एका ओहोळापाशी गाडी थांबवून त्या मदत करणाऱ्या माणसाला पाणी आणायला सांगितलं. तो एक मग घेऊन पाणी आणायला गेला. मी समोर पाहत होते. तेवढ्यात माझं लक्ष जीपच्या उजव्या बाजूच्या आरशावर गेलं. मागून एक पांढरी टोयोटा येत होती. आरशात अजून ती स्पष्ट दिसत नव्हती. म्हणून खिडकीतून हळूच डोकावून पाह्यलं. आमच्याच जीपच्या दिशेनं अतिशय वेगात ती येत होती. ती गफारचाचांची गाडी होती. नक्कीच. ह्या गाडीनंच मी नईमचाच्यांच्या दोन नंबरच्या मुलाच्या-बिस्मिल्लाच्या-लग्नाला गेले होते. गाडी माझ्या ओळखीचीच होती. ती गाडी जवळ जवळ येत होती. त्या माणसाला अजून पाणी मिळालं नव्हतं? आता काय होईल? ती गाडी आम्हाला गाठणार ह्यात शंकाच नव्हती. आता माझी सहनशक्ती संपली. काय व्हायचं ते होऊ दे. काळजी, संशय, भीती आणि आणखी खूप काही. किती वेळ सहन करू हे? सुटका झाली नसली तरी सुटकेची इच्छा होतीच. जीवनच नसेल तर मृत्यूची भीती तरी कशाला?

तो माणूस गाडीत परत आला. मी आणि तिन्नी पाणी प्यायलो. आमची जीप निघाली. टोयोटाचाही वेग वाढल्यासारखा वाटला. ती गाडी यमदूतासारखी वाटत होती. येऊ दे कोणाला यायचं ते! आता मला भीती उरली नव्हती. मी भीतीवरही विजय मिळविला होता. भीती माझी सोबती झाली होती. ती गाडी आता अगदी आमच्या जीपच्या जवळ आली. मी एक उसासा सोडला आणि पाहते तर ती गाडी गफारचाचांची नव्हतीच. मी उगीचच घाबरले होते. आता सुटकेचा श्वास सोडला.

मला कोणीही पकडू शकणार नव्हतं— अगदी हजारो प्रयत्न करूनसुद्धा.

बरोबर अकरा वाजून पंचेचाळीस मिनिटं झाली होती. मला मदत करणाऱ्या माणसाच्या हातावर पैसे टेकताच त्यानं खुशीनं मला गडदेशपर्यंत तर पोचवलंच. शिवाय खोश्तला जाणाऱ्या एका गाडीतही बसवून दिलं. तीही टोयोटाच होती. मी ड्रायव्हरजवळच्या दोन सीटचे पैसे भरले. तिन्नीला वेगळ्या सीटची आवश्यकता नव्हती. पण दुसरा परका माणूस तिथं बसू नये म्हणून मी दोन जागांचे पैसे भरले. गडदेशपासून खोश्त चार तासांच्या अंतरावर आहे. हा रस्ता डोंगरातून जाणारा, वळणावळणांचा असला तरी पक्का होता. गाडी डोंगराला वळसा घालत चालली होती.

'तुम्ही खोश्तला कुठं उतरणार?' ड्रायव्हरनंच चौकशी केली.

'मी तिथून पाकिस्तानात जाणार आहे.' मी उत्तर दिलं.

'पाकिस्तानला जायचं असेल तर खोश्तला एक रात्र मुक्काम करावा लागेल. आपण खोश्तला पोहोचेपर्यंत संध्याकाळ होईल. त्या वेळेला तिथून गाडी मिळणार नाही. सकाळीच गाडी मिळेल.'

'अरे बापरे! माझ्याबरोबर तर कोणीच नाही. मी काय करू? राहू कुठं रात्री?'

'खोर, तुम्ही माझ्या घरी राहा ना. मी सकाळी तुम्हाला गाडीत बसवून देईन.'

'नको, नको. त्यापेक्षा एखाद्या हॉटेलात जागा मिळवून द्या मला.'

'खोर, हार चा कोरके, आकपल मोर खोर स्ता। तुम मा खोर इये।' (खोर, प्रत्येकाला आई बहिणी असतात ना! तुम्ही माझ्या बहिणीसारख्या आहात.)

खोर म्हणजे बहीण.

तो असं म्हणाला तरी एकदम होकार किंवा नकार देणं मला जमलं नाही. त्याच्यावर विश्वास तरी कसा ठेवू? त्यानं गोड बोलून बळजबरीनं मला पकडून ठेवलं तर? ह्याला माझा इतका पुळका का? आमची धड ओळखसुद्धा नाही. नक्कीच काहीतरी मतलब असावा त्याचा. मला आगीतून उठून फुफाट्यात पडायचं नव्हतं. माझं इथं काही झालं तर कोणाला काही कळलंही नसतं. स्वतःच्या घरी होते तेव्हाची गोष्ट वेगळी होती. पण ह्या परक्या ठिकाणी काही झालं तर? असे विचार मनात आल्यावर मी म्हटलं, 'तुमचं म्हणणं बरोबर आहे; पण मला एखाद्या हॉटेलात उतरणंच प्रशस्त वाटतं.'

'पण खोर, तुम्ही एकट्या कशा हॉटेलात राहणार? तालिबान तुम्हाला गिरफ्तार करतील. शिवाय तिथं बदमाश माणसंही असतात. माझं घर गावाबाहेर आहे, पण माझी आत्या भर बाजारातच राहते. तुम्ही तिच्याकडे राहा.' त्यानं मला सल्ला दिला.

आता नकार द्यायचं काही कारणच नव्हतं. त्याच्या आत्याचं घर बाजारात होतं.

म्हणजे गावात दाट वस्तीत असणार हे उघड होतं. तिथं मला काही धोका नव्हता.

ड्रायव्हरनं मला त्याच्या आत्याकडे नेलं. एवढं घाणेरडं घर मी आयुष्यात प्रथमच पाहत होते. घरात धुळीचे थर साठले होते. पण घरातली माणसं अतिशय चांगली होती. त्यांनी फारच चांगला पाहुणचार केला. आत्याबाईंच्या मुलाला दोन बायका होत्या. एक माहेरी गेली होती, पण दुसरी घरात होती. ह्या घरात असलेल्या सुनेचं हे दुसरं लग्न होतं. नवरा गेल्यावर धाकट्या दिराशीच तिचं दुसरं लग्न झालं होतं. मी आत्याबाईंना 'माहेरी काबुलला गेले होते आणि आता पाकिस्तानात सासरी निघालेय' अशी थाप मारली. आत्याबाईंचे शेजारी काबुलचेच होते. त्यांना कशी काय बातमी कळली कोण जाणे! ती शेजारीण माझी ओळख करून घ्यायला आली. तिनं मला विचारलं, 'काबुलला तुमचं माहेर कुठं आहे?'

'बरसात सिनेमाच्या मागे.' मी ठोकून दिलं. नशीब मला थिएटरचं नाव माहीत होतं! माझ्या एका जावेच्या काकीचं माहेर तिथं होतं. त्यामुळे ह्या थिएटरचं नाव मी बऱ्याच वेळा ऐकलं होतं.

'आमचं घर साडानाओला आहे.'

'साराना तर गझनीच्या पूर्वेला आहे ना?'

'ते साराना आणि हे साडानाओ.'

माझ्या काही लक्षात आलं नाही म्हणून नुसतं 'ओ!' म्हणाले. त्या निघून गेल्यावर घालून ठेवलेल्या आयत्या बिछान्यावर आडवी झाले. जेवणखाण आधीच उरकलं होतं.

मिरामसाच्या बसस्टँडवर गाडी येऊन थांबली तेव्हा अकरा वाजले होते. खोश्तला पहाटेच गाडी पकडली होती. मिरामसाहून बन आणि तिथून पुंडी. पुंडीला ही माझी यात्रा संपणार होती.

पुंडीला पोचले तेव्हा दिवस मावळला होता. आता कुठं जावं बरं? माझ्यापुढे प्रश्न उभा राहिला. पूर्वी गुनचा अलीपूरला राहत होती. पण ती कधीच देशाला परत गेली होती. इस्लामाबादला माझा मोठा चुलत दीर होता. परंतु मला त्याचा पत्ता माहीत नव्हता. गुजरहाटला द्रानाइचाचांचा दोन नंबरचा मुलगा मिराउजाल आणि साओमद व जरीप हे पुतणे राहत होते. तिथं त्यांचं फ्रिजचं आणि टी.व्ही.चं दुकान होतं. त्यांचा पत्ता तरी कुठं ठाऊक होता! तरी गुजरहाटलाच जायचं ठरवलं. कारण ते तसं लहान गाव आहे, असं ऐकिवात होतं. तेव्हा तिथं घर शोधून काढणं अवघड नव्हतं. एखाद्या दुकानात विचारलं असतं तरी पत्ता लागला असता. एका परक्या देशात मी अगदी एकटी होते. इथं ओळखीचं कोणीच नव्हतं. माझी बुद्धी, धाडस आणि शहाणपण ह्यांचाच काय तो आधार होता. ह्या धाडसाचा शेवट काय होणार होता कोण जाणे! मी जरा जास्तच धीट आहे. भित्रेपणाला मी अजिबात भीक घालीत

नाही. घाबरट आयुष्यात कधीच यशस्वी होत नाहीत.

माझे आजोबा आणि चुलत आजोबा अतिशय धाडसी आणि निर्भीड होते. ते कोणावर अन्याय करत नसत आणि कोणाचा अन्याय सहनही करत नसत. मी स्वभावाच्या बाबतीत त्यांच्यावरच गेले होते.

पुंडीच्या बसस्टँडवर आजोबांच्या धाडसाच्या गोष्टी आठवत बसले असते तर रात्री तिथंच मुक्काम करावा लागला असता. म्हणून आठवणी बाजूला सारून गुजरहाटच्या बसमध्ये शिरले. मला एकीकडे काळजी, भीती आणि संशय छळत होते, तर दुसरीकडे नवीन आयुष्याची क्षीण आशाही वाटत होती. त्यामुळे मनात कालवाकालव होत होती. मी अस्वस्थ झाले होते.

अचानक मनात शंका आली की ही बस गुजरहाटलाच जाते ना, नाहीतर दुसऱ्याच बसमध्ये मी बसलेली असायची! पण कंडक्टरच्या 'गुजरहाट, गुजरहाट' ओरडण्यानं माझी शंका फिटली. तो मोठ्यानं ओरडून लोकांना बोलावत होता.

मी विचार करत होते. घरातून असं अचानक येणं बरोबर होतं? गोंधळले. काळोख पडायला लागला होता. मला एका अनामिक भीतीनं ग्रासलं होतं. मी घाबरले होते. जर साओमदचं दुकान सापडलंच नाही तर? मग मी काय करू? कुठं जाऊ? कोण मला रात्रीचा आसरा देईल? काळजीतच सात वाजता मी गुजरहाटला उतरले. रस्त्यापलीकडे कोल्ड्रिंक्सचं दुकान दिसलं. मला खाण्या-पिण्याची इच्छा नव्हती. पण अनोळखी माणसाला एकदम काही विचारणं बरं दिसलं नसतं. म्हणून एक कोकाकोला घेतला. कोक पिता पिता विचारलं, "भाईसाब, काबुलहून येऊन ज्यांनी इथं फ्रीज, टी.व्ही.चं दुकान घातलंय ते कुठं आहे हो?"

माझा प्रश्न ऐकताच त्या दुकानदारानं माझ्याकडे पाहिलं. त्याआधी त्याचं माझ्याकडे लक्ष जाण्याचं काहीच कारण नव्हतं. एवढी माणसं रोज त्याच्या दुकानात येणार! तो कितीजणांकडे लक्ष देणार! पण माझा प्रश्न ऐकताच त्याला माझ्याकडे पाहावंच लागलं. कारण माझा प्रश्न विचित्र नव्हता का? तो मला वेडीही समजला असेल.

एक भसाडा आवाज अचानक कानावर आदळला म्हणून मी मागे वळून पाहिलं. दुकानदारानं एका जाड्या-बुटक्या खानसाहेबला बोलावून आणलं होतं. तोच मला 'कोण हवं' म्हणून विचारत होता. मी त्या बुटक्या खानाला पाहून मनात म्हटलं, 'बाबा रे, तू तर खान जातीला कलंक आहेस. अफगाण माणूस असा असतो का? अफगाणिस्तानचं हवापाणीच असं आहे की सगळे उंचनिंच असतात. पण हा खान तर अफगाणिस्तानातल्या सफरचंदाप्रमाणे लहानखुरा होता. मी त्याला विचारलं, 'साओमदचं टी.व्ही.चं दुकान कुठं आहे माहीत आहे?'

तो म्हणाला, "माहीत नाही. पण शोधता येईल. तुम्ही इथंच थांबा. मी शोधून

सांगायला येतो.''

गुजरहाटचा हा भाग मुंबईच्या भाजी आणि मुर्गी बाजारासारखाच वाटला. असो. मला त्याच्यात रस नव्हता. माझ्यापुढे कठीण प्रश्न 'आ' वासून उभा होता आणि मला आठवत होता मुंबईचा बाजार. आता ह्या क्षणी मला माझ्या मनातलं बोलता येईल असं कुणीतरी जवळ हवं होतं. एका तडफदार आणि हुशार माणसाची मला गरज होती.

ह्या बुटक्या खानसाहेबाचा मला फारसा भरवसा वाटला नाही. मला उभं करून तो कुठं गेला कुणास ठाऊक! आता काय होईल कोण जाणे!

समोरचा रस्ता मोठा होता. त्यावरून सतत गाड्या धावत होत्या आणि त्यांच्या हॉर्नचा कर्कश आवाज माझ्या कानावर आदळत होता. दिव्यांच्या प्रकाशात झगमगणारी छोटी छोटी दुकानं स्वप्नातल्यासारखी भासत होती. दुकानदार मोठमोठ्यानं ओरडून आपापल्या मालाची जाहिरात करत होते. रस्ता माणसांनी गजबजला होता. धुरानं हवा कोंदटली होती. दुर्गंधीही भरून राहिली होती.

काही झालं तरी माझा प्रश्न सोडवण्यासाठी मला त्या खानसाहेबांचीच मदत घ्यावी लागणार होती. पण तो अजून कसा आला नाही? त्याला साओमदचं दुकान सापडलं नसेल का? काळोख दाट व्हायला लागला. भीतीनं माझ्या घशाला कोरड पडली. पुढे काय करावं असा विचार करत होते तोच तो बुटका खान दिसला. 'सापडलं दुकान' ह्या त्याच्या शब्दांनी माझा जीव भांड्यात पडला. आता माझी सर्व त्रासातून सुटका होणार म्हणून मला हायसं वाटलं.

'सापडलं. साओमदचं दुकान शोधून काढलं मी. या माझ्याबरोबर.' मी बुटक्या खानाबरोबर निघाले.

खानानं मला एका लांबलचक बोळात नेलं. दोन्ही बाजूला ओळीनं दुकानं होती. बरीच दुकानं ओलांडून आम्ही एका दुकानासमोर येऊन थांबलो. खानानं कोणाला तरी बोलावून आणलं. 'हेच साओमदखान.' तो म्हणाला.

हे काय? हा तर दुसराच साओमद होता.

'नाही. नाही. हे नाहीत ते. मी ह्यांना ओळखतही नाही.'

'मग आणखी दुसरे साओमाद माहीत नाहीत मला.'

माझ्या सगळ्या आशा मावळल्या. हा दुसऱ्या कोणत्याही साओमदला ओळखत नाही. मग आता करायचं तरी काय? रात्रीचे नऊ वाजले होते. मी जाऊ कुठं आता? माझे प्राण कंठाशी आले. मला रडू कोसळलं. वाचाच बसली माझी. आता तो दुसरा साओमदखान माझ्या मदतीला धावून आला. तो म्हणाला, 'त्याला नसेल माहीत तर जाऊ द्या. मी पाहतो मला सापडतं का ते दुकान. तुम्ही जरा मला नीट माहिती सांगा. 'घर कुठं आहे त्यांचं? केव्हा आले ते इथं?'

मला बोलताच येईना. जणू कोणीतरी माझा गळा आवळून धरला होता. तरीही धीर करून माहीत होती तेवढी माहिती त्याला पुरवली. माझं बोलणं ऐकताच तो म्हणाला, 'समजलं. या. मी तुम्हाला त्याच्याकडे घेऊन जातो. मी त्याला ओळखतो.'

त्या माणसानं एक टोयोटा व्हॅन थांबवली. मी अगदी हवालदिल झाले होते. तेव्हा मागचापुढचा विचार न करता व्हॅनमध्ये बसले. दोन-तीन गल्ल्या ओलांडून एका दुकानासमोर गाडी येऊन थांबली. इथं तर झगमगाट जास्तच होता. वर्दळही जास्त होती. मी हे सगळं निरखत असतानाच माझ्यासमोर साओमद येऊन उभा राहिला. त्याला पाहून मला नाचावंसं वाटलं. डोक्यावरचं मणामणाचं ओझं उतरल्यासारखं हलकं वाटलं. मी त्याचा हात धरून रडायलाच लागले. साओमदनं मला शांत केलं आणि दुकानात नेलं. त्याच्याबरोबर माझं नेहमीच जमायचं. एवढंच नाही, तर त्याचा चुलतभाऊ रोसेनदारबरोबरही माझं छान जमायचं. मी त्याला 'रोसन' म्हणूनच हाक मारायची. माझ्या लग्नाआधीही तो आमच्याकडे आला होता. तो देखणा होता. तो वयानंही लहान होता. माझ्या लग्नानंतर दोन-एक वर्षांनी त्याला मिसरुड फुटलं असेल. मिसरुड फुटतं ना फुटतं तोच नादिरचाचांनी त्याचं लग्न करून दिलं. त्याची बायको अतिशय देखणी होती. नाव होतं बाबान. सरदारखानची ती मुलगी.

साओमदनं जाँबाजला फोन केला पण मी बोलणार इतक्यात फोन कटच झाला. काहीतरी काळंबेरं आहे हे माझ्या लक्षात आलं. पण मी काहीच बोलले नाही. साओमदनं मला त्याच्या घरी नेलं. एका गल्लीत दुमजली घर होतं. तळमजल्यावरच्या तीन खोल्या साओमदकडे होत्या. त्यानं मला ज्या खोलीत बसायला सांगितलं होतं तिथं एक विचित्र वास येत होता. त्या वासानं मला ढवळून आलं. उलटीची भावना झाली. ह्या अशा वासात मला आणि तिन्नीला रात्र काढावी लागणार होती. पण दुसरा इलाजच नव्हता.

कशीबशी रात्र काढली. पहाट होताच बाथरुममध्ये जाऊन आंघोळ उरकून घेण्याचा विचार केला. मला तशी सवयच होती. प्रातर्विधी उरकून मगच मी चहा घ्यायची. तिन्नी माझ्याजवळच झोपली होती. मी पळून येताना तिन्नीशिवाय माझं असं काहीही आणलं नव्हतं. तिन्नीला सोडून येणं मला शक्य नव्हतं. तिन्नी तर माझीच होती ना! जीव की प्राण होती ती मला. ती म्हणजे माझ्या आयुष्यातला प्रकाशाचा एकमेव किरण होता. ती माझं सर्वस्व होती. तिनं मला 'मा' म्हणून हाक मारली, मला बिलगून माझ्या गालाचा पापा घेतला की मी सर्व दुःख विसरायची. तिन्नी. तिन्नी. तिन्नीवर माझं निरतिशय प्रेम होतं. तिच्याशिवाय मला चैनच पडत नसे. तिन्नी गाढ झोपली होती म्हणून हळूच दाराची कडी काढायला गेले तर दार उघडेचना. साओमदनं बाहेरून कडी घातली होती. माझं डोकं तापलं. इथंही कैद. पाकिस्तानातही असंच? माझ्या काळजाचा ठोका चुकला. एक प्रसंग आठवला आणि मला

काळजीनं ग्रासलं.

गुनचाच्या धाकट्या जावेच्या बहिणीला एका अफगाणानं पाकिस्तानातूनच किडनॅप्ड करून अफगाणिस्तानात नेलं होतं. गुनचाची धाकटी जाऊ रशिदा. रशिदाची आई बिबिसा. बिबिसानं बरीच लग्नं केली होती. बिबिसा राह्यची पुंडीला. तिनं पहिल्या नवऱ्याला सोडून दिलं आणि दुसरं लग्न केलं. पहिल्या नवऱ्याचा एक मुलगा एक मुलगी. दोन-तीन वर्षांनी आणखी दोन मुली झाल्या. त्याबरोबर तिनं नवराही बदलला. म्हणजे आता तिचं हे तिसरं लग्न. ह्या वेळी तिनं एका पठाणाशी लग्न केलं. काबुलमध्ये त्याची पहिली बायको होतीच. त्या बायकोला एक मुलगा होता. नवऱ्यानं दुसरं लग्न केल्याचं समजताच पहिली बायको पाकिस्तानात येऊन हजर झाली. बिबिसा सवतीला छळायला लागली. छळ व उपासमार सहन न झाल्यामुळे सवतीचा मुलगा वारला. बिबिसानं नवऱ्यावर अशी काही मोहिनी घातली होती की तो आपल्या ह्या थोरल्या मुलाकडे ढुंकून पाहात नसे. एका पावसाळ्यातल्या वादळी रात्री बिबिसाच्या सवतीनंही इहलोकाचा निरोप घेऊन परलोकाचा रस्ता धरला.

ह्या खेपेला मात्र बिबिसानं पक्का चार वर्षं संसार केला. तिला एक मुलगा आणि एक मुलगीही झाली. नंतर तिनं पुन्हा नवरा बदलला. ह्या बिबिसाची मोठी मुलगी रशिदा आणि धाकटी रोसेना. बिबिसानं रोसेनाचं लग्न एका अफगाणाशी करून दिलं. त्याचं घर डोंगरात सुरदेवालला होतं. त्याला रोसेनाला घेऊन आपल्या घरी जायचं होतं. पण बिबिसा त्याला जाऊ देत नव्हती. त्यांच्यात शीतयुद्ध चालू असतानाच त्या पठाणानं रोसेनाला झोपेच्या औषधाचा मोठा डोस दिला, एक भाड्याची गाडी घेतली आणि 'अटक दरिया बॉर्डर' पार करून तो आपल्या गावी निघून गेला.

माझे विचार नेमके इथंच येऊन थांबले. माझ्याबाबतीतही असं झालं तर? मग मी 'साओमदनं दिलेलं काहीही खायचं नाही' असं पक्कं ठरवून टाकलं. मी दाराला जोरजोरात धक्के मारायला लागले. त्यामुळे तिन्नीची झोपमोड झाली. ती घाबरली, 'मा', 'मा' असं किंचाळत मला येऊन बिलगली. मी तिला उचलून घेऊन थोपटलं तेव्हा कुठं ती शांत झाली. तेवढ्यात साओमदनं दार उघडलं. मी त्याच्यावर चांगलीच उखडले, 'कडी घालून मला डांबून ठेवता येईल असं तुला वाटत असेल तर ते अजिबात शक्य नाही. सांगून ठेवते.'

'नाही. नाही. तसं नाही.' तो भयंकर घाबरला होता.

मी त्याच्याशी आणखी काही बोलले नाही. सरळ बाथरुम गाठली. तिन्नीचं तोंड धुवून तिला घरात पाठवलं आणि मी आंघोळ उरकली. शॉवरच्या पाण्यानं माझा थकवा दूर झाला. सात वर्षांत साठलेली दुःखं, झालेला त्रास ह्या नकली सरीत धुतला गेला, असं वाटलं. पण खरंच, सगळं धुतलं गेलं होतं? थकवा कमी होईलही पण माझी खरी परिस्थिती? ती अशी धुवून पुसून टाकता येणार होती?

जाँबाज फार वाईट वागला होता. एक तर मला एकटीला इथं ठेवून हिंदुस्तानात निघून गेला आणि काल तो फोनवर माझ्याशी बोललाही नव्हता. मी मोठ्या मुश्किलीनं पाकिस्तानात येऊन पोहोचल्याचं साओमदनं कळवल्यावर त्यानं माझ्याशी बोलायला नको होतं?

आंघोळ उरकून स्वच्छ कपडे घातले. अंगावरच्या कपड्यांशिवाय आणखी एक जोड आणला होता. तिन्नीचेही कपडे आणले होते. शाम्पूनं नहाल्यानं खूप हलकं वाटलं. साओमदनं माझ्यासाठी आणि तिन्नीसाठी नाश्ता आणला होता. पण काहीही खायचं नाही असं ठरवलं असल्यामुळे मी तो हळूच फेकून दिला.

तेवढ्यात एक गृहस्थ पंधरा-सोळा वर्षांच्या मुलीला घेऊन आत आले. मी डोक्यावर दुपट्टा वगैरे घेतला नव्हता. पण त्यांना पाहताच दुपट्टा डोक्यावरून ओढून घेतला. साओमदनं त्या गृहस्थांशी माझी ओळख करून दिली. 'साहेब कामाल, हे माझे मामा आणि ही मामेबहीण. तुमच्याबद्दल बरंच ऐकलं होतं त्यांनी. म्हणून भेटायला आलेत.'

ते गृहस्थ मला 'मी पुन्हा अफगाणिस्तानात जावं,' हे सांगायला आलेत हे मी लगेच ओळखलें. ते म्हणाले, 'बेटी, तू जे केलंस ते बरं नव्हे.'

'काय बरं नव्हे? अफगाणिस्तानातून निघून आले ते?'

'हो. त्यामुळे तुझं नाव बद्दू होईल.' एखाद्या जख्खड म्हाताऱ्यासारखी ते मान हलवत होते.

'होऊ दे. नाव बद्दू होईल ह्या भीतीपोटी मी माझं आयुष्य बरबाद करणार नाही.' मी आत्मविश्वासानं म्हणाले.

'आयुष्य कशाला बरबाद होईल! तिकडे सगळे किती माया करतात तुझ्यावर, बेटी!'

'माया करतात! प्रेम, माया ह्याचा अर्थ आपल्याला समजतो ना? एखाद्याला दोनदा खायला दिलं की झालं? ह्यालाच प्रेम म्हणायचं? माया म्हणायचं? डोकं टेकायला जागा दिली की कर्तव्य संपलं? बायकोला भावांपाशी सोडून निघून जाणं हेच का नवऱ्याचं कर्तव्य?'

'नाही. नाही. तसं कसं! घरात कमावणारं दुसरं कोणी नाही म्हणून जाँबाजला हिंदुस्तानात जावं लागलंय. पण त्यानं तुझा अपमान कधीच केला नाही.'

'आणखी काय बाकी राह्यलाय अपमान व्हायचा? त्याचे भाऊ रोज मला त्रास देतात. मारझोड करतात. घाणेरड्या शिव्या देतात. माझ्या आईवडिलांनाही शिव्या देतात. माझ्या डोळ्यांदेखत आपल्या बायकांना चांगलंचुंगलं खायला घालतात आणि माझ्या नशिबी मात्र रोटी आणि बटाट्याची भाजी. त्यांच्या बायका मला एखाद्या कुत्र्यासारखं वागवतात. जाँबाजच्या भावांच्या भीतीनं मी खोलीत उंदरासारखी

लपून बसते. थंडीत गारठून मरते तरी मला शेकोटीसाठी पुरेशी लाकडंसुद्धा देत नाहीत. मुशाखानची बायको मला मोजून चार लाकडं देते. कालाखानची बायको तर द्राक्षंही मोजून देते. मी मळ्यात जाऊन द्राक्षं तोडू नये म्हणून त्यांनी द्राक्षाच्या बागेला कुलूप घातलंय.'

अफगाणिस्तानात ह्याशिवाय जास्त काही होत नाही म्हणून ह्याच गोष्टी महत्त्वाच्या ठरतात.

'समजतं मला सगळं. तरीही तू पुन्हा तुझ्या घरी जावं हे चांगलं.' ते मामा माझ्याकडे रोखून पाहात म्हणाले.

'आपलं म्हणणं मी कानानं ऐकलं. मनानं नाही.'

'बरं, आता तू विश्रांती घे. मी येईन पुन्हा. सध्या तुझ्या सोबतीला ह्या माझ्या पोरीला ठेवून जातो.'

ते गेले. मी इथूनही पळून जायचं ठरवलं. नाहीतर हे लोक मला बळजबरीनं पुन्हा अफगाणिस्तानात पाठवायला कमी करणार नाहीत. मग पुन्हा तोच भयंकर देश. तीच शरीअत, मूलतत्त्ववादी सरकार आणि तेच भयंकर तालिबान.

■

११

प्रथम तालिबाननं डोकं वर काढलं ते १९९३ मध्ये गझनीत. पेशावरहून बरेच रस्ते निघतात. त्यातला एक जातो काबुलकडे. त्या वेळी काबुलवर रब्बानींची आणि त्यांच्या आराकात पार्टीची सत्ता होती. दुसरा रस्ता होता गडदेशकडे जाणारा. गडदेश तेव्हा गुलबुद्दीनच्या अखत्यारीत होता. त्यामुळे तिथून अफगाणिस्तानात प्रवेश करणं तालिबानला शक्य नव्हतं. राहता राहिली गझनी. इथंच सर्वप्रथम तालिबानचं दर्शन झालं.

गझनीच्या जवळच उरगुन नावाचं गाव आहे. ह्या गावावर तालिबाननं अचानक हल्ला केला. जय अर्थातच तालिबानचाच झाला. ह्या विजयाची बातमी बऱ्याच दूरपर्यंत पसरवली गेली. त्यामुळे काहीही अडथळा न येता तालिबानला तुकड्या-तुकड्यांनी आत येता आलं. गावागावातून बोलबाला झाला की तालिबान म्हणजे खुद्द अल्लारसूलचे दूत आहेत. अल्लानं त्यांना मुसलमानांच्या रक्षणासाठी पाठवलंय. आता कोणालाही आपली जान गमवावी लागणार नाही. तालिबानच देशाला वाचवतील.

गझनीच्या पूर्वेच्या गावातील प्रमुखाला म्हणतात 'मादालि.' म्हणजे चीफमिनिस्टर. आमच्या गावाकडे म्हणतात 'कोमान्दान.' आसाम, रफीक, फरीद आणि आणखी बरेच कोमान्दान होते. हे सगळे आराकात पार्टीचे. तालिबाननं 'मादालि'ला युद्धाचं आव्हान दिलं. पण मादालिनं घोषणा केली, 'युद्ध नको. शांती हवी. आम्ही तालिबानशी युद्ध केलं तर आमची निरपराध माणसं नाहक मारली जातील. आम्ही युद्धाला भीत नाही पण सामान्यांचा विचार करता आम्ही आत्मसमर्पणास तयार आहोत.'

तालिबान गावामागून गावं कब्जात घेत पुढे जायला लागले. ममदखेल, ममदखेलच्या पूर्वेला डावीकडे शालांग, उजवीकडे मुशखेल. मुशखेलच्या दक्षिणेला काटोयाज, उत्तरेला उजवीकडे कटुयाल. तिथून पुढे चारदा, साराना, जाओली. चारदाच्या पूर्वेस मक्ताब. इथंच होतं चीफमिनिस्टरचं ऑफिस- म्हणजेच त्यांची 'रायटर्स बिल्डिंग'. मक्ताबच्या थोडं उत्तरेला पाताना. पातानाबद्दल आधी लिहिलंच आहे. पातानाच्या पूर्वेला माझं सासर-श्राकाला. श्राकालाच्या उत्तरेला रस्तुलखेल, आन्दार, फकीरकाला, आलेकदारी. आलेकदारीच्या उत्तरेला तामीर आणि गडदेश. गडदेशच्या उत्तरेला काबुल आणि आग्नेयेला खोश्त. हा एवढा सगळा भाग तालिबाननं काबीज केला. ह्या भागातील जनतेनं आपणहून उत्स्फूर्तपणे आपल्याजवळची

शस्त्रं तालिबानच्या हाती सोपवली. सर्व मशिदींची प्रवेशद्वारं त्यांच्यासाठी खुली केली. जनतेच्या मते हा एक ऐतिहासिक क्रांतिकाल होता. युगांतर होतंय अशीच त्यांची समजूत होती. अफगाणिस्तानच्या इतिहासातील सर्वांत महत्त्वाचा हा संधिकाल आहे असंच त्यांना वाटलं. इथल्या मौलवींनीही तालिबानबरोबर हातमिळवणी केली. लोक खूष होऊन म्हणायला लागले की आता जुलमी सत्ता जाणारच. अफगाणिस्तानच्या क्षितिजावर पुन्हा एकदा स्वातंत्र्यसुर्य उगवणार.

तालिबानही सुरुवातीला लोकांच्या कल्पनेप्रमाणे वागले. पण जेव्हा त्यांच्या हातात सत्ता आली तेव्हा लगेच त्यांनी आपलं खरं रूप धारण केलं. 'नमाज न पढणाऱ्यांचं डोकं उडवण्यात येईल. प्रत्येकानं दाढी ठेवलीच पाहिजे, नाहीतर त्याला धरून मारलं जाईल. तमाम स्त्रियांनी बुरखा घातलाच पाहिजे. स्त्रीनं घराबाहेर पडता कामा नये. कोणत्याही सणासमारंभात ढोल वाजवला जाऊ नये. नाच-गाणं ह्यांना पूर्णपणे बंदी आहे. प्रत्येक पुरुषानं मशिदीत जाऊन नमाज पढला पाहिजे नाहीतर त्याचं मुंडन करून, तोंडाला काळं फासून गावातून धिंड काढण्यात येईल. एखादी बाई मरायला टेकली तरी पुरुष डॉक्टरला बोलावता कामा नये,' असा हुकूम जारी करण्यात आला. ह्या कुराणातल्याच आज्ञा आहेत म्हणे! पवित्र कुराणशरीफचा हवाला देऊन तालिबाननं अत्यंत बीभत्स, कठोर, अमानुष अत्याचार करायला सुरुवात केली. त्यामुळे कुराणशरीफ व इस्लाम ह्यांची अप्रतिष्ठा होते ह्याचीही त्यांना पर्वा नव्हती. तालिबानचे हे रूप पाहिल्यावर सामान्य माणूस इस्लामला घाबरल्याशिवाय कसा राहील? कुराण अत्यंत भयंकर, पाशवी आहे असेच त्याला वाटणार नाही का? धार्मिकतेच्या नावावर तालिबाननं अत्याचाराची परिसीमा गाठली होती. ते बायकांच्या अंगावरही हात टाकायला मागेपुढे पाहत नसत. ह्याच्या परिणामाचा विचार कोणीतरी केला होता का? तालिबानचं वागणं पाहिल्यावर 'आ-तिना पित दुनियास्नातमपिल, आखराते स्नातन वाकिनाजाबनार' (अल्ला एकच आणि अद्वितीय आहे आणि नरकाच्या यातनांतून तोच वाचवेल.) किंवा 'सुकुर', 'आलामदो लिल्लाये' (खूप सुंदर, खूप चांगला. इस्लाम म्हणजेच सुंदरता) असे शब्द कोणी तोंडातून काढू शकेल का? धर्माच्या नावाखाली तालिबान खून करतात, मुंडन करतात, दाढी ठेवण्याची सक्ती करतात. असा जुलूम केल्यावर कोणालातरी मनापासून नमाज पढावासा वाटेल का? 'सुन्नत'* तर दूरचीच गोष्ट पण 'फरज'* ही कोणी पाळेल असं वाटत नाही. अल्लाचं नाव घेण्याची बळजबरी कशी करता येईल? तालिबानला हुकूमशाही कायम करायची आहे, हे ह्या मागचं सत्य आहे.

अर्थात अफगाणिस्तानात लोकशाही कधीच नव्हती. आजही नाही.

खरं सांगायचं तर तालिबानवर मीही सुरुवातीला विश्वास ठेवला. आमच्या गावच्या मशिदीत रोजे सुरू असताना काही तालिबान येऊन राह्यले होते. त्यांना

गावातील लोक आळीपाळीनं जेवण देत. एक दिवस आमची पाळी होती. १९९४ सालची गोष्ट. मी खूप मेहनत घेऊन दुम्ब्याचा कुर्मा, अलुबुखारचा मोरब्बा म्हणजे सॉससारखा पदार्थ केला. शिवाय टोमॅटो, काकडीचं सॅलाडही केलं होतं. मी मोठ्या अगत्यानं जेवण पाठवलं होतं. मनात म्हणाले होते, 'बिचारे तालिबान! लोकांच्या भल्यासाठी रात्रंदिवस वणवण फिरतात. त्यांना चांगलंचुंगलं खायला घालायचं नाही तर कोणाला घालायचं?'

दुसऱ्या दिवशी त्यांना पाह्यला मशिदीकडे गेले होते. त्यांना मी पाह्यलं आणि त्यांनी मला पाह्यलं. माझा पोषाख पाहून कोणाकडेतरी माझ्याबद्दल चौकशीही केली आणि मग आश्चर्यानं माझ्याकडे पाहात राहिले. मी इथल्या बायकांसारखा पोषाख घालत नव्हते. मी सलवार-कमीजच घालायची. सगळे मला दहा मीटरचा घागरा घालण्याचा आग्रह करत, पण मी सपशेल नकार देत असे. मी स्पष्टच सांगून टाकलं होतं की माझ्या देशाचाच पोशाख मी घालणार. हा चंचुप्रवेशे मुसलप्रवेशः आहे ह्याची थोडी जरी कल्पना असती तर मी त्या दिवशी एवढ्या कौतुकानं त्यांना जेवायलाच घातलं नसतं.

अखेर १९९४ मध्ये ते काबुलच्या दिशेनं निघाले तेव्हा प्रथम त्यांना विरोध झाला. मग मात्र ते चिडले. पुन्हा युद्ध. हे युद्ध हळूहळू तालिबानच्या बाजूला झुकायला लागलं. त्यांच्याशी लढत होती हिस्ब-इ-इस्लामी पार्टी. त्यांनी रक्तरंजित युद्धाचा मार्ग टाळून वाट फुटेल तिकडे पळ काढला. तालिबाननं घरोघर लूटमार सुरू केली आणि खापर फोडलं हिस्ब-इ-इस्लामीच्या डोक्यावर. लूटमार, वाटमारी, खून करत करतच ते काबुलकडे गेले. तेव्हा गुलबुद्दीननं त्याचं ठाणं-चारशिया- सोडून पळ काढला. तालिबाननं पुन्हा विजय पताका फडकावली. पण युद्ध थांबलं नाही. आता त्यांनी रब्बानीला युद्धाचं आव्हान दिलं. 'रब्बानीनं त्याच्या लोकांसकट आणि शस्त्रास्त्रांसह आत्मसमर्पण केलं नाही तर युद्ध अटळ आहे,' असं त्यांनी जाहीर केलं. परंतु रब्बानी, सेनापती मसूद अहमदशाह किंवा हाजी रुस्तुम हे कोणीच देशाची सत्ता परक्या तालिबानच्या हातात द्यायला आणि आत्मसमर्पण करायला तयार नव्हते. 'जय-पराजय युद्धातच ठरेल,' असं रब्बानी सरकारचं म्हणणं होतं.

अखेर रब्बानी तालिबान विरुद्ध रणात उतरले. युद्धाचा रंग सर्वत्र सारखाच. पुन्हा पहिले पाढे पंचावन्न. लोकांना घरंदारं सोडावी लागली. ह्यावेळी अमेरिकेतून मोजद्देदीसाहेब आले. त्यांनी रब्बानींना शस्त्र खाली ठेवण्यास सांगितलं. तालिबानलाही थांबण्यास सांगितलं. पण सत्तालोभी तालिबानला थांबणं माहीतच नव्हतं. सबंध देशभर इस्लामची सत्ता कायम करण्याचा त्यांचा अट्टाहास होता.

पण आता लोकांच्या मनात तालिबानविषयी निष्ठा आणि श्रद्धा उरली नव्हती. देशातील नामवंत व्यक्तींची आणि राष्ट्रपरिषदेच्या प्रतिनिधींची विनंतीही त्यांनी

धुडकावून लावली. त्यांच्या हट्टीपणापुढे सगळे गप्प बसले. मग करण्यासारखं राह्यलंच होतं काय? आता तर तालिबान कुराणशरीफचीही पर्वा करीनासे झाले होते. त्यांना सगळेच विटले होते. निराश झाले होते.

जे कुराणला मानत नव्हते तेच देशात इस्लामची सत्ता स्थापन करणार होते. हे अजबच नव्हे का? हे म्हणे तालिब. म्हणजे विद्यार्थी, मौलवी म्हणजे इस्लामचं प्रतीक. ह्याहून अचाट गोष्ट कोणती असू शकेल?

कुठून कुठं येऊन पोहोचले मी! म्हणतातच ना मन एका क्षणात पृथ्वी प्रदक्षिणा करून येऊ शकतं. असो. आधी जिथे होते तिथंच परत जाऊ या. साओमदचे मामा मुलीला माझ्यावर पाळत ठेवण्यासाठी ठेवून गेले होते, हे स्पष्टच होतं. माझ्या पहारेकऱ्याचा अवतार पाहून मला हसूच आलं. जी स्वत:ला सांभाळू शकत नाही ती मला काय सांभाळणार?

मी इथूनही पळून जाण्याची तयारी केली. तिन्नीला कपडे वगैरे घालून तयार केलं. मग त्या मुलीला म्हटलं, ‘तू सकाळी उठल्यावर आंघोळ करत नाहीस?’ मला तिला आंघोळीला पाठवायचं होतं.

‘नाही. मी रोज आंघोळ करत नाही. मीच का आमच्या घरातले सगळेच कधीमधी आंघोळ करतात. रोज नाही.’

‘म्हणूनच तुझे केस एवढे घाणेरडे आहेत. अंगालाही घाण येतेय. अशानं तुझ्या केसांची पार वाट लागेल ना!’ मुलींना केसांबद्दल विशेष प्रेम असतं हे माहीत असल्यामुळेच मी असं म्हटलं.

‘हो? मग केस चांगले कशानं होतील ते सांगा ना!’

‘तू शाम्पू लावून नहाण करून ये. मग मी तुझे केस विंचरून असे बांधून देते की दोन महिने सोडण्याची गरज पडणार नाही. दोन महिन्यांनी बघशील तर केस गुडघ्यापर्यंत वाढलेले असतील.’

ती मुलगी शाम्पू आणि साबण घेऊन बाथरुममध्ये शिरताच क्षणाचाही विलंब न लावता तिन्नीला घेऊन मी पुन्हा एका अज्ञात मार्गावर पाऊल टाकलं.

घाईघाईनं मोठा रस्ता गाठला. एकाला पोस्ट ऑफिसचा पत्ता विचारला. मी रात्रीच शामलदांना एक पत्र लिहून ठेवलं होतं. दुसरं पत्र लिहिलं होतं माझ्या धाकट्या भावाला– अभिषेकला. ही पत्रं ताबडतोब पोस्ट करायला हवी होती. ह्या दोन्ही पत्रांत मी माझी हकिकत अगदी सविस्तर लिहिली होती. मला इथून कसं सोडवता येईल तेही लिहिलं होतं– जाँबाजच्या काकाला पाकिस्तानचा हेर म्हणून लाल बाजारच्या पोलिसांकडून पकडायचं. अभिषेकनं पोलिसांना मला अफगाणिस्तानात अडकवून ठेवल्याचंही सांगायचं आणि माझी सुटका झाल्याशिवाय त्या काकाला सोडू द्यायचं नाही.

रस्त्यातल्या माणसानं दाखवलेल्या दिशेनं मी तिन्नीला ओढत भराभर चालायला लागले. थोडं पुढे गेल्यावर डाव्या हाताच्या इमारतीला लागून एक पोस्टाची पेटी दिसली. तिच्यावर उर्दूत काहीतरी लिहिलं होतं. मला ते वाचता आलं नाही. अनुमानानं तेच पोस्ट ऑफिस असल्याचं ओळखलं. आत शिरले आणि रजिस्टरच्या काउंटरची चौकशी केली.

'डावीकडे गेल्यावर उजव्या हाताचा तिसरा.'

मी काऊंटरवरच्या माणसाला इंडियात रजिस्टर पत्रं पाठवायची असल्याचं सांगितलं.

'इंडियात कुठं राहता?' मी इंडियन असल्याचं त्यानं ओळखलं होतं म्हणून त्यानं सरळच प्रश्न विचारला.

'कोलकात्याला?'

मी त्याच माणसाकडून इंडियन एम्बसिचा पत्ता घेतला. बाकी सर्व चौकशी केल्यावर एका बाकावर जाऊन बसले. कारण साओमद मला शोधत असणार हे मला माहीत होतं. तेव्हा थोड्या वेळानं बाहेर पडलेलं बरं, असा विचार केला. मी आसपास सापडले नाही म्हणजे तो दुसरीकडे कुठंतरी शोधत फिरेल. मी इथून बाहेर पडून सरळ एम्बसि गाठणार होते. नुसती बसले तर लोकांना संशय येईल म्हणून उगीचच एक पत्र लिहायला घेतलं.

साधारण अर्ध्या तासानं बाहेर पडले. इस्लामाबाद गाठायचं होतं. म्हणून बस पकडण्यासाठी पुन्हा रस्ता ओलांडला. इथल्या बस फारच छान आहेत. मऊ गादीच्या सीट्समुळे तासन्‌तास प्रवास केला तरी अजिबात त्रास होत नाही. बसवर पाटी असूनही मला वाचता येत नव्हती. मला उर्दू बोलता येतं पण वाचता येत नाही. म्हणून प्रत्येक बसजवळ जाऊन मी चौकशी करत होते. तेवढ्यात एक बस माझ्या पुढ्यातच थांबली. कंडक्टरला विचारताच तो म्हणाला, 'इथून कोणतीच बस थेट इस्लामाबादला जात नाही. ह्या बसमध्ये चढा. मी तुम्हाला इस्लामाबादच्या बसमध्ये बसवून देईन.' माझी जरा चलबिचल झाली. ह्यानं मला भलतीकडेच कुठं नेलं तर? पण लगेच दुसरा विचार मनात आला की इथले पुरुष तर बायकांना मान देतात असं दिसतं. शिवाय बसमध्ये एवढी माणसं असताना भीती कसली?

मी बसमध्ये चढले. बस हॉर्न वाजवत निघाली. रस्त्याच्या दोन्ही बाजूला ओळीनं दुकानं होती. रस्त्यावर गर्दी होती. तिन्नीला खिडकीपाशी बसवून मी तिच्या शेजारी बसले आणि बाहेर बघायला लागले. पण माझी नजर बाहेर लागली असली तरी माझ्या डोळ्यांसमोर उभा होता माझा भूतकाळ.

त्या दिवशीही मी अशीच निघाले होते. बसमधून नव्हे तर टॅक्सीतून. टॅक्सीच्या खिडकीतून पाऊस आत येत होता. माझं तिकडे लक्षच नव्हतं. माझं मन थाऱ्यावर

नव्हतंच. जयितानं जे सांगितलं होतं त्यानं फार मोठा धक्का बसला होता. तर मग सगळं नाटकच? सगळं खोटं?

पण असं कसं असेल? ते नाटक कसं असेल? परवाच तर तमालदा म्हणाले होते, 'सुमी, ऐकलंस का? सौरभला तू भेटली नाहीस तेव्हा तो मला काय म्हणाला माहीत आहे? सुमी चार वाजता येणार होती. आता आठ वाजलेत. ती काही येत नाही आज. आज माझ्या आयुष्यातला अत्यंत आनंदाचा दिवस आणि सुमीनं असं करावं? येते म्हणून कबूल करूनही आली नाही. मी डॉक्टरेट झालो. नोकरीही मिळाली मला. पण काय उपयोग? आज माझ्या नोकरीचा पहिला दिवस आणि सुमीच्या तो लक्षातसुद्धा नाही.'

अखेर तमालदांना घेऊन सौरभ एका हॉटेलात गेला आणि रात्रभर पित बसला होता. पिता पिता मी गेले नाही म्हणून म्हणे चिडत होता, रागावत होता. कबूल केल्याप्रमाणे मी जाणार होते पण श्यामलदा अचानक मला एका नाटकाच्या रिहर्सलला घेऊन गेले. त्यांना मी सौरभबद्दल कसं सांगणार? मग बाबांना कळलं असतं आणि सगळाच घोटाळा झाला असता.

मी भेटले नाही म्हणून चिडचिड करणारा हाच सौरभ इतका गलिच्छ वागेल असं मला वाटलं नव्हतं. त्यानं अगदी कमालच केली होती. मला त्याचा नुसता रागच आला नाही तर किळसही आली. ज्या सौरभकडे मी हळूहळू ओढली गेली होते, तो इतका नीच असेल असं मला वाटलं नव्हतं. त्यानं आपल्या घराण्याचा तरी विचार करायचा की नाही! त्याच्या शिक्षणाचा तरी काय उपयोग? मी सौरभवर खरंच प्रेम करत होते का? जर करत नव्हते तर जयिताचं बोलणं ऐकताच टॅक्सी करून रनिताकडे का धावले? खरं-खोटं करायला? की त्याला समजावयाला? त्याला समजावून मी परत आणीन अशी आशा मला वाटत होती का? त्याला समजावून घ्यायला तर मी गेले नव्हते?

जयिता वही आणायला रनिताकडे गेली होती. रनिताचं दार बंद होतं. ती बेल वाजवणार इतक्यात आतून तिला सौरभचा आवाज आला. म्हणून दाराला कान लावून तिनं त्याचं बोलणं ऐकलं.

'रनिता, जीवनभर तू मला तुझ्या हृदयात जागा देशील?' सौरभ.

'कसं शक्य आहे हे, सौरभ? तू तुझ्या सुमीला तर दूर करू शकणार नाहीस?' रनिता.

'मी सुमीवर प्रेम करतो हे खरं ग! पण मला तूही हवी आहेस. तुम्ही दोघीही मला हव्या आहात.'

'पण तू सुमीशी लग्न केल्यावर माझं काय?'

'समाजाची मान्यता म्हणजेच सगळं असं नाही. तसं पाह्यलं तर सुमीच खूप

काही गमावेल.'

जयिताला तिथं उभं राहवेना. तिलाच शरम वाटली. संतापही आला. ती तडक माझ्याकडे आली आणि तिनं मला सगळं मनमोकळेपणानं सांगून टाकलं.

रनिता माझी बेस्ट फ्रेंड होती. ती मला असा धक्का देईल असं कधीच वाटलं नव्हतं. मला खूप मनस्ताप झाला. ती रात्र मी कशी काढली ते माझं मलाच माहीत! सकाळीच मी सौरभच्या घरी गेले. एकदाच काय तो सोक्षमोक्ष लावण्यासाठी. घरात शिरताच समोर आली ती सौरभची वहिनी.

'वहिनी, सौरभ कुठं आहे? घरात आहे?'

'नाही ग! काल सकाळीच गेलाय. कामासाठी पाटण्याला जातो म्हणून सांगून गेलाय. आज रात्री येईल परत.'

आता वेळ दवडण्यात अर्थ नव्हता. त्याच्या वहिनीला बोलण्याची संधी न देताच मी हात धरून ओढतच बाहेर आणलं. एक टॅक्सी थांबवली आणि आम्ही निघालो. हे इतक्या झटपट घडलं की वहिनीला नाही म्हणायला किंवा मला काही विचारायला सवडच मिळाली नाही. पण माझ्या चेहऱ्यावरून काहीतरी बिनसल्याचं तिला समजलं असावं.

रनिताबद्दल बऱ्याच जणांकडून मी बरंच काही ऐकलं होतं. तिचं ज्याच्यावर प्रेम होतं त्याचं लग्न झालं होतं. तो घरी यायला लागल्यावर घरच्या लोकांनी तिला विरोध केला. त्याला भेटायची बंदी केली. पण ती ऐकेना. तेव्हा तिच्या मोठ्या भावानं तिला बजावलं की हे सभ्य माणसाचं घर आहे. तेव्हा नीट राह्यचं असेल तर राहा. नाहीतर चालती हो. रनितानं घर सोडलं. सॉल्टलेकला एक घर भाड्यानं घेतलं. तिथं ती एकटीच राह्यची. तो माणूस येतच होता. एकदा तिनं माझीही त्याच्याशी ओळख करून दिली होती. तो तिचा 'बॉस'च होता. एकदा मी तिला विचारलं, 'ह्याचा शेवट काय?'

ती म्हणाली, 'माहीत नाही. पण मी त्याला सोडू शकत नाही. माझं त्याच्यावर प्रेम आहे.'

'त्याला संसार आहे. बायको आहे. मुलंबाळं आहेत.'

'पण मी त्याचं कुठं काय वाईट करतेय? त्यानं सर्व सांभाळून माझ्याकडे यावं. बस! त्यातच मी खूष आहे.'

'ह्यानं तुझ्या आयुष्याचं सार्थक होणार आहे का? बॉसकडून काय मिळणार आहे तुला? तुझ्या प्रेमाची किंमत तो देऊ शकेल? तुझ्या आयुष्याचं चीज होणार आहे का असं वागून?'

'ते दिखाऊ सार्थक बिर्थक सगळं दिखाऊ. त्याचा मी विचारच करत नाही. करणं शक्यही नाही. मला आता 'फक्त माझाच' असा पुरुष मिळण्याची आशा

नाही. मी बदनाम झालेय रायमुळे. त्या रायनं मला अखेर फसवलंच. मी रायवर प्रेम करत होते. माझा बॉस माझ्यावर प्रेम करतो.'

मी रनिताशी मैत्री करावी हे कोणालाच पसंत नव्हतं. सगळेच म्हणत, 'बघ! ह्या रनितामुळे एक दिवस तुझं वाटोळं होईल.'

मी कुणाचंच ऐकलं नाही. रनिता माझी क्लासमेट होती. अभ्यासात हुशार होती. ती मला नेहमी नोट्स द्यायची. कारण मधूनमधून मी तास बुडवून सौरभबरोबर कॉलेज-स्क्वेअरच्या एखाद्या बाकावर गप्पा मारत बसायची. तेव्हा रनिता मला नोट्स काढून मदत करायची. तिला मी कसं सोडणार? पण त्याच रनितानं एवढ्या वर्षांच्या मैत्रीनंतर....तिचा तरी काय दोष? ती तर वाहवत गेलीच होती. जे हाती येईल ते पकडून जगण्याची ती धडपड करत होती. पण सौरभ?

टॅक्सीनं उल्टाडांग्याहून डावीकडे वळण घेतलं. घड्याळाकडे नजर गेली. आठ वाजले होते. आता इथून रनिताचं घर व्यवस्थित दिसत होतं. घराच्या सर्व खिडक्या बंद होत्या.

माझी उजवी बाजू संपूर्ण भिजली होती. माझ्या पलीकडे वहिनी एखाद्या दगडी पुतळ्यासारखी बसली होती. वहिनी चाणाक्ष होती. काय झालं असावं ह्याची कल्पना तिला नक्कीच आली असावी. ह्या आधी एकदा मी वहिनीला घेऊन रनिताकडे आले होते. त्यामुळे सौरभची चौकशी करणं, वहिनीला ओढून टॅक्सीत बसविणं, तिला अचानक रनिताच्या घरी नेणं, माझं गप्प बसणं ह्यावरून ती काय समजायचं ते समजण्याइतकी बुद्धिमान नक्कीच होती. म्हणूनच ती अशी चित्रासारखी खिळून बसली होती.

बेल वाजवली. माझ्या छातीत जोरजोरात धडधड होत होती. वहिनी माझ्याजवळ निमूट उभी होती. दार उघडलं गेलं. दारात रनिता उभी होती. तिनं अंगात एक झिरझिरीत नाइट गाऊन घातला होता. त्यातून तिनं घातलेली निळी पॅन्टी स्पष्ट दिसत होती. बाकी कुठलाच कपडा तिच्या अंगावर नव्हता. पण रात्रीची सुस्ती मात्र भरपूर होती. तिचे केस विस्कटले होते. गळ्यापाशी एक गोल लाल डाग दिसत होता. मला पाहताच ती भूत दिसल्यासारखी चपापली. तिचा चेहरा पांढराफटक पडला. मी तिच्या बाजूनं वहिनीचा हात धरून घरात शिरले.

'सुमी, तू?' तिला आणखी पुढे काही बोलायची संधी मी दिली नाही.

'का? येऊ नये?'

'तसं नाही; पण.....'

'मी आणि वहिनी इकडून चाललो होतो. तेव्हा म्हटलं तुझ्या विलासमहालाला भेट देऊन तुझी खुशाली विचारून जावं.'

मी सरळ बेडरुममध्ये घुसले. माझा आवाज ऐकताच सौरभ उठून बसला होता.

बिछान्यावरची चादर चुरगळली होती. एक उशी खाली लोळत पडली होती. रात्री तिची जरूर भासली नसावी. वर पंखा जोरजोरात गरगरत होता.

मी सौरभशी बोलले नाही. मला तशी गरजच वाटली नाही.

मी बेडरुममधून बाहेर आले आणि रनिताच्या समोर जाऊन उभी राह्मले. तिच्या नजरेला नजर भिडताच तिनं नजर खाली वळवली. माझ्या नजरेला नजर द्यायची हिंमत तिच्यात नव्हती.

'काय ग, काय झालं? नजर का चुकवतेस? त्याची गरज नाही. मला जागं केलंस हे बरंच केलंस. मैत्रिणीच्या आयुष्याचा चुथडा होण्याआधीच वाचवलंस ग बाई!'

सौरभ बाहेर येऊन उभा होता.

वहिनी इतक्या वेळ अगदी गप्प होती. पण आता तिनं तोंड उघडलं, 'सौरभ, तुला ह्यांचा भाऊ म्हणायची लाज वाटते मला. धरणी पोटात घेईल तर बरं!'

अचानक वीज कडाडली. मी टॅक्सीची खिडकी बंद केली. कशासाठी बंद केली? का बंद केली? एका अनर्थातून वाचण्याची ती केविलवाणी धडपड होती?

वहिनी म्हणाल्या, 'सुमी, तुझी समजूत घालण्याचं धाडस माझ्यात नाही. मी तुला काही बोलणारही नाही. पण जमलं तर मला आणि ह्यांना माफ कर. मला आधी ठाऊक असतं तर....'

मी वहिनीला पुढे बोलू दिलं नाही. तिचे हात माझ्या हातांत घट्ट धरून म्हटलं, 'वहिनी, पुरे. मला ऐकवत नाही हो. प्लीज. डोन्ट माईंड.'

पावसाचे थेंब टॅक्सीच्या खिडकीवर पडत होते. जग जणू अंधारात बुडालं होतं. वाईपरचा सपक् सपक् आवाज तेवढाच ऐकू येत होता. माणिकतलाच्या सिग्नलजवळ गाडी थांबली तेव्हा एक कावळा कर्कश सुरात कावकाव करत होता. मला काय करावं तेच सुचत नव्हतं. रडू? रडायलाच हवं होतं ना मी?

पण का रडावं मी? कोणासाठी? कशासाठी? सौरभला मुकले म्हणून? पण सौरभ कधी माझा होता का? असता तर असं झालंच कसं? रनितापेक्षा माझ्यात काय कमी होतं? पण लगेच माझ्या मनात विचार आला की मी कधीच रनिता होणं शक्य नाही. सगळ्यांनाच सगळं जमतं असं नाही. रनिता जे अगदी सहज करू शकते ते मला काही झालं तरी उभ्या जन्मात शक्य नव्हतं.

घशाला कोरड पडली होती. घरी गेल्यावर प्रथम पाणी प्यायला हवं. टॅक्सी मेडिकल कॉलेजपाशी थांबली. सौरभच्या वहिनीला तिच्या घरी सोडून मी घराकडे वळले.

आयुष्यातला एक अध्याय संपवला होता. पश्चात्ताप नव्हता. चलबिचल नव्हती. दुःख नव्हतं. होती फक्त घृणा. तिरस्कार. एखाद्या घाणेरड्या, अपवित्र माणसाबद्दल जशी घृणा वाटेल तशीच घृणा. कंडक्टरच्या हाकेनं मी भूतकाळातून वर्तमानात

आले. 'बीबीजी, उतरा. इथूनच तुम्हाला इस्लामाबादची बस मिळेल. ती बघा. ती पांढरी. तीच जाईल इस्लामाबादला' कंडक्टरनं एका पांढऱ्या बसकडे बोट दाखवलं.

मी तिन्नीला घेऊन खाली उतरले आणि समोर उभ्या असलेल्या प्लाईंग कोचकडे निघाले.

एक वाजता इस्मालाबादला पोहोचले. इथंच इंडियन एम्बसि होती. थोडं पुढं गेले. रस्त्याच्या उजव्या बाजूला उंच उंच झाडं होती आणि डावीकडे एका पुढे एक अशा निरनिराळ्या देशांच्या एम्बसिज. अमेरिका, ब्रिटन, यु.ए.इ, चीन, ऑस्ट्रेलिया वगैरे देशांच्या एम्बसिज ओलांडून अखेर इंडियाच्या एम्बसिजवळ पोहोचले. भारताचा तिरंगा हवेत फडफडत होता. माझ्या मनात क्षणभर खळबळ माजली. माझ्या देशाचा झेंडा. इथं माझ्या देशातले लोक आहेत. मला वेगळाच उत्साह वाटला. किती वर्षांनी पाहात होते मी माझ्या देशाचा झेंडा! मला त्याला स्पर्श करण्याची अनावर इच्छा झाली. पण हे काय? एम्बसि तर बंद होती. आता काय करावं! मी निराश झाले. खचून गेले. डोळ्यांपुढे काजवे चमकायला लागले. एकदा काहीतरी गडबड झाली आणि बेनजीर भुट्टोंच्या सरकारनं कराचीतली भारतीय वकालत बंद केल्याचं ऐकलं होतं. इस्लामाबादेतही तसंच काही घडलं होतं का? मग आता? इथं एकट्या बाईला हॉटेलमध्ये राहू देत नाहीत. पुन्हा मला साओमदकडे जावं लागणार का? नाही. तिथं परत जाण्याचा प्रश्नच नाही. आजची रात्र काढायची आणि उद्या काबुलला जाणारी गाडी पकडायची. युद्धात मरण आलं तरी बेहत्तर. पण त्या कोणाकडेही आसरा मागायचा नाही. काल रात्री साओमदनं थोडा वेळ टी.व्ही. लावला होता. तेव्हा पाकिस्तानातील इंडियन एम्बसि बंद केल्याचं ऐकलं होतं खरं! काय झालं होतं कोण जाणे! मला गरगरायला लागलं!

तेवढ्यात एका पोलिसानं मला विचारलं, 'कोणाला शोधताय? बऱ्याच वेळ इथं उभ्या आहात म्हणून विचारलं.'

'मी एम्बसित आले होते; पण मला माहीत...'

माझं वाक्य पुरं होण्याआधीच तो म्हणाला, 'आज जुम्मावार. सगळं बंद असतं आज. सुटी.'

जुम्मावार म्हणजे शुक्रवार. काहीच मार्ग दिसत नव्हता. शेवटी त्या पोलिसालाच सगळं सांगायचं असं ठरवलं. सांगावं का? मागावी मदत? पण हा पाकिस्तानातला पोलीस. पाकिस्तानात आणि हिंदुस्तानात सख्य नाही. आपलेपणा नाही. शिवाय काश्मीर वादामुळे वातावरण जास्तच बिघडलेलं... काहीही असो. हा माझा देश नव्हता. तेव्हा भीती वाटणं स्वाभाविकच होतं. मला गप्प उभं राहिलेलं पाहून पोलिसानं विचारलं, 'तुम्ही काहीच बोलत का नाही? तुम्हाला व्हिसा हवा आहे का? का इथं राहण्याची मुदत वाढवून पाहिजे?'

त्याला मी पाकिस्तानी नाही हे समजलं होतं.

'तुम्हाला कसं कळलं मी इथली नाही ते?'

'तुमच्या बोलण्यावरून आणि कपड्यांवरून.'

'का? इथल्या बायकांचे कपडे माझ्यासारखे नसतात?'

'नाही. इथल्या बायका इतके घट्ट कपडे घालत नाहीत आणि दुपट्ट्याचा घुंगट घेतात. तुम्ही तसा घेतलेला नाही.'

माझी सलवार त्याला घट्ट वाटत होती.

'तुमचं अगदी बरोबर आहे. मी इंडियन आहे पण मी एका पठाणाची बीबी आहे. मी माझ्या नवऱ्याबरोबर सात वर्षांपूर्वी काबुलला आले...' मी माझी संपूर्ण हकिगत मोकळेपणानं त्याला सांगून टाकली. ती ऐकल्यावर तो म्हणाला, 'हे पाहा, ह्यामध्ये मी तुम्हाला एकच मदत करू शकतो. ती म्हणजे रात्रीची राहण्याची व्यवस्था. उद्या इथं येऊन ते लोक तुमच्यासाठी काही करू शकतात का ते पाहा.''

रात्रीची राहण्याची व्यवस्था करून ज्यानं माझा फार मोठा प्रश्न सोडवला त्याचं नाव सिकंदर. मी त्याला आता 'सिकंदरसाहेब' म्हणूनच हाक मारायला लागले. सिकंदरसाहेबांनी मला जमीलबरोबर जमीलच्या घरी पाठवलं. इस्लामाबादमधल्या मोठ्या मशिदीच्या मागच्या टेकडीवर त्याचं घर होतं. त्यामुळे घराचा रस्ता उंचसखल होता.

जमीलची बीबी फार चांगली होती. आम्हाला घरी जायला रात्र झाली होती. जमीलच्या बीबीनं आम्हाला घरात बसवलं. तिन्नीला तहान लागली होती. सबंध दिवस तिची वणवण झाली होती. एकदा दुपारी मला म्हणाली, 'मा, भूक लागलीय.'

मी तिला म्हटलं, 'सोना, इथं जवळ खाऊचं दुकान नाही. तेव्हा खायला मागायचं नाही.'

सिकंदरसाहेबांचा डबा पाहिल्यावर तिनं विचारलं, 'मा, इथं जेवण मिळतं?'

'नाही बाळा. ते आपल्यासाठी नाही. एखादं दुकान दिसलं की मी तुला घेऊन देईन हं!'

'मग पाणी तरी दे ना!'

आमचं बोलणं सिकंदरसाहेबांनी ऐकलं असावं. त्यांनी आपला डबा मला दिला. मी 'नको', 'नको' म्हणताच ते म्हणाले, 'घ्या खाऊन घ्या. तुम्हाला नसली तरी पोरीला नक्कीच भूक लागली असेल. मलाही मुलंबाळं आहेत.' आमचं हे सर्व संभाषण हिंदीतून चाललं होतं.

माझे डोळे भरून आले. किती भला माणूस आहे हा! मी तिन्नीला पोटभर जेवायला घातलं. तिनं डाळ, रोटी खाल्ली. मटण फार तिखट होतं. तिन्नी ते खाणं शक्य नव्हतं. जमीलच्या बायकोच्या हाकेनं माझी तंद्री भंगली. तिनं

चहाचा कप माझ्या हातात दिला आणि ती माझ्यापाशी बसली. घरात सामान म्हणजे एक लोखंडी कॉट आणि दोन बाजा. ब्लॅक ॲण्ड व्हाईट छोटा टी.व्ही.ही होता. एक खुर्ची. तिच्यावर फॅन. उजवीकडे रुंद भिंत. तिच्या मध्यभागी एक स्टोव्ह. शेजारी शेल्फ. त्यावर भांडी, डबे वगैरे व्यवस्थित मांडून ठेवलेले. भिंतीला लागून एक कपाटही होतं. माझी नजर घरावरून फिरत फिरत घरातल्या बाईवर स्थिरावली.

तिन्नी झोपून गेली होती. चार वर्षांची पोर! दिवसभर वणवण करून दमली असेल. पण एकदाही कुरकुर केली नाही तिनं. भूक लागणं स्वाभाविक होतं. तरीही मी तिला रागावले होते. मी तिच्या केसांतून हात फिरवताच एकदा डोळे उघडून हात कोण फिरवतंय ते पाहिलं आणि मी जवळ आहे असे पाहताच निर्धास्तपणे झोपून गेली. ते पाहून जमीलच्या बायकोनं विचारलं, 'एवढी एकच मुलगी का तुम्हाला?'

'हो. तुम्हाला किती मुलं?'

'मला मूल नाही.'

'किती वर्षं झाली लग्न होऊन?'

'दहा.'

'अजून मूल झालं नाही? डॉक्टरांना दाखवलं का?'

'दाखवलं हो! पण काही उपयोग झाला नाही.'

'का? मूल होणार नाही असं म्हणाले का डॉक्टर?'

'नाही. तसं काही म्हणाले नाहीत. पण होईल असंही म्हणाले नाहीत.'

'मग धीर धरा. नक्की होईल.'

'किती वाट पाह्यची. सगळे तर...' तिच्याच्यानं पुढे बोलवेना. तिचे डोळे भरून आले होते. पण तिनं स्वत:ला सावरलं. ती खिन्न झाली होती. मी तिला निरखून पाह्यलं. तिच्यात काहीच कमी नव्हतं. ती देखणी नसली तरी चारचौघींत उठून दिसेल अशी होती. का कोण जाणे पण मला तिचं वाईट वाटलं. अचानक ती उठली, एकदा माझ्याकडे पाह्यलं आणि दाराला कडी घातली. परत येऊन ती मला चिकटून बसली. मला कसंसंच झालं. काहीतरी गमावल्याची व्याकुळता तिच्या नजरेत होती. एक अप्राप्य गोष्ट न मिळाल्याची खंत तिला डाचत होती. तिच्या चेहऱ्यावरून अंदाज बांधता येत होता.

'बीबीजी, आणखी चार दिवसांनी माझा नवरा दुसरं लग्न करणार आहे हो!'

'दुसरं लग्न?' खरं तर हल्ली मला दुसऱ्याबिसऱ्या लग्नाचं काही वाटेनासं झालं होतं. कारण अफगाणिस्तानात प्रत्येकजण दोन-तीन लग्नं करतोच. उद्या माझ्या नवऱ्यानं दुसरं लग्न केल्याचं मला कळलं असतं तरी मला आश्चर्य वाटलं नसतं. मी तिच्याकडे पाह्यलं. तिच्या नजरेत कासाविशी होती. आपल्या माणसाच्या

मिठीत निश्चिंतपणे हरवून जायचे तिचे दिवस आता सरले होते. सर्वांगावर रोमांच फुलवणारे दिवस आता निघून गेले होते. घरातल्या दिव्याच्या उजेडात ती तिच्या आशाआकांक्षा अंधारात विरून जाताना पाहत होती. आम्ही दोघीही बेचैन झालो होतो. अशा बेचैनीत किती वेळ गेला कोण जाणे! अचानक दारावर टकटक झाली. तिनं चकित होऊन माझ्याकडे पाह्यलं आणि दार उघडलं. त्या घराचा मालक– तिचा नवरा– आत आला. तो असा अचानक आलेला पाहून मीही गोंधळले. उभ्या उभ्याच त्यानं बायकोला विचारलं, ''बीबीजींसाठी स्वयंपाक केलास की नाही?''

''नाही. नाही. माझ्यासाठी काही करायची गरज नाही. जे असेल ते चालेल. खरं तर मला काही खायची इच्छाच नाही.''

त्यानं आणखी आग्रह केला नाही. तो आला तसा निघून गेला. एक असह्य वेदना माझं मन कुरतडायला लागली. ह्या वेदनेचा भार दुसरं कोणी उचलू शकणार नव्हतं. किंबहुना ती इतरांना कळण्यासारखीही नव्हती. आणखी एक फसवणूक मी पाहत होते. आणखी एक चित्तरकथा. फसवणुकीच्या पंजातून, कितीही प्रयत्न केले तरी, स्त्रीची सुटका नाहीच. पुरुषानं कितीही अत्याचार केले तरी तिला ते सहन करावे लागतात आणि तरीही तिला निर्दय पुरुषाच्या प्रेमाला ठोकरता येत नाही.

सकाळचे सात वाजले होते. एम्बसिसमोर गर्दी होती. एम्बसिच्या पायऱ्या रस्त्यापर्यंत आल्या होत्या. त्या चढून गेल्यावर लॉबी होती. शेजारी शेजारी खिडक्या होत्या. दोन्ही खिडक्यांवर व्हिसासाठी रांगा होत्या. उजाडण्यापूर्वीच लोकांनी रांग लावली होती. इतर एम्बसित इंडियन एम्बसिएवढी गर्दी नव्हती. रांगेतल्या लोकांना बाजूला सारून सिकंदरसाहेब मला एका खिडकीपाशी घेऊन गेले. खिडकी बंद होती. एक-दोन वेळा खिडकीवर टकटक केल्यावर एका शिपायानं खिडकी उघडून 'काय पाहिजे?' म्हणून विचारलं. सिकंदरसाहेबांनी त्याला माझ्याबद्दल सांगितलं आणि मोठ्या साहेबांशी माझी गाठ घालून देण्यास फर्मावलं. मला तिथंच थांबायला सांगून शिपाई आत गेला. जाताना, अर्थातच, त्यानं खिडकी बंद करून घेतली.

मी बंद खिडकीसमोर मोठ्या साहेबांची वाट पाहत होते तोच मला माझा तीन नंबरचा दीर मुशाखान दिसला. त्याच्या पलीकडे साओमद व मिराउजालही उभे होते. ते सर्वजण माझ्याकडे रोखून पाहत होते. त्यांना पाहून मी घाबरले नाही पण काळजीत मात्र पडले. जर त्यांनी मला पुन्हा अफगाणिस्तानात नेलं तर? मी बेचैन झाले. थोडी धाकधूकही वाटायला लागली पण मी वरकरणी तसं दाखवलं नाही. मी सिकंदरसाहेबांना हाक मारून माझे दीर दाखवून ठेवले. ते मला इथून बळजबरीनं नेण्यासाठी आलेत हेही सांगितलं. 'मला परत त्यांच्या देशाला नेता आलं नाही तर ते माझा खून करायलाही मागेपुढे पाहणार नाहीत. तुम्ही त्यांना ओळखत नाही. ते कोणत्याही थराला जाऊ शकतात. बदला

घ्यायचा झाला तर ते बापाची किंवा भावाचीही पर्वा करत नाहीत. जलीलचा खून करून त्याचा चुलतभाऊ कराचीत येऊन लपला होता. जलीलच्या सख्ख्या भावानं कराचीत त्याला शोधून काढलं आणि त्याचा खून करून आपल्या भावाच्या खुनाचा बदला घेतला. त्यांच्यावर माझा अजिबात विश्वास नाही.' मी सिकंदरसाहेबांना स्पष्ट कल्पना दिली.

माझं बोलणं ऐकल्यावर ते म्हणाले, 'तुम्हाला घाबरायचं कारण नाही. इथल्या लोकांना तुम्ही सर्व सांगा. तेच तुमची व्यवस्था करतील. मी तुमच्याबरोबर आहेच. मग कशाला घाबरता? गरज पडली तर मी तुम्हाला कमिशनरकडे घेऊन जाईन.'

आम्ही बोलत असतानाच खिडकी उघडली. तो मघाचाच शिपाई खिडकीशी आला आणि मला म्हणाला, 'या साहेबांशी बोला.'

आमचं बोलणं हिंदीतूनच चाललं होतं. मी खिडकीपाशी गेले. तिथं एक गृहस्थ बसले होते. त्यांचा वरचा छातीपर्यंतचा भाग मला दिसत होता. त्यावरून ते बारीक, सडपातळ असावेत असं वाटलं. त्यांनी मला विचारलं, 'आपण इंडियन आहात का?'

'हो, सर.'

'तुमच्याकडे काही कागदपत्रं आहेत का?'

'आहेत. माझी सर्टिफिकेट्स, रेशन कार्डाची झेरॉक्स, इंडियन कोर्टाचं लग्नाचं सर्टिफिकेट.'

'आपण आत या.'

त्या गृहस्थांनी त्या शिपायाला मला आत घेऊन येण्यास सांगितलं. शिपायानं मोठा दरवाजा उघडून मला आत बोलावलं. मी आत गेल्यावर माझ्याकडे कॅमेरा आहे का त्याची चौकशी केली. माझी हँडबॅगही तपासली. त्यानंतर समोरचं लॉन ओलांडून तो मला पलीकडच्या पॉश ऑफिसमध्ये घेऊन गेला. काही वेळातच मघाचेच गृहस्थ तेथे आले. आता त्यांना मी नीट पाह्यलं. त्यांनी सफारी घातला होता. बिस्किट कलरचा. त्यांनी माझी कागदपत्रं एक एक करून पाहिली आणि मला परत केली. माझ्या काळजाची धडधड वाढली होती. मी त्यांच्याकडे आशेनं एकटक पाहत होते. मला त्यांच्याकडून हवं ते मिळण्याची दाट शक्यता वाटत होती. ते आपले वाटत होते.

पण आपले सगळे अंदाज कुठं खरे ठरतात! ते गृहस्थ मला म्हणाले, 'मॅडम, मी आपल्यासाठी काहीही करू शकत नाही. मला करण्यासारखं काही नाही. आपण पाकिस्तानात असतात तर काही करता येतं का ते पाह्यलं असतं. आपण अफगाणिस्तानला परत जावं हेच बरं!'

मी त्यांना पुढे बोलून दिलं नाही. त्यांना थांबवत म्हणाले, 'धन्यवाद! आपण मला आत बोलावून आपला अमूल्य वेळ दिलात. पण तो वेळ वाया गेला ह्याबद्दल

मला वाईट वाटतं. आपला सल्ला मी लक्षात ठेवीन.'

मी असं म्हणताच ते मला म्हणाले, 'थांबा हं! काही करता येतं का ते पाहतो.'

त्यांनी शिपायाला बाहेर जायला सांगितलं. नंतर ते म्हणाले, 'आपली केस फार गुंतागुंतीची आहे. त्याबद्दल इथं चर्चा करणं बरं नव्हे. आपण माझ्या क्वार्टरवर जाऊ या. तिथं ड्रिंक्स घेता घेता सविस्तर बोलू. आपण ड्रिंक्स घेता ना?

हे त्याचं बोलणं ऐकताच मी संतापले. आवाजात शक्य तितका कोरडेपणा आणून मी उत्तर दिलं, 'नाही. मी ड्रिंक्स घेत नाही. आपल्याला जे काही बोलायचंय ते इथंच बोला.'

माझ्या नजरेवरून त्यांना माझा रोख समजला असावा. इंडियन एम्बसिचा वरिष्ठ अधिकारी, एका अडचणीत सापडलेल्या, त्याच्याच देशातल्या बाईमाणसासाठी फक्त एवढंच करू शकत होता? एवढंच त्याचं कर्तव्य होतं? हीच एका इंडियन माणसाची ओळख? ती कुठून, कशी आली आणि ड्रिंक्स घेते का हे विचारणं? पासपोर्ट नसताना पाकिस्तानात आल्याबद्दल पाकिस्ताननं मला पकडून तुरुंगात टाकायला पाहिजे होतं, मला शिक्षा करायला पाहिजे होती, माझ्यावर अत्याचार व्हायला हवे होते आणि इंडियन एम्बसिनं मला मदत करायला पाहिजे होती, मला ह्या संकटातून सोडवायला पाहिजे होतं. एका महत्त्वाच्या सरकारी पदावर काम करणाऱ्या व्यक्तीचं कर्तव्य काय? असं बेजबाबदारपणे वागण्यासाठीच का त्यांना इथं अशा उच्चपदावर नेमलं होतं? मी त्यांची शय्यासोबत करण्याचं नाकारलं म्हणून त्यांनी मला पाकिस्तानच्या हाती द्यावं? पाकिस्तानातील सरकारी अधिकारी त्यांच्यापेक्षा कितीतरी सभ्य होते. बरेचजण तर माझ्याशी भावासारखे वागले.

लहानपणापासून पाकिस्तानबद्दल वाईटच ऐकत आले होते. पण हे वाईट लोकच आज माझे मित्र झाले होते. पाकिस्तानी हिंदुस्तानींवर नेहमीच अत्याचार करतात असं ऐकलं होतं. पण मी तर त्याच हिंदुस्तानातील स्त्री होते ना?

एप्रिल संपत आला असावा. कराचीमधील इंडियन एम्बसि बंद केली होती. शनिवार. तारीख आठवत नाही पण बकरी ईदच्या सहा दिवस आधीची गोष्ट. १९९५ साल. पाकिस्तानी पोलिसानं मला आधार दिला, मदत केली. कठोरपणे मला माझ्या सासरच्या लोकांच्या ताब्यात दिलं नाही. मला सल्ला दिला. कॉन्स्टेबलपासून एस. पी. कमिशनरपर्यंत सर्वांनी मदतीचा हात पुढे केला. ते सर्व तर म्हणाले की असं जर आमच्या देशातील बाईच्या बाबतीत घडलं असतं तर प्रथम आम्ही तिला सोडवलं असतं आणि मग दोष कोणाचा आहे त्याचा विचार केला असता.'

दुसऱ्या दिवशी सकाळी मी अफगाणिस्तानच्या एम्बसित गेले. सिकंदरसाहेबांनीच तसं सांगितलं होतं. ते म्हणाले की तिथं ओळख काढून पासपोर्ट मिळवा. मग व्हिसाचं मी बघतो. माझे दीर जेव्हा मला बळजबरीनं न्यायला आले तेव्हा सिकंदरसाहेबांनी

त्यांना बसवून ठेवलं आणि एस. पीं. ना फोन करून आणखी एक पोलिस पाठवण्याची विनंती केली. तेव्हा माझे दीर जादू केल्याप्रमाणे अदृश्य झाले. त्यांना असं पळून जाताना पाहून मला खूप आनंद झाला. त्या मुशाखाननंच माझ्या तोंडावर, डोक्यावर, पाठीवर अतिशय जोरात गुद्दे लगावले होते. आता मात्र घाबरून पळाला होता.

पाकिस्तानात शुक्रवारी सगळं बंद असतं. त्या दिवशी सर्वांना सुटी असते. पण रविवारी सर्व व्यवहार सुरू असतात. मी सिकंदरसाहेबांकडून अफगाण एम्बसिचा पत्ता घेऊन त्या एम्बासित गेले. त्यांनीच मला टॅक्सी करून दिली आणि टॅक्सीचा नंबर स्वत:च्या डायरीत लिहून घेतला. शिवाय टॅक्सी ड्रायव्हरला वीस रुपये आगाऊ दिले आणि उरलेले मला परत करण्यास बजावले.

ही एम्बसि इंडियन एम्बसिसारखी नव्हती. खिडकीसमोर दोन बाकं होती. मी तिथं जाऊन बसले. शिपायाव्यतिरिक्त तिथं कोणीच नव्हतं. साधारण तासानं खिडकी उघडली. तोपर्यंत तिथं दहा-एक लोक जमले होते. सगळे फार्सिवान होते. मी खिडकीपाशी जाऊन एकाला पुश्तूत सांगितलं, 'मला पासपोर्ट हवाय.'

माझा आवाज ऐकताच त्या माणसानं माझ्याकडे पाहिलं. त्याच्या नजरेत संशय होता. त्यानं मला विचारलं, 'आपण अफगाणिस्तानी आहात का?' 'हो.' मी उत्तर दिलं.

त्याचा संशय फिटला नव्हता, हे माझ्या लक्षात आलं.

'अफगाणिस्तानात आपण राहता कुठं?'

'सारानाला.'

मला थांबायला सांगून तो माणूस निघून गेला. कुठं कोण जाणे! मी तिन्नीचा हात धरून उभी होते. आता हळूहळू मला भीतीनं घेरायला सुरुवात केली. पुष्कळ प्रयत्न करूनही भीती पाठ सोडेना. थोड्या वेळानं मी खिडकीतून आत डोकावून पाह्यलं. मघाचचा माणूस परत आला होता. तो फार्सीतून दुसऱ्या माणसाशी काहीतरी बोलला. मग खिडकीपाशी येऊन पुश्तूत म्हणाला, 'ह्या गेटमधून बाहेर पडून डावीकडे सरळ जा. तिथं एक मोठं गेट आहे. तिथून आत या. मी तुम्हाला आमच्या मोठ्या साहेबांकडे घेऊन जातो. तेच आपल्याशी बोलतील.'

मी त्यानं सांगितल्याप्रमाणे गेले. तो माणूस आतून येऊन माझी वाट पाहत उभा होता. मी त्याच्याबरोबर दुसऱ्या मजल्यावर गेले. एका डाव्या बाजूच्या खोलीत त्यानं मला जायला सांगितलं तेव्हा भीतभीतच मी खोलीत शिरले. खोली खूपच प्रशस्त होती. दारासमोर एक टेबल होतं. टेबलापलीकडे एक जाडजूड अफगाण गृहस्थ खुर्चीत रेलून बसले होते. मला त्यांनी खुणेनंच समोरच्या खुर्चीत बसायला सांगितलं. मी जेव्हा आत शिरले तेव्हा ते फोनवर बोलत होते. काही क्षणांतच त्यांनी फोन ठेवला आणि मला विचारलं, 'कोठून आलात?'

'अफगाणिस्तानातून.'

'तिथं कुठं राहता?'

'सारानाजवळ पातानाला.'

'आपल्या वडलांचं किंवा पतीचं नाव काय?'

'वडलांचं नाव तोरानाइखान आणि पतीचं जाँबाजखान.' मी अफगाण आहे असं सांगितलं असल्यामुळे वडलांचं नाव खोटंच काहीतरी सांगितलं. तोरानाइखान हे जाँबाजच्या वडलांचं नाव होतं.

'सध्या सारानाचा कोमान्दान कोण आहे?'

मी खरोखरच सारानाला राहते की नाही हे ते तपासून पाहत होते. कारण ह्या प्रश्नाचं उत्तर सारानातील लोकांशिवाय कोणालाही देता येणं शक्य नव्हतं. मादाली, रफीक, फरीद, आसाम हेच सारानाचे कोमान्दान होते. त्यानं एकाचं नाव विचारलं होतं. मी सगळ्यांचीच नावं सांगून मोकळी झाले. त्यानंतर मला काहीही विचारलं नाही. एकाला हाक मारून मला पासपोर्ट द्यायला सांगितलं.

अखेर माझी सुटका होणार म्हणून मला आनंदानं वेडच लागायचं बाकी राहिलं. पासपोर्ट घेण्यासाठी खाली उतरले आणि भूत पाह्यल्यासारखं थबकून उभी राहिले. समोर माझा चुलत दीर आद्रामान उभा होता. तो एक नंबरचा खोटारडा, स्वार्थी आणि दुष्ट होता. कुराणाची कसम खाणं हा त्याच्या दृष्टीनं पोरखेळ होता. मला शोधत शोधत तो इथं येऊन पोहोचला होता. मला पाहताच जवळ येऊन तो माझी समजूत घालायला लागला. त्यानं मला भरपूर आश्वासनं दिली. तो म्हणे मला कसंही करून इंडियात पाठवणार होता! इस्लामाबादला त्याचं घर होतं. तिथं चलण्यासाठी तो मला आग्रह करायला लागला. तेव्हा मी संतापून म्हणाले, 'मी येणार नाही. तुम्ही सगळे खोटारडे आहात. माझा तुमच्या कोणावरही विश्वास नाही.'

'मी फोनवरून जाँबाजशी बोललोय. जाँबाजनं तुला पाठवून द्यायला सांगितलंय.' तो प्रेमळपणे म्हणाला.

'तुम्ही पाठवून द्यायची गरज नाही. मीच स्वतः जाईन.'

'मी हरकत घेतली तर इथून तुला कोणीही पासपोर्ट देणार नाही.'

'न देऊ देत. आता मी ज्या देशात आली आहे तिथून मला कोणीही बळजबरीनं घेऊन जाऊ शकत नाही.'

'बळजबरीनं कोण नेतेय? मी तुला हिंदुस्तानात पाठवायला तयार आहे. माझ्या बोलण्यावर विश्वास ठेव आणि घरी चल.'

इस्लामाबादला आद्रामानचा स्वतःचा एक फ्लॅट होता आणि त्यानं टी.व्ही. फ्रिझचं दुकानही काढलं होतं. मी अखेर विचार केला की रस्त्यावर असं भटकण्यापेक्षा आद्रामानच्या घरी गेलेलं बरं! तिथून फोन करून जाँबाजशी बोलता येईल आणि

सगळा बेत पक्का करता येईल. माझ्या भावालाही सर्व सांगता येईल. म्हणून मी आद्रामानच्या फ्लॅटवर गेले. त्याची बायकोही तिथंच होती. शिवाय त्याचा सावत्र भाऊ आदम आणि वहिनी दानगीही घरी होते. दानगीच्या घशात ट्युमर झालं होतं. म्हणून ऑपरेशनसाठी ते इकडे आले होते. ह्या आदमलाच आद्रामाननं कॅसेट पाठवून पाकिस्तानाला कसं यायचं, कुठं उतरायचं, कुठली बस पकडायची वगैरे सर्व माहिती पुरवली होती. तिच्या बळावरच मी इथं येऊन पोहोचले होते.

आज बकरी ईद. आद्रामाननं मोठा बोकड आणला होता. सकाळपासून कुर्बानीची तयारी सुरू होती. अफगाणिस्तानात गेल्यापासून ह्या कुर्बानीची मला सवय झाली होती. काल रात्री मी फोनवर जाँबाजशी बोलले होते आणि आज अभिषेकशी बोलणार होते. मी उत्सुकतेनं फोनची वाट पाहत होते. अभिषेकशी काय बोलायचं ते रात्रीच ठरवून ठेवलं होतं.

सकाळचा नाश्ता होताच मी आंघोळ उरकून घेतली. इथं उकाडा फार होता. आंघोळ केल्यावर पुन्हा घाम यायचा. आद्रामानच्या फ्लॅटच्यावर गच्ची होती. त्यामुळे घर खूप तापायचं. अकराच्या सुमाराला फोन वाजला. आद्रामान घरीच असल्यानं त्यानंच फोन उचलला. माझा अंदाज खरा ठरला होता. फोन कोलकात्याहून आला होता. मी अभीला सांगता येईल तेवढी हकिकत सांगितली. जाँबाजशी बोलून पुन्हा फोन करण्याचं त्यानं कबूल केलं.

मी पुन्हा फोनची वाट पाहत बसले. पण दिवसभरात फोन आला नाही. मी फोनची आशा सोडली आणि पुढे काय करायचं ह्याचा विचार करायला लागले. तेवढ्यात फोन आला. मी धावत जाऊन रिसिव्हर उचलला.

अभीनं मला निरोप सांगितला की सध्या मी माझ्या सासरी अफगाणिस्तानात परत जावं. नाहीतर सासर बदनाम होईल कारण त्यांच्या मते मी पळून आले होते. महिनाभरात जाँबाजचा भाऊ मला हिंदुस्तानात परत पाठवणार होता. त्यानं तसं कबूल केलं होतं.

मी अभीला म्हटलं, ‘नाही रे, अभी! त्यांच्या कोणाच्याच बोलण्यावर विश्वास ठेवू नकोस. जाँबाज तुला खोटं सांगतोय. मी मोठ्या कष्टानं तिथून निसटलेय. पुन्हा मला हे जमणार नाही रे!’

‘तुला पळून यावं लागणारच नाही. जाँबाजनं मला शब्द दिलाय. जर तू महिन्याभरात आली नाहीस तर मी जाँबाजला सोडणार नाही.’

जाँबाजनं अभीचं ब्रेन-वॉशिंग केलं होतं. त्यामुळे मी काहीही सांगून उपयोग झाला नसता आणि फोनवर बोलणार तरी किती? तेव्हा आटापिटा करण्याचं सोडून दिलं. आता मला परत जाण्याशिवाय गत्यंतर नाही हे पक्कं कळून चुकल्यावर मी आद्रामानला म्हटलं की माझा इंडियाला जायचा सर्व खर्च दिल्याशिवाय मी इथून

हलणार नाही. त्याचा निरुपाय झाला. जाँबाजशी फोनवर बोलून त्यानं मला पाकिस्तानी तीस हजार रुपये दिले.

ईदनंतर दोन दिवसांनी मी मुशाखानबरोबर परत अफगाणिस्तानात जात होते. मुशा मला शोधत इथं येऊन पोहोचला होता. सर्व अडचणींवर मात करून, जीव धोक्यात घालून सुटकेसाठी मी पाकिस्तानात पळून आले होते. आज इथली अखेरची रात्र. पाकिस्तानला डोळे भरून पाहून घेत होते. पाकिस्तान आता मला माझा जिवलग मित्र वाटत होता.

हे पाच दिवस मी अगदी एकटी होते. पाकिस्तानात खूप फिरले. मनात कसला संशय नव्हता, भीती नव्हती. मी इंडियन आहे हे कळूनसुद्धा पाकिस्तानी पोलिसांनी मला अजिबात त्रास दिला नव्हता. माझ्याजवळ पासपोर्ट नसूनसुद्धा मला पकडलं नव्हतं. इंडियन एम्बसि माझ्यासाठी खूप काही करू शकत होती पण त्यांनी काहीच केलं नाही आणि पाकिस्तानला काही करता येण्यासारखं नसूनही त्यांनी माझ्यासाठी खूप केलं.

संकटाच्या वेळी पाकिस्तानात आले म्हणून पाकिस्तानचं दुर्लभ दर्शन मला झालं. अशा देशातून बाहेर जाताना मला निराधार झाल्यासारखं वाटत होतं. ह्या देशाबद्दल मला आपुलकी वाटायला लागली होती. माझ्या पुढे गुंतागुंतीच्या सामाजिक समस्या होत्या. पण त्या सोडवण्याचा उत्साहच माझ्यात उरला नव्हता.

रात्रीचे दोन वाजले होते. बसमधल्या एका सिंगल सीटवर मी बसले होते. माझ्यामागे मुशाखान बसला होता. दहाच्या सुमारास बस सुटली होती. पहाटे पाचला आम्ही मिरामसाला पोहोचणार होतो. माझ्या समोर एक मुसलमान जोडपं बसलं होतं. तिचं डोकं त्याच्या खांद्यावर विसावलं होतं. ती निश्चिंतपणे झोपली होती. मी कुतूहलानं त्या जोडप्याकडे पाहत होते. असं प्रेम माझ्याही वाट्याला येऊ शकलं असतं. आज सगळंच बदललं असलं तरी दोन-अडीच वर्षं माझं जीवनही राग-अनुरागानं कसं ओतप्रोत भरलेलं होतं. तो माझं सगळं ऐकायचा. मागचं सर्वच तो विसरून गेला असेल असं मला वाटत नाही. त्याला अजिबात आठवणी येत नसतीलच का? कितीतरी प्रेमाचे क्षण...... त्याला मुळीच आठवत नसतील? आता पुन्हा अनिश्चितता आणि काळजी.

बस मला आपुलकी, जिव्हाळा नसलेल्या अफगाणिस्तानच्या जीवनाकडे हळूहळू घेऊन जात होती. मी बाहेर पसरलेल्या काळोखाकडे शून्य दृष्टीनं पाहत होते. ∎

---

* सुन्नत : सुंता
* फरज : ईश्वरी आदेश

१२

मी इथं परत येऊन आज चार दिवस झाले. सगळं ठाकठीक आहे. म्हणजे मी इथून गेले तेव्हा जसं होतं तसंच आहे. बदलले आहे फक्त मी. कोणाशीही बोलताना मी वरमते. लाज, संशय, भीती ह्यामुळे मान खाली घालते. मी अशी का वागते ते माझं मलाच समजत नाही. मला एवढी कसली भीती वाटते? माझी असहायता स्वीकारणं हाच माझा अपराध. मी काही माझ्या नवऱ्याला सोडून पळून गेले नव्हते, उलट नवऱ्याकडे जाण्यासाठीच पळाले होते.

मला आता कोणापुढे उभं राहणंही शक्य नव्हतं. अजिबात शक्य नव्हतं. मी घरात एका कोपऱ्यात बसून राहत असे. मी पुन्हा पळून जाऊ नये म्हणून माझे दीर माझ्यावर पाळत ठेवत. दोन नंबरचा दीर तर त्याच्या बायकोला सोडून माझ्या खोलीच्या दारात एकटा झोपत असे आणि खिडकीखाली धाकटा दीर.

पाहता पाहता वीस दिवस उलटले होते. पण मला हिंदुस्तानात पाठवण्याचं चिन्ह दिसत नव्हतं. मध्येच एकदा मुशानं मला प्रवासखर्च म्हणून दिलेले पैसे मागितले. मी साफ नकार देताच तो चिडला आणि 'उद्या सकाळपर्यंत पैसे दिले नाहीस तर परिणाम चांगला होणार नाही,' अशी धमकी दिली.

कुत्र्याच्या पिलाप्रमाणे माझ्या मागे मागे फिरणारा हा मुशा आज मला धमकी देऊन भीती दाखवत होता. सत्तर सालच्या चळवळीत ट्याटनच्या सांगण्याप्रमाणे भाग घेतला असता तर माझ्यात आणखी धाडस आलं असतं. मग मनाशी झगडत न बसता मी प्रत्यक्ष काहीतरी केलं असतं.

१९७० सालची गोष्ट. मला फारसं काही समजत नव्हतं. मी लहान होते. कोलकात्यात तेव्हा नक्षलवादी चळवळीनं जोर पकडला होता. मला अजून आठवतंय. आमच्या पाड्यातल्या गल्ली-बोळांतूनही नक्षलवाद्यांची जा-ये सुरू झाली होती. त्यामुळे रस्त्यावर फिरणं तर सोडाच गच्चीवर जाण्यासही आम्हाला बंदी होती. आपल्या गच्चीचा आणि नक्षलवाद्यांचा संबंध काय हे मला कळतच नसे. मला आगापीछा ठाऊक नव्हता. नक्षलवादी म्हणजे कोण? किंवा काय? काहीच कळत नव्हतं. आमच्या घरांच्या भितींवरच फक्त त्यांचं अस्तित्व दिसत होतं. 'चीनचा चेअरमन तोच आमचा चेअरमन.' 'बंदुकीच्या नळीत विद्रोहाचा जन्म' हे सगळं

म्हणजेच नक्षलवाद का? माझा एक मित्र होता. ट्याटन. त्यानं एकदा मला विचारलं, 'सुमी, तू कामगार चळवळीत येशील?'

'म्हणजे रे काय? काय करायचं मी?'

'अग, हे एक आंदोलन आहे. जगातल्या कामगारांत विरोधाची आग भडकवायची. त्यांच्या दु:खात आपण वाटेकरी व्हायचं.' ट्याटनचे डोळे चमकत होते.

'मरो ते कामगारांचं दु:ख! आपल्या दु:खाचं काय? तुझी ही चळवळ आपल्याला नाही जमणार, बाबा! आणि सगळ्या जगाला आग लागली तर आपण त्यात होरपळणारच ना? नको रे बाबा! तसं काही व्हायला नको. त्यापेक्षा तू दुसरं काहीतरी कर ना! मला ही चळवळ बिळवळ अजिबात पसंत नाही.'

'हत्! मूर्ख कुठची! दुसरं काय करणार!'

'अस्सं म्हणतोस! मग काय करायचं?'

'काय करायचं म्हणे! तुझ्याकडून काही होणार नाही. तुझ्या नादी लागण्यात अर्थ नाही.' ट्याटन रागावून निघून गेला. जा बाबा! तुझ्या त्या आगीबिगीत कोण पडणार!

ट्याटन असाच! व्हरांड्यात विचार करत बसले होते तेवढ्यात मुलं समोरून धावत गेली. त्यांच्या हातांत सुऱ्यासारखं काहीतरी चमकत होतं. त्या सर्वांच्या मागे होता ट्याटन. मी त्याला मोठ्यानं हाक मारली. पण त्यानं एकदासुद्धा मागे वळून पाह्यलं नाही. मला भयंकर राग आला. ग्रिल धरून मी तो गेला तिकडे पाहत राह्यले. ढम् ढम् आवाज झाला. दोन बॉंब उडाले. क्षणार्धात रस्त्यावर शुकशुकाट झाला. ती मुलं गेली कुठं? माझ्या मनात काहूर उठलं. डोळ्यांची जळजळ व्हायला लागली. व्हरांड्यातून आत आले.

त्या दिवशी मी ट्याटनला नकार दिला नसता तर माझ्या विरोधात जोर आला असता. पण मग मनात विचार आला की मी लग्न कशासाठी केलं होतं? विरोध करण्यासाठी? हल्ली माझे दीर माझ्या मागे काहीतरी चर्चा करत. त्यांचं सतत काही ना काही बोलणं सुरू असे. घराबाहेर जाण्यास मला बंदी होती. घरातले सगळेच माझ्यावर नजर ठेवत. फक्त गुलगुटीचा अपवाद होता. मी गप्प बसले नव्हते. मी फक्त इथून जाण्याचाच विचार करत होते. मी मनाशी म्हणायची, 'मला तुम्ही सरळपणे माझ्या देशात पाठवलंत तर ठीकच, नाहीतर मी पुन्हा पळून जाईन. मला तुम्ही कोणीही रोखू शकणार नाही. मला अडवणं तुम्हाला जमण्यासारखं नाही. जोर-जबरदस्तीनं तुम्ही काहीही करू शकत नाही. ती शक्ती किंवा बुद्धी अल्लानं तुम्हाला दिलेली नाही. जर तुम्हाला बुद्धी असती तर तालिबान तुमच्या देशात घुसलेच नसते. बाहेरचा एक पंथ तुमच्या देशात मुसंडी मारून सत्ता बळकावतोच कशी? ह्याचा विचार केलाय का कधी? तुमच्या बायकांवर ते हात टाकतात. त्याचं

काय? तुम्ही नाइलाजानं का होईना त्यांचे अत्याचार सहन करता कारण तुम्ही दुबळे आहात. तुमच्या बायकांच्या अब्रूबद्दल, इज्जतीबद्दल तुम्ही उघडपणे बोलत नाही. तालिबानला ह्या बाबतीत जोरदार विरोध करायला हवा, पण तुम्ही गप्पच. तुमच्या बायकांना अब्रू, मान उरलेलाच नाही. तुमच्या देशासारखा दुसरा देश ह्या पृथ्वीवर शोधून सापडायचा नाही. परके लोक येऊन तुमच्या बायकांना मारझोड करतात आणि तुम्ही मुकाट्यानं सर्व सहन करता? तुम्ही अगदी नेभळट आहात. तुम्ही मला काय अडवणार? कितीही पहारा ठेवा, कुलपं घाला. मी मनात येईल तेव्हा इथून जाईनच. बघाच!'

मला घराबाहेर पडण्याची बंदी असली तरी द्रानाइचाचांकडे जाण्यास कोणीच विरोध करत नसे. कारण सर्वजण द्रानाइचाचांना घाबरत. द्रानाइचाचा इथली प्रतिष्ठित व्यक्ती होती. माझे दीर मला खूप छळतात हे सर्वांनाच ठाऊक होतं. त्यामुळे त्यांच्या घरी जाण्यास मला मज्जाव नव्हता. आमच्या घराच्या मागेच त्यांचं घर होतं. पण मध्ये आसामचाचाच्या घराची भिंत आल्यानं मोठा वळसा घालून त्यांच्या घरी जावं लागायचं. त्यांच्या घरातले सगळेच माझ्यावर माया करत. माझा मूड नसला की ती रात्र मी त्यांच्याकडेच काढत असे. साओमदच्या बायकोचं नाव झुमझुमा आणि रोसेनदारच्या बायकोचं नाव बाबान. मी गेले की ह्या दोघीही खूष होत. चाची माझ्यासाठी चांगलंचुंगलं खायला करत. माझ्याशी तास न् तास गप्पा मारत. मी कपडे उत्तम शिवते, म्हणून त्या माझ्याकडून शिवण शिकून घेत. त्यांच्याकडे गेलं की मला खूप बरं वाटायचं.

पण द्रानाइचाचा आणि सरीनाचाची दुःखी होते. १९९२ मध्ये त्यांच्या आयुष्यात एक दुर्घटना घडली. त्यांच्यावर आभाळच कोसळलं. त्यांचा काळजाचा तुकडा त्यांच्यापासून हिरावला गेला. तो दिवस आजही मला जशाचा तसा आठवतोय. द्रानाइचाचांवर मी रागवले होते. कारण त्यांच्या मेव्हण्याच्या लग्नाला मी गेले असताना त्यांनी मला ओळख दाखवली नव्हती. त्याच्या दुसऱ्याच दिवशी साओमदचं लग्न होतं. सगळे खूप आनंदात होते. ह्या देशात आनंद साजरा करायला लग्नाशिवाय दुसरी संधी फारशी मिळतच नाही ना! त्यामुळे ओळखीच्या किंवा नात्याच्या कोणाचंही लग्न असलं तर प्रत्येकजण येतोच. नाचतो गातोही. त्या दिवशीही सगळे असेच आनंदात होते.

रोसनच्या लग्नांतर एक वर्षांनी साओमदचं लग्न झालं. साओमदच्या पाठची बहीण सफिया. नावाप्रमाणेच रूप होतं तिचं. वय चौदा. तिचं लग्न झुमझुमाच्या मोठ्या भावाबरोबर झालं होतं. सकाळपासून घरात लग्नाचे विधी सुरू होते. लग्नासाठी जमलेले लोक हवेत गोळीबार करत होते. हा इथला रिवाज आहे. घरात लग्न असताना हवेत गोळी झाडली नाही तर त्याला शत्रू समजतात आणि ते

बरोबरच आहे. आनंदात सामील होतो तो मित्र. होत नाही तो शत्रू. इच्छा नसली तरी अशा समारंभांना जावंच लागतं. अगदी मरायला टेकलं तरी जावं लागतं.

दुपारची तीन-चारची वेळ असेल. रोसन माझ्याकडे आला आणि म्हणाला, 'साहेब कामाल, आकांनी पाठवलंय मला तुम्हाला बोलावण्यासाठी. ताबडतोब चला. सगळे जमलेत. नाच-गाणं चाललंय. तुम्ही का नाही आलात? माझ्याबरोबरच चला.'

'नाही. मी येणार नाही.'

'का? का नाही येणार?'

'काल तुझ्या मामांकडे जेवायला गेले होते. तिथं द्रानाइचाचा होते पण ते माझ्याशी एकही शब्द बोलले नाहीत. पोक्तानाही केला नाही.' 'पोक्ताना' म्हणजे शेक हॅन्ड.

'बरं! पण मी आकांना काय सांगू?'

'सांग की साहेब कामाल विचारतेय की तुम्हाला सगळ्यांना मान-अपमान आहे. फक्त साहेब कामाललाच नाही का?' मी रोसनशी बोलत बोलत आमच्या 'पालिजे'कडे गेले. पालिजे म्हणजे मळा. माझ्या दिरांनी मळ्यात काकडी, खिरे लावले होते. इथं काकडीला 'बदरंग' आणि टरबुजाला 'इंद्रोयाना' म्हणतात. तिरा म्हणजे खिरा. काकडीचं आणि खिऱ्याचं भरपूर पीक आलं होतं. टरबूजंही खूप आली होती पण अजून झाली नव्हती. रोसननं मला विचारलं, 'मला दोन काकड्या द्याल?'

'हो देईन की. ये. इकडे ये. काकड्या देते.' मळ्याच्या फाटकाच्या डाव्या बाजूला त्याला उभं करून मी काकड्या काढायला आत गेले.

'साहेब कामाल, तुमची द्राक्षं तयार झाली की मला देणार ना?'

'न द्यायला काय झालं? जेव्हा हवी असतील तेव्हा माग म्हणजे झालं.'

'मुशा, शावाली, कालाखान काही बोलणार नाहीत ना?'

'मी माझ्या वाटणीतली तुला देईन. त्यांच्या द्राक्षांना हातच लावायचा नाही. म्हणजे मग बोलण्यासवरण्याचा प्रश्नच नाही.'

'आता मी जातो. नाहीतर आका ओरडतील.'

रोसन गेल्यावर दोन-चार काकड्या घेऊन मी घरात आले.

दुसऱ्या दिवशी सकाळपासून मला आमंत्रणांवर आमंत्रणं यायला लागली. पण माझं एकच उत्तर 'मी येणार नाही.' तोंडानं मी नकार देत असले तरी मनातून जावंसं वाटत होतं. दवाखाना बंद करून जायचं ठरवलं. आज पेशन्ट्सची गर्दी फारशी नव्हतीच. सर्व मिळून दहा-पंधराच होते. दुपारी एकपर्यंत सर्व आटोपलंही. मग सादगीला जेवायला वाढायला सांगितलं. रोसनच्या घराच्या पूर्वेला मोकळी जागा

होती. तिथं मुलं नाचत होती आणि घराच्या अंगणात बायका.

दोन वाजले असतील. मी चांगला सलवार-कमीज घातला आणि डोक्यावरून दुपट्टा घेऊन बाहेर पडणार तेवढ्यात जाँबाजचा धाकटा आतेभाऊ सैयदखान मला मोठमोठ्यानं हाका मारत धावत आला.

'काय झालं? किती जोरात ओरडतोस रे! ही मी निघालेच.'

'साहेब कामाल, लिक पुम्बा रायका, जार काव्वा।' (लवकर थोडा कापूस द्या.) तो म्हणाला.

'कापूस? तो कशाला?'

'रोसेनदार आकपल जान इस्तालाई।' (रोसननं स्वत:च्या डोक्यात गोळी झाडून घेतलीय.)

'अशी कशी गोळी झाडून घेतली? कसं झालं असं?'

'कार्बाइन घेऊन रोसन हवेत गोळ्या झाडत होता. गोळ्या संपल्या असं त्याला वाटलं. म्हणून तो भिंतीवर बसला आणि त्यानं बंदूक अशी ठेवली की नळीचं तोंड त्याच्या कपाळाकडे आलं. बंदुकीत एक गोळी शिल्लक होती. ती अचानक उडाली आणि त्याच्या डोक्यातून आरपार गेली.'

बाप रे! असं कसं झालं! द्रानाइचाचांचा सर्वांत थोरला मुलगा. त्याची बायको बाबान किती लहान होती अजून! मी सैयदखानबरोबर धावत सुटले. मैद्यासारख्या मऊ मातीवरून मी अनवाणीच धावत सुटले. बर्फ पडल्यानंतर तीन महिने, बर्फ वितळल्यावर दोन महिने आणि मे, जूनमधला पाऊस वगळता वर्षातले उरलेले दिवस, ही माती इथल्या लोकांच्या जीवनाचंच एक अंग असते.

१९९२ च्या १६ जुलैचा दिवस. संध्याकाळचे पाच वाजले होते. ऊन रणरणत होतं. वातावरण तापलं होतं. ढोलाचा आवाज बंद झाला होता. नाच-गाणं थांबलं होतं. घराच्या भिंतींतून हृदय पिळवटून टाकणारा आक्रोश ऐकू येत होता. रोसनच्या अभागी आईनं जमिनीवर लोळण घेतली होती. छाती बडवून घेत ती बडबडत होती, 'रोसन, तू कुठं गेलास रे? तुझी बायको तर अजून नवी नवरीच आहे रे! तुझ्याशी ती अजून धड बोललीसुद्धा नाही. माझ्या बाळा, ये रे माझ्या मांडीवर. ह्या लग्नाच्या गडबडीत पाच दिवसांत मी तुला धड वाढलंसुद्धा नाही रे! ये रे, सोन्या, ये. डोकं ठेव माझ्या मांडीवर. पोरा, ये रे.'

एवढ्यात रोसनला एका खाटेवर ठेवून सगळ्यांनी मिळून उचलून घरात आणलं. सेरीनाचाची, मरगलाचाची, आबू आणि इतर रोसनच्या अंगावर पडून रडायला लागल्या. मीही तिथं अगदी जवळ जाऊन उभी राह्यले. माझ्या तोंडातून हुंदकासुद्धा फुटत नव्हता. पण आतून कढ येत होते. वैशाखातल्या वादळवाऱ्यात सापडल्याप्रमाणे माझं मन कासावीस झालं होतं. फार यातना होत होत्या. रोसनचं

शरीर कफनानं झाकलं होतं. फक्त तोंड तेवढं उघडं होतं. त्याच्याच बंदुकीनं त्याचा बळी घेतला होता. मागे उरल्या होत्या भल्याबुऱ्या आठवणी. आठवणींच्या वेदना.

मला त्या सगळ्यांबद्दलच खूप वाईट वाटत होतं. आईसाठी तर तो जन्मभर पुरणारं दुःख ठेवून गेला होता. एवढ्या दुःखातही माझ्या लक्षात एक गोष्ट आली. ती म्हणजे त्याच्या बायकोला कोणीही त्याच्यापाशी आणलं नव्हतं. प्रेम म्हणजे काय हे समजण्यापूर्वीच तिनं आपलं अगदी जवळचं माणूस गमावलं होतं. त्याचं शेवटचं दर्शनही तिच्या नशिबी नव्हतं. आत्यंतिक दुःखाच्या आणि लहानसहान आठवणींच्या सोबतीनं ती घराच्या कोपऱ्यात बसून भरल्या डोळ्यांनी काहीतरी शोधत होती. ती रोसनलाच शोधत असावी. तिच्या सुखस्वप्नांचा डोलारा आज पार कोसळून पडला होता. आता सुखस्वप्नं तिला पडणारच नव्हती. ती मूकपणे म्हणत असावी, 'ऐकायचंय तुम्हाला तो काय म्हणत होता ते? तो माझा होता. फक्त माझ्या एकटीचा.'

बाबान दुःखातून सावरली की नाही कोण जाणे! ती रोसनला विसरली की नाही, हेही सांगता येणार नाही, पण रोसन जाऊन वर्ष होतंय न होतंय तोच ती रोसनच्या भावाची– मिराउजालची– बीबी झाली. मिराउजाल द्रानाइचाचांचा दोन नंबरचा मुलगा. बाबानला दुसरं लग्न करायचं नव्हतं. ती खूप रडली, भेकली. दुसऱ्या कोणालाच नवरा म्हणून स्वीकारायला ती तयार नव्हती. तिच्या डोळ्यांतलं पाणी खळत नव्हतं. तिनं खूप आक्रोश केला, जमिनीवर लोळण घेतली, पण शेवटी तिला लग्न करावंच लागलं. कारण ती परस्वाधीन होती. दुसऱ्या कोणाशी लग्न करण्याची बाबानची इच्छा असती तरी ती करू शकली नसती. तिचं आयुष्य तिच्या स्वाधीन नव्हतं. सासरी असो की माहेरी– स्त्री पराधीनच असते. का? असं का? स्वातंत्र्याचं सुख स्त्रीच्या वाट्याला का नाही? पराजयाची ग्लानी स्त्रीच्याच नशिबी का? आमच्याही देशात स्त्रीच्या वाट्याला थोड्याफार प्रमाणात पारतंत्र्य आहेच की! नीट तपासून पाह्यलं तर लक्षात येईल की स्त्रिया सर्व क्षेत्रांत पुरुषांपेक्षा अधिक चांगलं काम करू शकतात. खरं तर पुरुषच जास्त परावलंबी असतात. मुलांचे वडील गेले तर आई काहीही करून त्यांना वाढवते. मुलांकडे पाहून दुःखाचा डोंगरही ती पार करते. स्वतःच्या सुखाला, स्वातंत्र्याला आनंदाला ती मूठमाती देते. पण आई गेली तर एकट्या वडलांना मुलांची आई होऊन, त्यांना वाढवणं जमतं का? बहुधा नाही. ते स्वतःच्या सुखासाठी दुसरं लग्न करतात किंवा वासना भागवण्यासाठी वेश्यांकडे तरी जातात. काही अपवाद असतील. नाही असं नाही. पण पुरुषाला वासना, भावना असतात तशा स्त्रीला नसतात? पुरुष आपल्या मनाप्रमाणे लग्न करू शकतो तसं स्त्री का करू शकत नाही? बाबानचं बळजबरीनं लग्न करताहेत म्हटल्यावर माझं पित्त खवळलं पण मलाही काही मर्यादा होत्याच. खरं तर मी काही करू शकत

नव्हते आणि बाबानचं दुसरं लग्न न करून तरी कसं चालणार होतं? तिचं वय किती कमी होतं! लहानच होती ती! पण म्हणून जबरदस्ती करायची? तिच्या इच्छेला काहीच किंमत नाही?

स्त्री एखाद्या वाहनात चढो की बाजारात जाओ- पुरुष स्त्रीला पहिला प्रेफरन्स देतात. सिनेमाच्या तिकिटांसाठी रांग असो किंवा रेशनसाठी. सर्व म्हणतील, 'जाऊ द्या. बाईमाणूस आहे.' अशा वेळी बायकाही खूष होऊन एकदम विरघळतात. पुरुषांबद्दल कृतज्ञता व्यक्त करतात. पण पुरुष त्यांना 'अबला' समजून असं वागतात, हे त्यांच्या लक्षातच येत नाही. असे उपकार कशाला हवेत? असले उपकार आम्हा स्त्रियांना अबला बनवतात. कणाहीन बनवतात. जगातल्या सर्व स्त्रिया अशा उपकारांच्या विरोधात ताठ मानेनं का उभ्या राहात नाहीत? खाली मान घालून सर्व चालवून का घेतात?

भारतातल्या स्त्रियांच्या परिस्थितीत थोडी सुधारणा आहे. पण अफगाणिस्तानातील स्त्रिया पूर्णपणे परतंत्र आहेत आणि आता तालिबानचा शिरकाव झाल्यानंतर तर त्यांना घराच्या एका कोपऱ्यात ढकललं गेलंय.

बाबानचा हा नवरा कसा वागेल कोण जाणे! मिळालं तर प्रेम नाहीतर बेबनाव. तरीही बाईला संसार करावाच लागतो. नवऱ्याशिवाय बाईला तरणोपाय नसतो. लग्नानंतर नवरा आणि म्हातारपणी मुलगा. पण एकटा मुलगाच का? त्याच्या जोडीला मुलगी का नाही? लग्नानंतर पुरुषानं बायकोच्या घरी का जायचं नाही? कारण काय तर म्हणे तो त्यांना त्यांच्या पौरुषत्वाचा अपमान वाटतो. आश्चर्यच आहे! नुसत्या येण्याजाण्यानं पौरुषत्वाचा अपमान होतो? पौरुषत्वाचा मान-अपमान एवढा मर्यादित असतो? स्त्रीवर अत्याचार करताना त्याच्या पौरुषत्वाचा अपमान होत नाही? आपल्या पत्नीची फसवणूक करताना त्याच्या पौरुषत्वाचा अपमान होत नाही? दहाजणींबरोबर शय्यासोबत करतानाही अपमान होत नाही की, अपमानाचं हे क्षेत्र फक्त स्त्री पुरतंच असतं?

एखाद्या स्त्रीनं एकाला सोडून दुसऱ्याशी संबंध ठेवला तर ती वेश्या होते. 'वाईट चालीची' म्हणून तिच्यावर शिक्का मारला जातो पण पुरुषाला असा डाग का लागत नाही? माझ्या धाकट्या काकीनं एका तान्ह्या मुलीला मागे ठेवून जगाचा निरोप घेतला तेव्हा माझ्या आजीनंच काकाच्या दुसऱ्या लग्नासाठी घाई केली. पहिली बायको जाऊन एक वर्ष होतं न होतं तोच तो दुसऱ्या लग्नाला उभा राह्यला आणि नवी बायको घेऊन आला. पण माझ्या धाकट्या आत्याच्या बाबतीत मात्र उलटंच घडलं. ती अतिशय देखणी होती. ती अकरा वर्षांची होते ना होते तोच तिचं लग्न एका तीस वर्षांच्या गृहस्थाशी लावून दिलं. वयस्क नवऱ्याबरोबर तिला सवतही मिळाली.

नंतर? दोन वर्षांनंतर तिला मुलगा झाला. ह्या मुलानंतर पाठोपाठ दोन मुलगे आणि एक मुलगी झाली. शेवटच्या बाळंतपणातच वैधव्य आलं. कोणाही पुरुषाला भुरळ पडावी असं तिचं रूप होतं. तेव्हा माझी आई माझ्या वेळेला गरोदर होती. सहावा महिना होता तिला. पण माझ्या आजोबा-आजींनी आत्याच्या लग्नाचा विचारच केला नाही. त्या दृष्टीनं पाहता अफगाण उदारच म्हणायचे. आत्या आपल्या चार मुलांना घेऊन भावांच्या दारात येऊन पडली. ह्या देखण्या बाईनं वयाच्या पंचविसाव्या वर्षीच जीवनाशी तडजोड केली. आपल्याला इच्छा-आकांक्षा आहेत हे ती विसरूनच गेली. तिचं एकमात्र लक्ष्य होतं मुलांना मोठं करणं, मुलीचं लग्न करणं. तिला नवऱ्याकडून खरंच सुख मिळालं का? हाच प्रश्न मी एकदा तिला विचारला. तेव्हा ती म्हणाली की, 'सुखबिख मला माहीत नाही. पण रात्री मूल रडत उठलं तरी त्याच्याकडे दुर्लक्ष करून मला तुझ्या काकांची इच्छा भागवावी लागायची.' तिचं हे उत्तर ऐकताच माझ्या मनात अत्यंत खुनशी विचार आला. वाटलं की काकामोशाई हयात असते तर त्यांच्या लांबुडक्या नाकावर ठोसा मारून त्यांचं नाकच फोडलं असतं. स्त्री इतकी क्षुद्र आहे की तिच्या इच्छा-अनिच्छेला काहीच किंमत नाही? तरीही माझ्या आत्यानं हार मानली नाही. तिन्ही मुलांना तिनं चांगल्या रीतीनं वाढवलं. एखाद्या पुरुषाला जमणार नाही ते तिनं करून दाखवलं. ती एकटीच होती. तिनं कोणाची मदत घेतली नाही. वडील आणि भाऊ ह्यांच्या मेहेरबानीनं मोठ्या दोन मुलांना रामकृष्ण मिशनमध्ये दाखल करून त्यांचं शिक्षण पूर्ण केलं. धाकट्याला 'दि गंगा हायस्कूल'मध्ये घातलं. त्यालाही व्यवस्थित शिकवलं. आता तिच्या मोठ्या मुलाची वुडन फॅक्टरी आहे. दोन नंबरचा मुलगा रामकृष्ण मिशनमध्ये शिक्षक आहे. धाकटा वेस्ट बेंगॉल पोलीसमध्ये नोकरीला आहे. मुलीचं लग्न एका पी.डब्ल्यू.डी. मधल्या कॉन्ट्रॅक्टरशी झालंय.

आज आत्या सुखी आहे. पण सुखी तरी कशी म्हणायची? एवढे कष्ट करून, स्वार्थत्याग करून तिनं ज्या मुलांना वाढवलं, शिकवलं, पायावर उभं केलं, ती मुलं मात्र आज वेगळी झालीत. आपापलं आयुष्य जगताहेत. शेवटी ही एकटीच राहिलीय. अगदी एकटी. कार्तिकपूरच्या जुन्या घरात ती एकटीच राहते. चैत्रातल्या एखाद्या दुपारी किंवा थंडीतल्या करकरीत तिन्हीसांजेला ओसरीच्या कोपऱ्यातल्या खांबाला टेकून ती आपल्या आयुष्याचा जमाखर्च मांडत असेल. अनेक दुःख तिनं सहन केली. तिचं हृदय ह्या दुःखांनी किती रक्तबंबाळ झालं असेल! प्रचंड उकाडा असो वा कडाक्याची थंडी, तिच्या कष्टाला खंड माहीतच नाही. अजूनही ह्यात फरक पडला नसेलच. विसाव्याच्या एखाद्या क्षणी नारळाच्या गळून पडलेल्या झावळीकडे ती कोरड्या नजरेनं पाहात असेल.

ह्या आत्याला मी खूप घाबरायची आणि तेवढंच प्रेमही करायची. तिच्याबद्दल मला आदरही वाटायचा.

बाप रे! विरोधाबद्दल बोलता बोलता मी केवढं रामायण ऐकवलं!

आता वेळ दवडण्यात अर्थ नव्हता. मुशा पैशासाठी माझ्या मागे लागला होता. त्या पैशावर त्याचा अजिबात हक्क नव्हता. ते माझे पैसे होते. हिंदुस्तानात जाण्यासाठी ते मला दिले होते. तेच पैसे तो मागत होता. ह्याचा अर्थ मला हिंदुस्थानात जाऊ द्यायचं नाही, हे त्यानं पक्क ठरवलं होतं. म्हणजे टेलिफोनवर झालेलं सर्व बोलणं खोटं होतं. माझ्यासमोर तो एक बोलला होता आणि माझ्या पाठीमागे दुसरंच. अभिषेकशीही झालेलं बोलणं खोटंच होतं तर!

मी विचारात पडले. दीड महिना उलटून गेल्यावरही मी हिंदुस्तानात गेले नाही तर अभिषेक जाँबाजला खरंच जाब विचारेल का? कदाचित विचारणारही नाही. अभी खूप शांत आहे. तो असल्या भानगडी कशाला करेल? त्यापेक्षा इथून पळालेलंच बरं!

पाकिस्तानातून परत आल्यापासून माझ्यात नवी हिंमत आली होती. इथं बरीच वर्षं मी एका लहानशा खेड्यात राहिले होते. त्यामुळे माझा आत्मविश्वास मी गमावला होता, माझ्यात धाडस उरलं नव्हतं, पण आता मला नवी उमेद आली होती. तेव्हा पुन्हा एकदा बाहेरचा रस्ता धरायला हवा होता. घराबाहेर पाऊल टाकायला हवं होतं; मात्र ह्या वेळी पळून जाणं सोप नव्हतं. इथं माझ्यावर तिहार जेलसारखा पहारा होता.

रात्रभर मला झोप आली नाही. काय करावं ह्याचाच विचार करत होते. खिडकीच्या खाली शावाली झोपत असे. त्याला ओलांडून पळता आलं तर? नंतर द्राक्षाच्या मळ्याच्या पडक्या भिंतीवरून उडी मारून बाहेर पडता येईल. असा विचार मनात येताच उठून बसले. हळूच खिडकीपाशी गेले. शावाली कुठं झोपतो त्याचा अंदाज घेतला. नाही, त्याला ओलांडून जाणं शक्य नव्हतं. नंतर दारापाशी जाऊन कालाखानच्या झोपण्याच्या पोझिशनचा अंदाज घेतला आणि मला आनंदाच्या उकळ्या फुटल्या. कालाखान असा झोपला होता की, त्याला ओलांडून जाणं मला सहज शक्य होतं. फक्त तो गाढ झोपायला पाहिजे. 'मला आताच तयारीला लागायला हवं,' असं मी मनाशी म्हणते तोच कालाची बायको-सादगी-कालापाशी आली आणि म्हणाली, 'जे. एओ सातकि इलिये सामालाम। खोनेके डेर गरमि दा। (मी जरा इथंच आडवी होते. घरात खूप उकडतंय.)

दरवेळी अल्ला माझा विरस का करतो? तथाकथित हिंदू असून मी वारंवार अल्लालाच आळवीत होते. माझी त्याच्यावर श्रद्धा बसली होती. पण तो काही माझी संकटातून सुटका करत नव्हता. आज मी त्याच्याजवळ अखरेचा धावा करत होते की मला पळून जाण्याची वाट मोकळी करून दे. अल्लाजवळ प्रार्थना केल्यावर आता आपण तयारीत राहिलं पाहिजे असा विचार केला. सादगी उठून गेली की पळ

काढायचा. गुलगुटी निर्धास्तपणे झोपली होती. मला मात्र झोप येत नव्हती. अंधारातच चाचपडत व्ही. आय. पी. सूटकेसपाशी गेले. अंदाजानं चाचपडत बॅग उघडली. आवाज न करता पैसे बाहेर काढले. पंधरा लाख रुपये. म्हणजे इंडियाचे तीस हजार. एवढे पैसे कसे न्यावे हे सुचेना. माझ्याकडे दुसरी एक बॅग होती. त्यात ते भरले. दोन चुडीदार आणि चपलाही घेतल्या. चपला पायात घातल्या असत्या तर आवाज आला असता. मग कुराणशरीफ छातीशी धरून खिडकीशी सादगी उठून जाण्याची वाट पाहात बसले.

रात्र सरली. पूर्वेच्या क्षितिजावर सूर्यनारायणाच्या आगमनाची वार्ता पाखरांनी दिली. पण सादगीही उठली नाही आणि मला पळताही आलं नाही. पहाटे शावाली आणि काला नमाज पढायला गेले. दार उघडंच आहे असं पाहून मी द्रानाइचाचांकडे गेले आणि इथं एक दिवस लपून राहू का म्हणून विचारलं. चाचींना हकिकत सांगताना मला रडूच कोसळलं. मला रडताना पाहून चाचींच्या डोळ्यांनाही पाणी आलं. मग घरातल्या सर्व मोठ्या माणसांना मी काय घडलं ते सविस्तर सांगितलं. चाचा ह्या वेळी घरात नव्हते. चाची मला लपण्यासाठी जागा शोधायला लागल्या. माझ्या दिरांना काही संशय आला आणि ते इथं आले तर? मी कोणालाच सापडणार नाही अशा ठिकाणी लपायला हवं होतं.

पूर्वेकडच्या एका खोलीतून जिना धाब्यापर्यंत गेला होता. त्याच्या वरच्या शेवटच्या पायरीवर मी जाऊन बसावं, असं चाचींनी मला सुचवलं. चाचींच्या मोठ्या मुलीनं– जरीना तिचं नाव- आणि बदरीनं पायरीवर पातळ गादी अंथरली. बदरी चाचींची पुतणी. मी तिथं जाऊन लपून बसले. दहा मिनिटांनी जरीना माझ्यासाठी चहा आणि पराठे घेऊन आली. चहाबरोबर पराठे खाताना माझ्या मनात आलं की किती गमतीचा अनुभव आहे हा! पळून गेल्यावर आपल्याला गादीवर आरामात बसून चहा पराठे खायला मिळतील असं कोणाच्या मनात तरी येईल का? ह्यालाच जीवन म्हणायचं का? इथल्या जीवनात स्थिरता आहे पण शांतता नाही. खरं तर इथलं जीवन थंड, थिजलेलं, थांबलेलं आहे. असं काही माझ्या आयुष्यात घडेल असं मला कधीतरी वाटलं होतं का?

माझ्या आयुष्यात आलेल्या ह्या अनिश्चिततेशी कधी ना कधी मला जुळवून घ्यावं लागले का? इथल्या इतर सासुरवाशीणींची अवस्था कधीतरी माझ्यासारखी झाली असेल? असेलही. किंवा त्यांना कशाचीच जाणीवही नसेल. पुढचे विचार करायला झोपेनं अवसरच दिला नाही. माझे डोळे मिटायला लागले.

झोपेमुळे जड झालेले डोळे उघडणंही मला अवघड जात होतं. जरीना माझ्या जवळ कशाला उभी आहे, हेही लक्षात येत नव्हतं. तिनं मला जोरजोरात हलवल्यावरच माझ्या डोळ्यांवरची गुंगी उतरली.

'साहेब कामाल, उठा! उठा! आता लपून बसण्यात काही फायदा नाही. सगळ्यांना कळलंय. आकाही घरी आलेत.' जरीनाच्या ह्या बोलण्यानं माझी झोप कुठल्या कुठं पळाली. मी इथं लपून बसलेय, ह्याची आठवण झाली. मी भानावर येऊन तिच्याकडे डोळे फाडफाडून पाह्यला लागले. तिच्या डोळ्यांत भीती स्पष्ट दिसत होती.

सगळ्यांना कळलं? म्हणजे कारभार आटोपलाच म्हणायचा! आता माझे दीर मला ठार मारल्याशिवाय राहणार नाहीत. मी घाबरले. भीतीनं माझ्या घशाला कोरड पडली. हातपाय थंड पडले. घरातल्या ए. के. ४७ ची आठवण झाली. माझ्या दिरांनी मला सगळीकडे शोधलं असणार आणि आता ते रागानं बेभान झाले असणार. जरीना सांगत होती, 'आसामचाचाच्या लंगड्या पोरानं तुम्हाला इकडे येताना पाह्यलं. त्यानं तुमच्या घरात ही बातमी पोहोचवली. मग मा चा नाइलाज झाला. ती स्वत:च तुमच्या घरी गेली आणि 'झुमझुमा आटा आणायला गेली. तेव्हा तिनं तुम्हाला पाह्यलं' असं सांगितलं. मुशा आणि काला बंदूक घेऊन घिरट्या घालताहेत. तुम्ही दिसताच गोळी घालतील.'

हाय रे! काय हा नशिबाचा खेळ! आई-बाबा, आजी ह्यांना मी अखेरचं पाहूसुद्धा शकणार नाही! आज मरण माझ्या समोर येऊन उभं राह्यलंय. राहू दे. मी कोणालाही सोडणार नाही. माझा अतृप्त आत्मा जाँबाजच्या घराभोवती घुटमळत राहील. जिवंत असताना जे मला करता आलं नाही ते मेल्यावर अगदी सहजपणे करता येईल. मारू दे मला. गोळी घालू दे. मरणामुळेच आज माझी सुटका होईल. मी विचारात गढून गेले होते. जरीना माझ्याजवळून केव्हा उठून गेली ते मला कळलंसुद्धा नाही. जाऊ दे. आज माझ्यासमोरून सगळ्यांनीच निघून जा.

मी उठले. जिना उतरून खाली आले. तेवढ्यात सरीनाचाची आणि मरगलाराचाची बाहेरून आत आल्या. मरगलाराचाची द्रानाइचाचांची मोठी वहिनी.

'पोरी, तू आज तुझ्या चाचांमुळे बचावलीस.' सरीनाचाची म्हणाली.

'बचावले? म्हणजे?' मला काही कळलं नाही.

'कालाला आणि मुशाला त्यांनी सांगितलं की जाँबाजनं त्याच्या बायकोला हिंदुस्तानात पाठवून द्यायला सांगितलं होतं. पण तुम्ही आसामचं ऐकून जाँबाजच्या निरोपाकडे दुर्लक्ष केलंत. आता जर तुम्ही साहेब कामालला मारलंत तर जाँबाज ह्याचा बदला घेतल्याशिवाय राहणार नाही. तो तुमच्या बायकांना ठार मारेल. तुम्ही जाँबाजच्या बायकोला इतके दिवस इथं डांबून ठेवलंत. आता त्यानं विचारल्यावर काय उत्तर द्याल? माझ्या बायकोला का मारलं असं विचारल्यावर तुम्ही काय जवाब द्याल? पळून गेली म्हणून मारलं असं सांगितलंत तर 'ती का पळून गेली?' असं जाँबाज विचारेलच. तुम्ही तिला का पाठवलं नाही? आता स्वत:चा सोन्यासारखा

संसार उधळून लावू नका.'

ह्यावरून एक गोष्ट मला स्पष्ट समजली. जाँबाजनं मला हिंदुस्तानात पाठवायला सांगितलं होतं. मला अडकवून ठेवण्यात त्याचा हात नव्हता. आसामचाचाच मागून सर्व सूत्रं हलवत होता. म्हणजे खरा सूत्रधार तो होता तर! जर कधी हिंदुस्तानात जायला मिळालं तर आसामचाचाला धडा शिकवायचा असं मी मनाशी पक्कं ठरवलं. तो खोटा पासपोर्ट घेऊन दोन महिन्यांच्या बोलीवर पाकिस्तानातून हिंदुस्तानात आला होता. त्याचं पितळ उघडं पाडायचंच असं मी ठरवलं. इन्कम टॅक्स ऑफिसमध्येही त्याच्या विरुद्ध तक्रार करायची. महिन्या दोन महिन्यांनी तो चोरमार्गानं दोन ते तीन लाख रुपये घरी पाठवत होता.

चाचींच्या हाकेनं माझी तंद्री भंगली. 'साहेब कामाल, आता चाचा तुझ्याशी बोलायला येतील. तू बाबानच्या खोलीत जाऊन बस.' चाची निघून गेल्या.

मी उजव्या हाताच्या खोलीत जाऊन दार लोटून घेतलं. भीती आणि काळजी ह्यांतून माझी तात्पुरती का होईना सुटका झाली होती. चाचींतर्फे चाचांना सांगून मला इथून पाठवायची व्यवस्था करता येईल, असं वाटलं.

किती वेळ विचार करत बसले होते कोण जाणे! अचानक समोरच्या खिडकीकडे लक्ष गेलं. चाचा माझ्या दोन दिरांना घेऊन येत होते. मी उठून उभी राह्यले.

एवढी आपत्ती कोसळली असतानाही मी अदब विसरले नाही. चाचा मोठे होते. त्यांचा मान राखलाच पाहिजे.

'काय, साहेब कामाल?' चाचा आत आले आणि माझ्यासमोर बसले. काला आणि शावाली उभेच होते. चाची आणि जरीनाही आत आल्या. मरगलाराचाची, बाबान, झुमझुमा बाहेर उभ्या होत्या.

'असं पुन्हा पळून जायला काय झालं?' चाचांनी विचारलं.

'जाँबाजनं महिनाभरात मला हिंदुस्तानात पाठवायला सांगितलं होतं. पण हे कोणी पाठवायला तयार नाहीत. मग मी तरी काय करू?'

'पाठवणार कसे? आसामनं मना केलंय ना!'

'आसाम कोण? आता तो वेगळा राहतो. माझा नवरा किंवा पालक आहे जाँबाज.' मी चिडले होते. एवढ्याशा गुळाच्या खड्यासाठी किंवा चिमूटभर साखरेसाठी माझ्या घरच्यांना आसामच्या बायकोपुढे भिकाऱ्यासारखा हात पसरावा लागत होता. माझ्यामुळेच त्यांना स्वतःचं घर मिळालं. हे दिवस दिसले. हे सगळं ते विसरले होते आणि आसामचं ऐकून मलाच छळत होते.

'मी उद्याच मुशाला पाकिस्तानला पाठवतो. तो फोनवरून जाँबाजशी बोलेल.'

'ठीक आहे. एवढे दिवस थांबले आणखी थोडं थांबेन.'

बोलणं संपलं. उद्या मुशानं पाकिस्तानला जायचं असं ठरलं. मुशा परत

येईपर्यंत मी पळून जायचा प्रयत्न करणार नाही, असं मी चाचांना कबूल केलं. मी घरी परत गेले नाही. द्रानाइचाचांकडेच राह्यले. चाचा फारच सज्जन माणूस! ते सर्वांनाच आवडत. चाची माझं कोडकौतुक करत. चाचा माझ्यासाठी रोज काही ना काही खायला आणत. मला काय हवं नको त्याची चौकशी करत. गजनीहून काकडी, जरदाळू, मिरच्या, वांगी आवर्जून आणत; पण खाण्यावरची वासनाच उडाली होती. एवढ्या लांबून ते माझ्यासाठी आणतात म्हटल्यावर त्यांचा अपमान होऊ नये म्हणून मी उगाचच थोडंसं तोंडाला लावायची.

■

१३

जुलैची पाच तारीख. मुशानं द्रानाइचाचांजवळ पाकिस्तानात जाण्याचं कबूल केलं; प्रत्यक्षात तो गेलाच नाही. मला पाठवावयाची व्यवस्थाही केली नाही. मी चाचांना म्हटलं, 'चाचा, ते तर काहीच करत नाहीत. आता मी पळून गेले तर मला दोष देऊ नका.'

'नाही. मी तुला काही बोलणार नाही.'

माझा आता देवावरचा विश्वास उडाला होता. जो समोर दिसेल त्याला माझ्यासाठी एक जीप ठरवायला सांगायची. एका खूप दु:खी बाईला धरलं. म्हटलं, 'मी तुला दोन लाख देते. मला एक गाडी ठरवून दे.' पण तीही तयार झाली नाही.

द्रानाइचाचा मला आता त्यांच्या घरी ठेवायला तयार नव्हते. कारण मी त्यांच्या घरातून पळून गेले असते तर माझ्या दिरांनी त्यांना सोडलं नसतं. काय करावं तेच सुचत नव्हतं. घरातून बाहेर पडण्याचा मार्ग सापडत नव्हता. मला सरळ मार्गानं पाठवलं नाहीत तर मला वाकडी वाट धरावी लागेल. काही झालं तरी मी इथून जाणारच.' असं मी माझ्या दिरांना स्पष्टपणे बजावलं. अर्थात त्यांनी माझ्या बोलण्याकडे लक्ष दिलं नाही. ते मजेत होते. व्यवस्थित खात पित होते आणि मस्त भटकत होते. मला मात्र आता हे सहन होत नव्हतं. माझ्या सहनशक्तीचा अंत झाला होता. त्यांचा मस्तवालपणा मला डोईजड झाला होता.

गुलगुटी माझं सर्व करायची. तिला आमच्या घरात दिवसभर राबावं लागायचं. तरीही तिचं काम कोणाच्याही मनास यायचं नाही. बरं नसलं तरी दुखणं अंगावर काढायला लागायचं. तिच्या दोन मुलींना लाचारीनं जगावं लागायचं. कोण बघणार त्यांच्याकडे? नवऱ्याचा तर प्रश्नच नव्हता. दुसरं लग्न करून तो मजेत होता. माझ्या दिरांना जनावरं म्हणणंही बरोबर नव्हतं. मुशानंच गुलगुटीच्या आयुष्याचा नाश केला होता. क्षुल्लक शारीरिक गरजेपोटी तिनं आपला नवरा कायमचा गमावला होता आणि मुशा मात्र मजेत होता. लग्न करून संसार करत होता. शारीरिक गरज फक्त गुलगुटीलाच होती? मुशाला नव्हती? मग तिनं मात्र संसार, नवरा सगळं गमावलं आणि हा आपला सुखात आयुष्य घालवतोय. असं का? जगात स्त्रियांना प्यावं लागतं गरळ आणि पुरुषांना मात्र मिळतं अमृत. मला हे अजिबात मानवत नव्हतं. स्त्रियांना 'माणूस' म्हणून कोणी जमेसच धरत नाही. आणखी किती काळ

स्त्रियांना हे सोसावं लागणार कोण जाणे! मी मात्र माझं उदाहरण लोकांपुढे ठेवणार.

इथल्या लोकांनी जे स्वप्नातदेखील पाह्यलं नसेल ते मी प्रत्यक्षात करून दाखवणार आहे. मी फेरीवाल्याकडून तीस मीटर जाड इलॅस्टिक विकत घेतलं. वीस मीटर घरात होतंच. आमच्या घराची भिंत अंदाजे पंधरा मीटर उंच असेल. इलॅस्टिक दुहेरी करून मी भिंत ओलांडून पळून जायचं ठरवलं. माझे दीर मला ज्या रस्त्यानं शोधायला येण्याची शक्यता होती त्याच्या उलट दिशेनं मी जाणार होते. माझा बेत गुलगुटीला आणि चाचींना ठाऊक होता.

एक दिवस गेला. दोन दिवस गेले. ऑपरेशन सक्सेसफुल होत नव्हतं. संधीच मिळत नव्हती. काहीच घडत नव्हतं. मी कसेबसे दिवस ढकलत होते. मध्येच द्रानाइचाचांकडे पाहुणे येणार असल्याचं कळलं. दुपारचं जेवण ते चाचांकडे करणार होते. मला चाचांनी मुद्दाम बोलावून घेतलं. कारण इथल्या बायका रोट्याच फक्त चांगल्या करू शकतात. बाकी स्वयंपाक त्यांना जमत नाही. मी मटणकुर्मा, अलबुखारची चटणी, तांदळाची फिरनी, चिकन दो प्याजा आणि मटन बिर्याणी केली. बाबान आणि झुमझुमा माझ्या मदतीला होत्याच. जरीनानीही हात लावला. त्या सगळ्यांचाच माझ्यावर जीव होता. मी त्यांच्याकडे गेल्यावर मला कुठं ठेऊ आणि कुठं नको असं त्यांना होत असे. बाबान आणि झुमझुमा माझे कपडेसुद्धा धुवत. माझ्या सासरचे सगळेचजण सरसकट वाईट नव्हते. आबू खूप चांगली होती. ती फार धीट होती. कोणाची पर्वा करत नसे. माझी नणंद गुनचाही भली होती. ती आपल्या भावांना ओळखून होती. म्हणूनच ती आपल्या नवऱ्याबरोबर माझ्यासाठी साबण, शॅम्पू, मसूर डाळ, पैसे वगैरे पाठवायची. खरं बोलायचं तर मी केलेल्या उपकाराची तिला जाण होती. एकदा तिच्या धाकट्या दिरानं तिला बादली मारली. तेव्हा तिच्या कमरेजवळच्या हाडाला मार बसला. दोन वर्षांनंतर तिला तिथं दुखायला लागलं. तिच्या नवऱ्यानं डॉक्टरांना दाखवलं. डॉक्टरांनी सर्व टेस्टस् केल्या आणि अखेर तिला टी.बी. झाल्याचं निदान केलं. Myconex 800 mg., Ethambutal, व्हिटॅमिन B.Comlex आणि आणखी दोन-तीन औषधं लिहून दिली. तिच्या नवऱ्याच्या कमाईतून हे औषधपाणी होणं शक्य नव्हतं. त्यांनी जॉंबाजला कळवलं. जॉंबाजनं बहिणीला पाहून यायचं आणि तिला थोडे पैसे देऊन यायचा विचार केला. मीही जॉंबाजबरोबर जायचं ठरवलं. गुनचाला आमच्या घरी घेऊन येण्याचा माझा बेत होता. पण पाबलूचा ह्या गोष्टीला विरोध होता. तिला दुसऱ्याचं भलं झालेलं पाहवत नसे. गुनचाला वडील नव्हते. तेव्हा ह्या आसामचाचानं आणि पाबलूनं तिला तेव्हाचे एक लाख म्हणजे आताचे पन्नास हजार हातावर टिकवून नेसत्या वस्त्रानिशी सासरी पाठवलं होतं. पाबलूला विरोध करणारं घरात कोणी नव्हतंच. आज गुनचाचे हितचिंतक कुठून उपटले तेच तिला कळेना. आमच्या बेताला हरकत घेण्याशिवाय

तिच्या हातात काहीच नव्हतं. पाबलूनं मला ओळखलं नव्हतं. मी किती जिद्दी आहे हे तिला ठाऊक नव्हतं. रात्री जाँबाज मला म्हणाला, 'पगली, पाबलूचाची म्हणते की गुनचा सासरीच बरी. तिचा नवरा करेल तिचं औषधपाणी. शिवाय गुनचा इथून जाऊन अजून एक वर्षसुद्धा झालं नाही. तेव्हा पुन्हा..'

'म्हणजे? सगळं ठरलंय आपलं. उद्या आपण इथून निघणार आणि आज असं बोलणं.......'

'पण आकिइ म्हणते (पाबलूला सगळे आकिइही म्हणायचे) की गुनचाचं लग्न झालंय. तिच्या नवऱ्यानंच आता तिचं सगळं करायला हवं. शिवाय आपला धंदा नवा आहे. मुशाकडे पैसे मागितले तर तो तिथून पाठवेल का?'

'आज दीड वर्ष झालं. मुशानं एक तरी पैसा पाठवला आहे का?'

'नाही. त्यानं अजिबात पैसे पाठवले नाहीत. तुझ्या दवाखान्याच्या आणि व्हिजिट्सच्या पैशांतूनच सर्व भागतंय म्हणून मीही त्याच्याकडे पैसे मागितले नाहीत.'

'मग? आज आपण गुनचाकडे जातोय ते आपला पैसा खर्च करून. तिला इथं आणणार आहोत तेही आपल्याच पैशांनी. हो ना?'

'पण आपला पैसा शिल्लक राहिला तर आपल्यालाच उपयोगी पडेल ना? असा भराभर खर्च करून कसं चालेल?'

'जाँबाज, जर आपल्याला मुलगी असती आणि तिच्या बाबतीत असं घडलं असतं तर तू असंच बोलला असतात? अरे, गुनचा तुझी सख्खी बहीण आहे.' माझ्या बोलण्यात असं काय होतं कोणास ठाऊक पण जाँबाजनं माझ्या म्हणण्याला होकार दिला. आम्ही गुनचाला घेऊन आलो. तिचं औषधपाणी, देखभाल सर्व काही व्यवस्थित करून आम्ही तिला ठणठणीत बरं केलं. आता गुनचाच्या तब्येतीची अजिबात तक्रार नव्हती.

बाप रे! पुन्हा मी कुठच्या कुठं भरकटत गेले. आता पुन्हा मूळ कथेकडे वळू या. म्हणजे माझ्याच कहाणीकडे. मी केलेला स्वयंपाक पाहुण्यांना खूप आवडला. ते असं जेवण ह्यापूर्वी कधी जेवले नव्हते. जेवणखाण झाल्यावर पाहुणे गेले. मी बाबानच्या खोलीत जरा आडवी झाले होते. इतक्यात शावाली मला बोलवायला आला. आमचं घर सोडून दहा घरांपलीकडे जायेरसाचं घर होतं. त्याच्या बायकोला सलाइन लावायचं होतं. इथं जरा काही झालं तरी सलाइन लावतात. त्यानं अंगात शक्ती येते असा लोकांचा समज आहे.

'आता कसं सलाइन लावता येईल? सलाइन लावलं तर संपायला एक तास तरी लागेल. तेवढा वेळ मला तिथं थांबावं लागेल. आता वाजलेत पाच. म्हणजे मला त्यांच्या घरून निघायला सहा-साडेसहा होतील. तोपर्यंत अंधार पडेल. मग मी एकटी कशी येणार? तू माझ्याबरोबर तिथं थांबणार असशील तरच येईन मी नाहीतर

राहू दे.'

'मी काय तुझा नोकर आहे का तुझ्याबरोबर येऊन तिथं थांबायला!'

'ठीक आहे. मग मी जात नाही.'

'जायरेसा तुला परत आणून सोडेल.'

'काय बोलतोस तू हे! अंधारात मी परक्या माणसाबरोबर कशी येऊ? लोक काय म्हणतील?'

'मग पाकिस्तानात कशी पळून गेलीस?'

'ती एकटी गेली होती. कोणाबरोबर नव्हती गेली.' सरीनाचाचीनं माझी बाजू घेत परस्पर उत्तर दिलं.

माझा शावालीबरोबर ह्या विषयावरून थोडा वाद झाल्यावर शावालीनं मला एक सणसणीत ठोसा लगावला. मी बेसावध होते. ठोसा माझ्या नाकावर बसला. रक्ताची धार लागली. चाचींनी धावत येऊन माझं डोकं आपल्या मांडीवर घेतलं. बाबाननं पळत जाऊन पाणी आणलं. माझ्या तोंडावर आणि नाकावर तिनं पाण्याचे सपकारे मारले.

मग मात्र सरीनाचाची चिडली. 'शावाली, बाहेर हो! माझ्या घरातून बाहेर हो आधी. काही अपराध नसताना मुसाफिरावर असा अत्याचार करणं बरं नव्हे. अल्लाला हे खपणार नाही. तुमचं तळपट होईल.' नादिरचा चार वर्षांचा धाकटा मुलगा तिथं होता. त्यालासुद्धा शावालीनं मला उगाच मारलंय हे कळलं. त्यानं एक ढेकूळ उचलून शावालीकडे भिरकावलं. जरीनानं माझ्यासाठी चहा करून आणला. झुमझुमा रक्ताचे डाग पुसायला लागली. घरातली सर्व मुलं माझ्याभोवती गोळा झाली होती. एरवी खूप दंगामस्ती करणाऱ्या ह्या मुलांना शांत बसलेलं पाहून मला त्याही स्थितीत हसू आलं. 'पाहिलंत ना चाची, मला कसा त्रास देतात ते! आज मी स्पष्टच सांगते की ह्यांच्या घरात राहणं आता मला शक्य नाही. मी इथून जाणार. आता आणखी थांबण्यात अर्थ नाही. बघू मला कसे अडवतात ते!'

'जा. खरंच पळून जा तू. जर चाचांकडे तक्रार घेऊन आलेच तर चाचा खडसावतील की तुम्ही माझं ऐकलं नाही. आता मी तुमच्यासाठी काहीही करू शकत नाही.' सरीनाचाची म्हणाल्या.

'चाची, चाचा मला शोधायला निघाले नाहीतर तर तेही कोणी निघणार नाहीत. मी पळून जाऊन गझनीची वाट धरेन. चाचांना म्हणावं त्यांना गडदेशला पाठवा मला शोधायला.'

रात्री चाचा घरी आल्यावर चाचींनी सर्व हकीकत त्यांना सांगितली. चाचा शावालीवर खूप चिडले. ते ताबडतोब त्याला जाब विचारायला निघाले होते. पण आम्हीच त्यांना अडवलं. मी माझा बेत चाचांना सांगितला. 'तुला पाहिजे ते कर.

आता मी तुला अडवणार नाही.' चाचांनी स्पष्टच सांगून टाकलं.

मुशा पाकिस्तानात गेला. पण मला हिंदुस्तानात पाठवण्याबाबत बोलण्यासाठी नाही तर जाँबाजकडून पैसे आणण्यासाठी. हिंदुस्तानातून कितीही पैसा आला तरी आमच्या घरात तो टिकत नसे. रोज बायकोला चोरून सुकामेवा, सफरचंद खायला घातल्यावर टिकणार कसा? शिवाय आज काय घड्याळ, उद्या कपडे, परवा चप्पल अशी खरेदीही चालूच असे. मुशाची बायको बऱ्याच गोष्टी आपल्या वडलांकडे पाठवायची. घरात आम्हाला मात्र बटाट्याची भाजी आणि रोटी.

मुशा सगळ्यांना मूर्ख समजायचा. आम्हाला कोणालाच काही कळत नाही, असा त्याचा समज होता. द्राक्षाचा मळा आमच्या वाट्याला आला होता. द्राक्षं तयार झाली की पोतंभर त्याच्या सासऱ्याकडे पाठवायचा; पण आसामचाचाच्या मुलांना एक द्राक्ष मिळेल तर शपथ! आसामचाचाशी वाकडं असलं तरी त्याच्या मुलांबरोबर वैर कशाला? त्यांनी असा काय अपराध केला होता? गुलगुटी तर आतेबहीण होती. आत्या वारल्या होत्या, पण आतेभावंडं होती. त्यांची मुलं होती. त्यांना काही मिळायचं नाही. सगळी भर बायकोच्या माहेरची. घरच्यांचे मात्र हाल. मला हे सहन व्हायचं नाही पण विरोधही करता येत नव्हता. मी मुकाट्यानं कसेबसे दिवस ढकलले होते. पैसा यायचा आणि परक्यांचं घर भरलं जायचं. आता इथं राहणं अशक्य होतं. मला इथून पळून जायला हवं होतं. कसंही करून हिंदुस्तान गाठायला हवा होता.

मुशा घरात नव्हता. ही संधी उत्तम होती. कारण मुशाच्या बळावर काला व शावाली जोर करायचे. आबूच्या म्हणण्याप्रमाणे मुशा पाकिस्तानात गेलाय. तो मला हिंदुस्तानात पाठवण्याची व्यवस्था करण्यासाठीच; पण माझा ह्या लोकांवरचा विश्वास उडाला होता, म्हणून मी पळून जायचं ठरवलं. विचार केला की ह्या वेळी कदाचित कोणी शोधायलाही येणार नाही. तेव्हा ही संधी दवडता कामा नये. आता पळाले नाही तर सात महिने वाट पाहात बसावं लागेल. थंडीला सुरुवात झाली होती. पुढे बर्फ पडणार होते. मग ते वितळेपर्यंत वाट पाहायची. नाही. तसं नकोच.

मी असा विचार करत असतानाच अंगणातील फावडं उचलून शावाली सफरचंद, पिस्ता, जायफळ ह्यांच्या झाडांना पाणी घालायला निघालेला दिसला. अरे वा! फारच चांगली वाट सापडली. जिथून बागेत पाणी सोडत तिथून एक माणूस जाऊ शकेल एवढी जागा होती. पाणी घालून झालं की ही जागा माती लिंपून व पालापाचोळा टाकून बंद करत. शावाली आज पाणी घालणार. मग मातीनं लिंपणार. माती दोन-तीन दिवस तरी ओली राहीलच. ती हातांनी सहज उकरता येईल. मनाच्या कोपऱ्यात आशा डोकावली. इथूनच मी बाहेर पडू शकेन. इलॅस्टिकची गरज नाही. मन खूप सैरभैर झालं होतं. अंग थरथरत होतं. दुपारच्या जेवणात माझं लक्ष नव्हतं.

छाती धडधडत होती. मी गुलगुटीला माझा बेत सांगितला. ती माझ्याच खोलीत झोपायची. तिला पढवून ठेवलं की सकाळी नमाज पढायला उठशील तेव्हा आरडाओरडा करून मी घरात नसल्याचं सगळ्यांना सांगायचं. पहाटेपूर्वी कोणाला काही कळता कामा नये. तोपर्यंत मी बरंच अंतर तोडलेलं असेन.

'एवढ्या रात्री तुम्ही एकट्या जाणार? भीती नाही वाटणार?' गुलगुटीनं विचारलं.

'माणसाला जेव्हा समोर त्याचं मरण दिसत असतं ना तेव्हा भीती, काळजी त्याला शिवतही नाही.' मी विश्वासानं उत्तर दिलं.

'साहेब कामाल, पाहा बरं! रात्री एकटं जायचं म्हणताय. रस्ता सापडेल ना?' गुलगुटीला शंका वाटत होती. मला तिची काळजी कळली. मी म्हटलं, 'मी सरळ तुझ्या घराचा रस्ता धरणार आहे. शालोबाजारवरून मदखेल. मदखेलवरून गझनी. सरळ रस्त्यानं गेले तर मी सहज सापडेन. म्हणून जरा वळून जाईन एवढंच.'

'पण रस्त्याच्या कडेला कबरी आहेत. काही भलतंच घडलं तर?'

'घडलं तर घडलं. आज सात वर्षं माझ्या आयुष्याचं काय झालंय पाहिलंस ना? मुशा, शावालीसारखी माणसं माझ्या अंगावर हात टाकायला धजावलीच कशी? हे लोक माझ्यावर पाळत ठेवतील असं कधीतरी वाटलं होतं का? त्यांच्या भीतीपोटी मी गप्प बसून राहू? खरं तर मी त्यांना भीत नाही. मला शरम वाटते त्यांच्या वागण्याची. म्हणून मी त्यांच्यापासून दूर राहते. मला छळताना त्यांना नाही तर मलाच लाज वाटते.'

दुपारचे चार वाजले. मी कसा वेळ ढकलत होते ते माझं मलाच माहीत. फार अस्वस्थ वाटत होतं. तेवढ्यात कळलं की गावात कोणाला तरी मुलगा झालाय. म्हणून माझे दीर त्यांच्याकडेच मेजवानी झोडणार आहेत. गाण्याबजावण्याचाही कार्यक्रम आहे हे कळल्यावर माझ्या बैचेन मनाला एकदम उभारी आली. होणार! होणार! माझी सुटका होणार! घड्याळाची टिक् टिक् मला पुन्हा ऐकायला मिळणार. इथं लोकसमूह आहे, पण जनप्रवाह नाही. इथं आहे फक्त निर्जीव दगडांचं सुनेपण. समुद्राच्या प्रचंड, चंचल लाटांवर तरंगत जाणं इथं कोणालाही माहीत नाही. आता मी पुन्हा जनप्रवाहात मिसळून जाईन. प्रचंड लाटांवर तरंगत जाईन. इथं दिवस उजाडतो; पण प्रकाश नसतो. रात्र येते; पण तिच्यात गहिरेपण नसतं. मला हवा आहे खूप खूप प्रकाश आणि खूप खूप गहिरेपणा. म्हणजेच मग माझ्या जीवनाला येईल पूर्णता.

■

१४

रात्रीचे दहा वाजले होते. माझी तयारी झाली होती. माझे जवळ जवळ सगळे पैसे मुशानं लांबवले होते. माझ्याजवळ फक्त तीन लाख अफगाणी उरले होते. मी एका हँडबॅगेत पैसे भरले. सलवार-कमीजचा एक जोड बरोबर घेतला. कारण माती उकरून भगदाडातून पलीकडे जाताना अंगावरचे कपडे माती लागून खराब झाले असते. ते मी तिथंच टाकून देणार होते. बी.पी. मशीन, स्टेथस्कोप आणि पेन बरोबर घेतलं होतं. माझी सर्टिफिकेट्स, कागदपत्रंही घेतली. ह्या देशात फक्त स्त्री-डॉक्टरच एकटी बाहेर जाऊ शकत असे. अर्थात अशा डॉक्टर इथं नव्हत्याच. होत्या फक्त सुईणी. सादगी आणि मुशाची बायको झोपल्यात की नाही हे पाहून येण्यास गुलगुटीला सांगितलं. ती पाहून आली. सुलतानबीबी झोपली होती. पण सादगी जागी होती. मुलीला झोपवत होती.

गप्पा मारण्यासाठी म्हणून मी गुलगुटीला सादगीकडे पाठवलं. दरम्यान पळून जाण्याचा माझा बेत होता. इथं रात्री सहसा कोणी कोणाच्या खोलीत येत-जा करत नाही. तरीही माझ्या सांगण्यावरून गुलगुटी सादगीकडे गेली. मी प्रथम बाथरुमला जातेय असं भासवून माझी बॅग पळून जाण्याच्या भगदाडाजवळ नेऊन ठेवली. परत येताना एकदा व्हरांड्यातून सादगीच्या खोलीत डोकावले. सादगी बिछान्यावर आरामात पडून गुलगुटीबरोबर मजेत गप्पा मारत होती. गुलगुटीला आम्ही 'गुटी' अशी हाक मारत असू. मी म्हटलं,

'गुटी, अजून तुमच्या गप्पा चालल्यात? झोपणार कधी?'

'लगेचच. दिवस जातो कामात. तेव्हा आता जरा निवांतपणे गप्पा मारतोय.'

'मग मी झोपते, बाई! तू झोपायला येताना दाराचा आवाज करून माझी झोप मोडू नकोस हं!' मी काळोखातच गुलगुटीचा हात हातात घेऊन तिचा निरोप घेतला.

खोलीत आले. लोडापुढे उशी ठेवली. त्यावर रजई लपेटली. इथं सर्वजण रजईच पांघरतात. व्हरांड्यातून हळूच खाली उतरले. पण पायऱ्यांवरून नाही तर व्हरांड्याचे कॉर्निस धरून. व्हरांड्याच्या एका टोकाला माझी खोली होती. त्यानंतर भिंतच होती. माझ्या खोलीआधी कालाची. त्याच्या आधी शावालीची आणि त्याच्या पुढे मुशाची. घरात शिरताच समोर गेस्ट-रुम होती. तिला वळसा घलून व्हरांड्यात आलं की मुशाची खोली. माझ्या खोलीच्या सरळ दक्षिणेला वीस मीटरवर डावीकडे

'दालन' होतं. इकडे स्वयंपाकाला 'चेसखाना' किंवा 'दालन' म्हणतात. दालनापासून उजवीकडे दहा हातांवर विहीर होती आणि विहिरीच्या उजव्या हाताला दहा हातांवर ते भगदाड होतं. स्वयंपाकघरापासून मधलं अंतर असेल पंधरा हात. मी व्हरांड्याच्या खालून बसत बसत भिंतीला घासत घासत पुढे जायला लागले. नाहीतर खिडकीतून मी सादगीला दिसले असते. गेस्ट-रुमपर्यंत अशीच बसत बसत गेले. नंतर गेस्ट-रुम ओलांडून पश्चिमेला. मुख्य दरवाजा तिथंच होता. त्याला कुलूप होतं. मग पश्चिमेच्या भिंतीला चिकटून दक्षिणेकडे सरकायला लागले. अंधारात काहीच दिसत नव्हतं. तरीही काळजी घेतलेली बरी! अखेर भगदाडापाशी येऊन पोहोचले.

भगदाडापाशी येताच मी वेड्यासारखी दोन्ही हातांनी माती उकरायला लागले. मी अगदी वेडीपिशी झाले होते. मला पलीकडे गेलंच पाहिजे. पलीकडचा उजेड मला हवा म्हणजे हवाच. आता थांबून भागणार नव्हतं. जीव खाऊन माती उकरत होते. भगदाडाभोवतालचा पालापाचोळा बाजूला सारत होते. माझ्या हातांना काटे टोचत होते; पण मला त्याची पर्वा नव्हती. हात रक्तबंबाळ झाले तरी चालतील, रक्ताची धार लागली तरी हरकत नाही, हे भगदाड मला मोकळं केलंच पाहिजे. माझी दमछाक झाली होती तरीही मी थांबायला तयार नव्हते आणि अचानक वाऱ्याचा झोत माझ्या तोंडावर आला. दीड मीटर रुंद भिंतीची माती मी उकरली होती. आता पलीकडे होती मुक्ती. माझं मन आनंदानं नाचायला लागलं. आता काही अडचण उरली नव्हती. अजून थोडी माती बाजूला सारली की, माझं काम फत्ते! मी उपडी पडून हळूहळू पुढे सरकत होते.

प्रकाश! प्रकाश! केवढा प्रकाश! मी अंधाऱ्या गुहेतून बाहेर प्रकाशात आले होते. घाईघाईनं कपडे बदलले. काढलेल्या कपड्यांनीच तोंड, हातपाय पुसले. बॅग उचलली आणि रस्ता धरला. पन्नास हात पश्चिमेला जाऊन मग उत्तरेला वळले. दाट काळोख होता. समोर कोणी आलं तरी दिसणं शक्य नव्हतं. मी चालतच होते. आज मला अजिबात भीती वाटत नव्हती. सगळीकडे गव्हाची शेतं होती. शेतामागून शेतं मागे टाकत मी पुढे चालले होते. जग निश्चिंतपणे झोपलं होतं आणि मी चालत होते. माझं चालणं कुठं संपणार होतं कोण जाणे! रात्र. निर्जन रस्ता. दाट अंधार. अशावेळी भुतंसुद्धा क्षणभर थबकली असती; पण मी मात्र चालत होते. मला थांबून चालण्यासारखं नव्हतं. दूरवरून कोल्हेकुई ऐकू येत होती. कुत्री भुंकून त्यांच्याशी जणू स्पर्धा करत होती. आकाशातील ताऱ्यांशिवाय मला कोणाची सोबत नव्हती.

मी भान हरपून चालत होते. अचानक समोर आलं युद्धात उद्ध्वस्त झालेलं एक गाव. एकदा जाँबाजबरोबर शालोबाजारला जाताना हे गाव जाँबाजनं मला दाखवलं होतं. जाँबाजनं सांगितलं होतं की ह्या गावातली सगळी माणसं एकाच दिवशी बॉम्बहल्ल्यात मारली गेली. त्यांचे आत्मे इथं अजूनही फिरतात, असं

म्हणतात. हे जाँबाजचं बोलणं आठवताच मात्र मी गर्भगळीत झाले. नंतर विचार केला की, भ्यायचं कशाला! आत्मा कधीच कोणाचं वाईट करत नाही आणि वेगळंही काही घडू शकतं की! भुतांच्या राजानंच तर गुपी आणि बाघाला वर दिला होता ना!* मलाही तसाच एखादा वर दिला तर! तर मी जाँबाजच्या घराच्या अंगणात जाऊन उभी राहीन आणि म्हणेन, 'काला, शावाली, सादगी, बघा! मी निघाले. तुमच्यात हिंमत असेल तर अडवा मला.' मग ते मला धरायला आले की मी पटकन् उडून जाईन.

पण कल्पनेत आणि प्रत्यक्ष वस्तुस्थितीत फरक असतो. एका पडक्या घराच्या खबदाडीतून एक घुबड उडालं. मी घाबरून 'अरे बाप रे!' असं ओरडले. हातापायांना कापरं भरलं. पाय जड झाले. भीती हाडीमांसी खिळली. माझ्या नकळत तोंडातून निघून गेलं, 'बिस्मिल्ला रहमानेर रहीम। ला इलाहा इल्लेला, महंमदीन रसूल अल्ला।' पण भूत एवढ्यानंही मागे हटलं नाही तर? मला एवढं पुरेसं वाटलं नाही. म्हणून पुढे म्हणायला लागले, 'अल्ला मसयाली, अल्ला महंमदीन, ओला अल्ला महंमदीन, कामा सोयालायता, अल्ला इब्राहीम, अला अल्ला इब्राहीम, इन्नाकामेदु मच्छि, आ तिना पित दुनिया, आस्नातम, पिल आखराते आस्नातम, वाकिना आजाबनार।'

सुरा चूक का बरोबर ते मला माहीत नाही. मी माझ्या सासूबाईंकडून शिकले होते. भाषा परकी असल्यामुळे माझ्याकडून चुका होणं शक्य आहे. सुरा म्हणत म्हणतच पुढे निघाले. किती शेतं, शिवारं, दाट जंगलं आणि गावं ओलांडली पत्ता नाही. काळोखातून अचानक मुलाचं रडणं ऐकू आलं. रस्त्याच्या डाव्या बाजूच्या घरातून रडण्याचा आवाज येत होता. क्षणभर थांबून मी त्या घराकडे निरखून पाह्यलं. घर पडकं आहे का धड? घर पडकं नव्हतं. पुन्हा चालायला लागले. वाटेत एक कबरस्थान दिसलं. पुन्हा कलमा म्हणायला लागले. मागून कोणीतरी येतंय, असा भास होत होता पण मी थांबले नाही. जणू न थांबता चालणं एवढंच माझं काम होतं.

एक गाव दिसलं. ते ओलांडून गेल्यावर दोन्ही बाजूला जंगल लागलं. मधून एक रस्ता सरळ गेला होता. मी त्याच रस्त्यानं निघाले. दूरवर एक गाव दिसत होतं. अर्धातास पायपीट केल्यावर मी त्या गावापाशी येऊन पोहोचले. गावातील घरं आता मला स्पष्ट दिसत होती. अचानक एक कुत्रं विचित्र आवाज काढून भुंकायला लागलं. ते माझ्यापासून सहा-सात मीटरवर असेल. ते माझ्याजवळ येत नव्हतं आणि मलाही पुढे जाऊ देत नव्हतं. मी पेचात पडले. कुत्र्याला ओलांडून पुढे जाण्याचं धाडस माझ्यात नव्हतं. इथली कुत्री अतिशय हिंस्र असतात. डॉबरमन किंवा अल्सेशिअनसारखी. अखेर कुत्र्याला भिऊन रस्त्यातच मटकन् बसले. माझ्या उजव्या हाताला एक मोठं गव्हाचं शेत होतं. डावीकडेही तसंच शेत होतं. ह्या शेताच्या पलीकडे साधारण तीस

यार्डावर कोणीतरी उभं असल्यासारखं वाटत होतं. माझं अंग थंड पडलं. कदाचित् कोणी शेताला पाणी देत असावं. त्यानं मला पाह्यलं असेल का? जर तो जवळ येऊन माझी चौकशी करायला लागला तर? मी एकटीच आहे, असं पाहून त्याच्या मनात काही भलतंच आलं तर? मी मनातल्या मनात काय करायचं ते पक्कं केलं. जर त्याचा हेतू बरा वाटला नाही तर मोठ्यानं ओरडायचं. रात्रीच्या वेळी आवाज बराच लांबपर्यंत ऐकायला जाईल. त्यामुळे घरातून कोणीतरी नक्कीच बाहेर येईल. ह्या परिस्थितीत कलमा उपयोगी पडतील की नाही अल्ला जाणे! बरीच वर्षं इथं राहिल्यामुळे कानावर पडून पडून माझ्या नकळत, आपोआप कलमा पाठ झाल्या असाव्यात. अशा निर्जन रात्री मी एकटी बाहेर पडले नसते तर माझ्या हे लक्षातच आलं नसतं. रातकिड्यांची किरकिर ऐकू येत होती; पण काजवे चमकत नव्हते. होता फक्त दाट काळोख. मला उगाचच वाटून गेलं की इथली रातकिड्यांची किरकिर आणि माझ्या देशातील रातकिड्यांची किरकिर ह्यात खूप फरक आहे. असणारच. इथली भाषा आणि माझी भाषा पूर्णपणे वेगळी नाही का?

हळूहळू पहाट होत होती. पण काळोख पूर्णपणे फिटला नव्हता. तेवढ्यात कोणाच्या तरी पायांचा आवाज ऐकून चपापून मागे वळून पाह्यलं. एक उंच माणूस माझ्याच दिशेनं येत होता. आता स्वत:चा बचाव करण्यासाठी खोट्याचा आधार घेतल्याशिवाय गत्यंतरच नव्हतं. म्हणून लांबूनच मी विचारलं, 'मुसलमान? का काफिर?' इथं कोणी असं विचारलं तर ती व्यक्ती सज्जन, सभ्य आहे आणि तिला मदतीची गरज आहे असे समजतात.

'मुसलमान.' त्या माणसानं उत्तर दिलं आणि मला विचारलं, 'पण तुम्ही कोण? एकट्या इथं कशा काय?'

'मला गझनीला जायचंय. म्हणून गडदेशच्या रस्त्यानं निघालेय.' आमचं बोलणं अर्थात पुश्तूत चाललं होतं.

'गझनीला जायचंय? मग इकडे कशाला आलात? गडदेशपासून पातानाच्या रस्त्यानं गाडी गझनीला जाते. तुम्ही बरोबर उलट दिशेला आला आहात.'

मला हे माहीत होतं. मी जाणूनबुजून ह्या रस्त्यानं आले होते. पण तसं चेहेऱ्यावर न दाखवता मी म्हणाले, 'मी इकडे आपणहून नाही आले. ज्या जीपमधून आले त्यातील लोकांनी माझं सोनंनाणं, पैसाअडका लुबाडून मला वाटेत उतरवून दिलं. नंतर चालत चालत मी इथपर्यंत आले. अंधारात मला रस्ता कळणंही कठीणच. मला इकडची काहीच माहिती नाही. मी डॉक्टर आहे. गझनीला एका हॉस्पिटलमध्ये जायचंय. मला तिथं लवकरात लवकर पोहोचायला पाहिजे. ऑपरेशनची केस आहे. आपण कृपा करून एक गाडी ठरवून द्या मला.'

'माझ्याबरोबर या. एका मौलानाला तुमच्या बरोबर देतो. तोच देईल गाडी

ठरवून. मी गव्हाची कापणी करायला निघालोय. माझा ट्रॅक्टर गहू घेऊन घरी जाईल. नाहीतर मीच पोहोचवून दिलं असतं तुम्हाला.'

मी त्याच्या मागून निघाले. थोडं पुढे गेल्यावर एक बाजार दिसला. आम्ही तिथं पोहोचताच साधारण वीस-एक कुत्री आमच्या अंगावर धावून आली. मी तर घाबरून गेले. पण माझ्या बरोबरच्या त्या माणसानं रोटीचे तुकडे त्यांच्याकडे भिरकावले. ती सर्व कुत्री रोटीच्या मागे धावली. मला घाबरलेलं पाहून तो म्हणाला, 'घाबरायचं काहीच कारण नाही. रोटी टाकली की त्यांना आपण त्यांचे शत्रू नाही हे कळतं. नाहीतर त्यांनी एव्हाना आपल्याला फाडून खाल्लं असतं.'

कलमा. आज मला कलमाच वाचवणार का? त्या कुत्र्यानं मला तिथं अडवलं नसतं तर? तर इथं माझं मरण निश्चित होतं. मशिनगनच्या माऱ्यापेक्षाही भयंकर मरण. गावाच्या तोंडाशी भेटलेला तो कुत्रा देवदूतच होता का?

संध्याकाळचे पाच वाजले होते. आज माझं गझनीला जाणं झालंच नाही. मौलानानं एका ठिकाणी माझ्यासाठी जीपची चौकशी केली तेव्हा त्याला आज ह्या गावातून एकही गाडी गझनीला जाणार नसल्याचं कळलं. गाडी उद्या मिळणार होती. गाडीचा मालक मौलानाच्या ओळखीचा होता. म्हणून त्यानं मला रात्री इथंच मुक्काम करण्याचा सल्ला दिला. गाडी पहाटेच निघणार होती. मीही विचार केला की माझ्या दिरांनी शोधाशोध केली तर ते आजच करतील. तेव्हा आज इथं राहून उद्या पुढे गेल्यास काळजीचं कारणच राहणार नाही. निश्चिंतपणे पुढे जाता येईल. ज्यांच्याकडे मी राह्यले होते, त्यांनी माझी उत्तम बडदास्त ठेवली होती. पाहुणी होते ना मी! कोंबडी कापून कुर्म्यासारखं काहीतरी केलं होतं माझ्यासाठी. मी रात्रभर चालले होते. शिवाय माझ्या दिरांची आणि तालिबानची दहशत, भुतांची भीती, कुत्री, कोल्हे, वाघ ह्याचं भय ह्यामुळे मी पार थकून गेले होते. दुपारी आंघोळ केल्यावर मला झोप येत होती, पण झोपता आलं नाही. कारण काबुलहून एक डॉक्टर आल्याची बातमी गावभर पसरली होती. त्यामुळे ही गर्दी जमली होती. तब्येतीला काही झालं नसतानाही बायका येऊन दाखवून जात होत्या. आयती डॉक्टर त्यांच्या गावात आली होती ना!

रात्रीचं जेवण उरकताच त्या घराच्या मालकानं जाहीर केलं की उद्या पहाटे मला निघता येणार नाही. कारण मी ज्या घरी उतरले होते त्या घराच्या शेजाऱ्यांनी मी आल्याचं तालिबानला कळवलं होतं. तालिबाननं मला थांबवून ठेवायला सांगितलं होतं. ते दहा वाजता येऊन माझ्याशी बोलणार होते.

माझ्यावर जणू वीजच कोसळली. आता काय करायचं? ह्या वेळीही मला परत जावं लागणार तर! म्हणजे माझी सुटका कधीच होणार नाही का? मी निराश झाले. पण असं निराश होऊन चालणार नव्हतं. आता मला धूर्तपणे काम साधायला हवं

होतं. ह्यावेळी मी हरले तर सगळं संपणारच होतं. मला हरायचं नव्हतं. जिंकायचं होतं. जिंकायला हवंच होतं- लबाडी करून वा हुशारीनं मला विजय मिळवावयाचा होता. मी त्या मालकाला म्हटलं, 'हे बघा, मी दुसरी एखादी गाडी मिळते का हे बघायला सकाळीच जाणार होते. पण तुम्ही जाऊ दिलं नाही. तेव्हा आता उजाडायच्या आत मला गझनीला जाऊ द्या. नाहीतर तालिबानना सांगेन की तुम्हीच मला इथं अडकवून ठेवलंत आणि माझ्यावर शारीरिक अत्याचार केलेत म्हणून. हे ऐकल्यावर ते काय करतील हे तुम्ही समजू शकता.'

मालकानं थोडा विचार केला. मग म्हणाला, 'ठीक आहे. मी पहाटेच माझ्या भावाच्या मोटरसायकलवरून तुम्हाला गझनीला सोडून यायला भावाला सांगेन. तुम्ही एकच करा, गझनीच्या मादालीकडून तुम्ही पोहोचल्याची चिठ्ठी घेऊन माझ्या भावाला द्या. मी ती तालिबानना दाखवली की माझं काम झालं. मग ते मला काहीही बोलणार नाहीत.'

■

---

* भुतांच्या... वर दिला होता ना! – सत्यजित रे ह्यांच्या 'गुपी गाये बाघा बाये' ह्या चित्रपटातील गुपी व बाघा ही दोन पात्रं.

१५

दहा वाजले होते. मी गझनीच्या नाक्यावर उभी होते. मादालीची चिठ्ठी मिळाली होती. आता मी काबुलची बस पकडणार होते. समोर एक बॅगांचं दुकान दिसलं. दुकानात शिरले. एक मोठी बॅग विकत घेतली. नंतर बस-स्टॅण्डवर काबुलला जाणाऱ्या बसची चौकशी करत होते तेवढ्यात एक उंच माणूस माझ्यापाशी आला. त्यानं मला विचारलं, 'तुम्ही जाँबाजची बीबी ना? थांबा जरा. गाडीत चढू नका. माझ्याबरोबर चला.'

मला परत जावं लागलं. पण माझ्या घरी नाही तर खुरियेच्या घरी. मला असं अचानक आलेलं पाहून घरातली माणसं काय समजायचं ते समजली. ह्या आधी मी पाकिस्तानात गेल्याचं त्यांना कळलंच होतं. त्यांनी मला घरात नेऊन बसवलं आणि सर्वचजण माझ्या डोक्यावरून हात फिरवायला लागले. रफीकना चार मुलगे होते. त्यांच्या बायका मला खायला आणायला धावल्या. रफीकच्या बीबीच्या प्रेमळ स्पर्शानं माझा बांध फुटला. त्यांच्या कुशीत शिरून मी हुंदके देऊन रडायला लागले तेव्हा तिथल्या सगळ्यांचेच डोळे पाणावले. मला पकडून दिल्याबद्दल पकडणाऱ्यांना ते बोलायला लागले; पण कितीही शिव्याशाप दिले तरी पकडून देणाऱ्यांचं काही बिघडणार नव्हतं. रफीकचा थोरला मुलगा सिदीक. त्याच्या बायकोचं नाव आमेदा. ती फार्सिवान होती. मला ती खूप आवडायची.

मी दुसऱ्या मजल्यावरच्या आमेदाच्या खोलीत बसले होते. रफीक खुरियेचं घर खूपच छान होतं. अफगाणिस्तानातील पारंपरिक घरासारखं ते नव्हतं. घर मातीचंच होतं, पण दुमजली होतं. मी दुसऱ्या मजल्यावरच्या खोलीत बसले होते आणि खाली पाहुण्यांच्या खोलीत माझ्या सासरची माणसं व इतर प्रतिष्ठित लोक माझ्याबद्दल चर्चा करत होते. ते माझं काय करतील? मला गोळी घालतील? का हिंदुस्तानात पाठवून देतील? दोघं-चौघं तालिबानही त्यात होते. त्या कोणावरही माझा विश्वास नव्हता. माझा विश्वास फक्त द्रानाइचाचांवर होता. माझा पळून जाण्याचा बेत सगळा नाही तरी थोडा फार त्यांना माहीत होता. सेरीनाचाची म्हणाल्याही होत्या, 'डेरियेजा-मा। जे, चाचाता उइयाम। चाचा- इससि ना आइ। (घाबरू नकोस. मी चाचांना सांगेन. ते काहीही बोलणार नाहीत.)

द्रानाइचाचा खुरियेकडे आले होतेच. माझ्यासारख्या वाईट बाईला मारूनच टाकायला

हवं, असं तालिबानचं म्हणणं होतं. मला अजिबात सोडता कामा नये, असं त्यांचं मत होतं. मी दारामागे उभी राहून त्यांचं बोलण ऐकत होते. तालिबानचं माझ्याबद्दलचं मत ऐकून तिडीक आली. अन्याय्य शरीअतचे कायदे पाळणारा दुष्ट माणूस मला वाईट म्हणतो! सरोजिनी नायडू, राणी लक्ष्मीबाई, देवी चौधुराणी, इंदिरा गांधी ह्यांच्या देशातली मी. मी ह्या घाणेरड्या लोकांची गलिच्छ बोलणी मुकाट्यानं ऐकून घ्यायची? मी काय करायला पाहिजे ते ताबडतोब तिथल्या तिथं ठरवून टाकलं. मी मरेन पण ह्यांच्या हातून नाही आणि मरण्यापूर्वी माझ्यात ह्यांना वाईट काय दिसलं ते विचारल्याशिवाय राहणार नाही. त्यांना उत्तर द्यावंच लागेल. मी वर खोलीत आले. तिथं कोणीच नव्हतं. सगळे खालीच होते. खोलीत भिंतीवर कलॅश्निकोव्ह लटकत होती. जाँबाजनं मला बंदूक चालवायला शिकवलं होतं. कालाखानच्या लग्नात मी हवेत बऱ्याच गोळ्या झाडल्या होत्या. मी भिंतीवरची बंदूक उचलली. ती भरलेली आहे ना ह्याची खात्री करून घेतली आणि बंदूक घेऊन खाली आले. चिडल्यामुळे माझ्या कपाळावरची शीर टरटरून फुगली होती. संताप, तिरस्कार, सूड ह्यांनी मी पेटून उठले होते. रागानं आणि अपमानानं मी बेभान झाले होते. मी ते सर्वजण बसले होते त्या खोलीत आले. माझ्या डोक्यावरचा दुपट्टा घसरला होता.

माझा अवतार पाहताच तिथं जमलेले सगळेच चपापले. मी बंदूक तालिबानांवर रोखली. त्यातला एकजण गोंधळून दुसऱ्याच्या कानाशी पुटपुटला, 'दा सि आइ। (काय म्हणणं आहे तिचं?)

'माझं म्हणणं समजत नाही ना? तुम्हाला काय वाटलं? दिसेल त्याच्यावर खोटेनाटे आरोप करून त्याला मारता येईल? मी तुम्हाला अशी संधी देणारच नाही. मी तुमच्या हातून मरणार नाही. आधी तुम्हाला ठार करेन आणि मगच माझ्यावर गोळी झाडून घेईन.' माझ्या आविर्भावावरून ही माझी नुसतीच बडबड नाही हे सगळ्यांना कळून चुकलं होतं. द्रानाइचाचा मला म्हणाले, 'साहेब कामाल, तू शांत हो बघू! मी आहे ना? मग तुला काळजी करण्याचं कारणच काय?'

द्रानाइचाचांचं म्हणणं बरोबर होतं. सगळे त्यांना मानत. त्यांचं ऐकत. तरीही मी गप्प बसले नाही. 'शांत कशी राहू चाचा? ह्यांचं बोलणं ऐकलंय मी. मी अतिशय वाईट आहे असंच ना? मग सांगू देत ह्यांना माझ्यात त्यांना काय वाईट दिसलं ते. ए तालिबान, सांगा. बोला.'

एक तालिबान उठून उभा राहिला. त्याच्याकडे पाहताच तो हिंस्र जनावर आहे हे समजत होतं. हनुवटी गळ्याच्या घाटीला टेकलेली, मान थोडी उजवीकडे कललेली, डोळे आढ्याकडे, कपाळावर आठ्यांचं जाळं, दोन्ही हात कमरेवर अशा ढबीत तो उभा होता. 'आताच्या आता तुला खतम करून टाकतो,' असा भाव त्याच्या तोंडावर होता. त्याचं ते ध्यान पाहून कोणाच्याही पोटात गोळा आला असता, पण आता मला

कसलीच भीती उरली नव्हती. कसली चिंताही नव्हती. आज मी निश्चयानं उभी राह्यले होते. मारायला आणि मरायला तयार झाले होते. हरायचं नाही असा पक्का निश्चय मी केला होता. अपमानही सोसायचा नाही असं ठरवलं होतं. इथून जाताना अफगाणिस्तानला धडा शिकवूनच जाणार होते. इतिहासाच्या पानांवर जितके दिवस तालिबानचं नाव राहील तितके दिवस माझंही नाव राहील.

'ए पोरी, बरंच धाडस आहे तुझ्यात. तुला आमच्याकडून जबाब पाहिजे काय? तू घरातून दोनदा पळालीस ते तू वाईट चालीची असल्याशिवाय का?'

'हो. पळाले. पळायलाच पाहिजे होतं. माझं काहीच चुकलं नाही. दोनदाच काय गरज भासली तर दहादा पळून जाईन. समजलं? आणि धाडसाचं म्हणाल तर आज दाखवतेच माझं धाडस तुम्हाला. मला माझ्या दिरांनी किती छळलंय ह्याचा पत्ता आहे का तुम्हाला? मी तुमच्या दयेवर जगत नाही. तेव्हा माझ्याशी बोलताना नजर खाली करून बोला. मी हिंदुस्तानी स्त्री आहे. उगाचच मला बोललेलं खपणार नाही.'

दुसऱ्या तालिबाननं त्या उभ्या राहिलेल्या तालिबानला अंगरखा ओढून खाली बसवलं. तिथं आलेल्या कोणाजवळच शस्त्र नव्हतं. मी भिंतीला टेकून उभी राह्यले आणि बंदूक अशी धरली की कोणीही माझ्याजवळ येण्याचा प्रयत्न केला तर मी गोळी झाडू शकेन. बंदुकीचा मधला पॉइन्ट खाली करून वर केला. आता चाप ओढला की गोळ्यांची फैर झडली असती. त्यामुळे भीतीनं जागेवरून हलायला कोणी तयार होईना. हे पाहून द्रानाइचाचा म्हणाले, 'साहेब कामाल, तू शांत हो आणि तुझं म्हणणं काय आहे ते सांग. आम्ही तुझं ऐकू.'

'ए तालिबान, लक्ष देऊन ऐका. मी जेव्हा पाकिस्तानात गेले होते तेव्हा मी माझ्या देशाच्या सरकारला, 'इथं मला डांबून ठेवलंय, माझा छळ होतोय' हे कळवलंय. जर मला काही झालं तर हिंदुस्तानात एकही खान जिवंत राहणार नाही. तेव्हा मला इथून हिंदुस्तानात पाठवायची ताबडतोब व्यवस्था करा. नाहीतर सगळ्या खानांची हत्या होईल आणि त्याला मी जबाबदार असणार नाही.''

माझं बोलणं ऐकून सिदीकभाई तालिबानना म्हणाला, 'तिचं म्हणणं बरोबर आहे. एका बाईसाठी एवढ्या लोकांचे जीव का जावेत? तिला तिच्या देशाला पाठवून द्या.'' त्यानं माझीच बाजू घेतली.

'पण आमच्यावर बंदूक रोखते. एवढं धाडस ह्या बाईचं! आम्ही हे सहन करणार नाही. तिला कमीत कमी पंचवीस फटके मारणारच.'

माझ्या तळपायाची आग मस्तकाला गेली. त्यांना 'आपण' तर राहू दे, पण 'तुम्ही' म्हणावं असंही वाटेना. मी सरळ 'तू' वरच आले. 'काय रे, मी काय तुझ्या बापाचा माल आहे? काय म्हणून तू मला फटके मारणार! ये. कोण मला फटके मारतोय ते बघतेच! दोन उर्दू शब्द बोलता येतात म्हणून स्वत:ला काय समजतोस

रे! आधी घरच्या आयाबहिणींना सांभाळ आणि मग ये मला मारायला. इतके दिवस कुठं होतास? तुझ्या देशातला एकजण 'देशाला फिरून येऊ' असं सांगून मला इथं घेऊन आला आणि फसवून मला ह्या अडाण्यांच्या देशात आठ वर्षं डांबून ठेवलं. त्यांना का नाही जाब विचारत? मी मुसाफिर आहे. माझ्या मनाविरुद्ध मला कैद करून ठेवणं हे कुठल्या माणुसकीत बसतं? दुसऱ्या देशाच्या नागरिकाला अडकवून ठेवणं कायद्यात बसतं? बोल ना! वर माझ्या धाडसाची चर्चा! तू कोण रे माझा न्यायनिवाडा करणारा? मला वाईट चालीची म्हणतोस. तुझ्या देशात काय चाललंय ते बघ. तुमचं लक्ष बायकांचे केस कापणं, बुरखा घेणं ह्या असल्या फालतू गोष्टींवरच. १९९३ च्या ऑगस्टमध्ये एका नुकत्याच जन्मलेल्या मुलाला कोणीतरी गटारात फेकलं. कोणीच उचलत नाही असं पाहून एका अरदक जातीच्या माणसानं त्याला उचलून नेलं. तेव्हा कुठं होतास तू? हाच तुमचा पवित्र देश आणि ह्याच तुमच्या पतिव्रता नाही का?'

तालिबानमधील नेत्यासारखा दिसणारा एकजण मला उत्तर देण्याच्या बेतात होता. इतक्यात दाराबाहेरून बीबीजी आणि त्यांच्या चारही सुना एकदमच म्हणाल्या, 'खरं आहे. हा अन्यायच आहे. साहेब कामाल धीट आहे, म्हणून तिनं विरोध केला. नाहीतर तालिबाननी तिला गोळ्या घालून ठार केलं असतं. देशातल्या बायका असा विरोध करायला शिकल्या तर त्यांच्यावर अत्याचार करायची हिंमत कोणालाच होणार नाही.'

तालिबानना काय वाटलं कोण जाणे? ते म्हणाले, 'ठीक आहे. जा तू हिंदुस्तानात. पण तू एकटी जाऊ शकणार नाहीस.''

'का नाही जाऊ शकणार? मी कोणावर अवलंबून नाही. स्वतंत्र आहे. मी एकटीच जाईन.' मनातल्या मनात म्हटलं, 'कसंही करून इथून सुटलं पाहिजे.'

द्रानाइचाचा म्हणाले, 'काय, साहेब कामाल? आता खूष ना? मग बंदूक बाजूला ठेव बरं! आणि बस पाहू!'

मी बंदूक जवळ घेऊनच बसले. माझं समाधान झालं नव्हतं. ह्या लोकांची ही चाल नसेल कशावरून? मी बंदूक बाजूला ठेवली की माझ्यावर एकदम झडप घालायचा बेत असावा. गफूरचाचांचे भाऊ सत्तारचाचा म्हणाले, 'साहेब कामाल, हिंदुस्तानात जाण्यासाठी तुझ्याजवळ पैसे आहेत का?'

'नाही. फक्त एक लाख अफगाणी आहेत.'

'मग जाणार कशी? मुशानं पैसे दिले नाहीत तर?'

'मला मुशाच्या पैशांची गरज नाही. मी माझे दागिने विकेन.'

'दागिने विकण्याची गरज नाही. मी उद्या पहाटेपर्यंत पैसे पोचते करतो. आजची रात्र तू इथंच राहा.' द्रानाइचाचांनी मार्ग काढला.

'ठीक आहे. मी कोलकात्याला पोहोचताच तुमचे पैसे परत करेन.'

मग चहापाणी घेऊन सगळे निघाले. ते गाडीत बसणार इतक्यात माझ्या मनात आलं की रात्री, समजा, बरेच तालिबान इथं आले तर? मग मी काय करू? तालिबानवर माझा अजिबात विश्वास नव्हता. त्यापेक्षा आताच इथून निघालेलं बरं! सकाळचे दहा वाजले होते. चाचा भल्या पहाटेच इथं येऊन पोचले होते. लपूचाचांचा मुलगा अब्दुलाक सांगत होता की त्यांना रात्रीच इथं यायचं होतं. पण अम्माजान गाडी घेऊन सासरी गेल्या असल्यामुळे येता आलं नाही. मी धावतच द्रानाइचाचांजवळ गेले आणि अगदी हलक्या आवाजात त्यांना म्हटलं की चाचा, तालिबान रात्री गडबड करतील, असं माझं मन मला सांगतंय. पाहिलंत ना, रात्री इथं राहायला एकजण कसा एका पायावर तयार झाला ते!

'बरोबर. हे माझ्या लक्षातच आलं नव्हतं. तसं नकोच. तू आताच नीघ. मी पैशांची व्यवस्था करतो. गाडीचंही बघू या.' द्रानाइचाचांनी सिदीकभाईला बोलावलं. आपला संशय त्याला सांगितला. त्यालाही चाचांचं म्हणणं पटलं. चाचांनी त्याच्याकडे आठ लाख अफगाणी मागितले. ते उद्या त्याला पैसे परत करणार होते. तालिबानना हे समजल्यावर ते म्हणायला लागले की आज जायची गरज नाही. तिला उद्या जाऊ दे. घाई कशाला? मग मात्र द्रानाइचाचांनी स्पष्ट सांगितलं की ती आजच जाणार. सिदीकभाईला त्यांनी विचारलं, 'काबुलपर्यंत जायला गाडी मिळेल का?'

सिदीकभाई म्हणाला, 'माझा मेहुणा आहे ना! बारीतखान. बारीत घेऊन गेला तर आपल्याला काळजीच नाही. काबुलला 'मॅक्रिरियॉन टू'मध्ये हाजीसाहेब राहतात. ते पासपोर्टचं काम करतात. त्यांची बीबीही आहे तिथं. बारीतनं एकदा त्यांच्या घरी नेऊन सोडलं की झालं.'

'वा! फारच छान! बोलाव तुझ्या मेहुण्याला.'

सगळे पुन्हा घरात आले. तालिबान म्हणाले, 'आता आम्ही जातो. आमचं इथं काय काम?'

द्रानाइचाचांनी त्यांना अडवलं, 'बसा. बसा. आपण बरोबरच निघू.'

द्रानाइचाचांनी तालिबानना का अडवलं ते मला कळलं. जर पुढे जाऊन ते रस्त्यात दबा धरून बसले असते तर? त्यांनी आमची गाडी अडवलीही असती.

सिदीकभाई मोटारसायकलवर गेला आणि त्याच्या मेव्हण्याला घेऊन आला. मेव्हण्याची टाटा सुमोसारखी गाडी होती. चाच्यांनी मोजून नोटांची आठ बंडलं माझ्या हातात दिली. ते म्हणाले, 'प्रत्येक बंडल एक लाखाचं आहे. जपून खर्च कर. कारण मध्येच पैसे कमी पडले तर कोण देणार? गेल्यावर मला कॅसेट पाठव. आणि हे बघ, जाँबाजचे दुसऱ्यांनी कान भरले असतील. त्यामुळे तो कदाचित तुझ्याशी धड वागणार नाही. अशा वेळी तू त्याच्यावर रागावू नकोस. मला वचन

दे की कधीही जाँबाजला त्रास देणार नाही म्हणून. कधी त्याचा राग आलाच तर आजचा दिवस आठव. आम्ही तुझ्यावर माया करतो ना? मग तू जाँबाजला क्षमा कर.'

सुटले! आज मी सगळ्यांचा खरोखरच निरोप घेत होते. सगळ्यांनी मला 'खोदापामानी' दिलं तेव्हा माझे डोळे भरून आले. इथं निरोपाला 'खोदापामानी' म्हणतात. बीबीजींनी एका प्लॅस्टिकच्या बॅगेत सुकामेवा भरून दिला. सगळे मला गाडीपर्यंत पोहचवायला आले होते. सगळ्यांचेच डोळे ओले झाले होते. ते मला पुन्हा पुन्हा बजावत होते, 'साहेब कामाल, मुग, मा इरियेजा! फिता रावबिलेगा! तु मुग डेर आकपाल' (साहेब कामाल, आम्हाला विसरू नकोस. कॅसेट पाठव. तू आमची आहेस हे लक्षात असू दे.)

मीही त्यांना शब्द दिला. आजपासून आठ वर्षांपूर्वी माझ्या माहेरच्या लोकांनी मला असाच निरोप दिला होता. त्या दिवशी सकाळपासून मी बेचैन होते. त्यांच्या विरोधाला न जुमानता मी निघाले होते. मी जाँबाजशी असं अचानक लग्न केलं हे बाबांना आवडलं नव्हतं. बाबांनी मला बरीच मारझोड केली. त्यामुळे मी जास्तच हट्टाला पेटले. बाबांनी माझे केस खेचले. बत्तीस वर्षांच्या मुलीला रागावता येतं, दुसरी काही शिक्षाही करता येते. पण मारझोड? शेजारी माझ्याकडे बघून कुजबुजायला लागले, नावं ठेवायला लागले, तरीही मी जाँबाजशीच लग्न केलं. लग्न केल्यापासून बाबांनी माझ्याशी जवळजवळ अबोला धरला होता. ते शक्यतो खोलीतच बसून राहत. भावांना मला काही बोलायची हिंमत नव्हती.

त्या दिवशी सकाळी मी बॅग भरत होते. आईनं सांडगे आणि बटाटे घालून माशाचं कालवण केलं होतं. एकच्या सुमाराला द्रानाइचाचा मला न्यायला येणार होते. तेव्हा चाचा कोलकात्यातच होते. मी घाईघाईनं जेवण उरकलं. अभिषेक माझ्याबरोबर दिल्लीपर्यंत येणार होता. मी तयार होऊन बाबांना नमस्कार करायला गेले. बाबा तेव्हा कॉटवर बसले होते. आईबाबांना नमस्कार करून मी बाहेर पडले. हावडा स्टेशनवर बरेचजण आले होते. मला निरोप देताना सगळ्यांचेच डोळे पाणावले. आणि रुमा? रुमाही रडत होती. रुमानं माझी जाँबाजशी ओळख करून दिली नसती तर मी अशी परक्या देशात अडकून पडले नसते.

माझ्या सगळ्या कटकटींच्या मुळाशी रुमाच होती. मला तिनं सगळं तिखटमीठ लावून सांगितलं होतं. तिचा तो नील. आणि दीपंकरवरही तिचं प्रेम होतं म्हणे! नीलला ती धरून ठेवू शकली नाही. नीलनं तिला सोडलं. तिनं दीपंकरला. मग तिनं रहीमखानशी दोस्ती केली. तेव्हा मी रुमाला जवळजवळ रोजच भेटायची. एक दिवस रुमानं मला पार्टीला बोलावलं. ग्रँड हॉटेलमध्ये. आम्ही चौघं होतो. मी, रुमा, रहीम आणि जाँबाज. त्या दिवशी प्रथम रुमानं माझी जाँबाजशी ओळख करून दिली.

नंतर प्रेम आणि लग्न. आज संशय आणि अनिश्चितता. असो!

प्रथम ह्या देशात आले त्याच रस्त्यानं आज परत चालले होते. त्या दिवशी सगळंच अनोळखी होतं. आणि आज? सगळं ओळखीचं. इथला खडा न् खडा मला माहीत झालाय. मी निघालेय. ह्या देशाचा कायमचा निरोप घेऊन. मी पुन्हा ह्या मातीवर पाय ठेवणार नाही. पण तिन्नी?

तिन्नी आज माझ्याबरोबर नाही. कालाखाननं तिला माझ्यापासून हिसकावून घेतलंय. पाकिस्तानातून मी परतल्यापासून त्यांनी तिन्नीला आसामखानकडेच ठेवलंय. फक्त चार वर्षांची पोर! तिला अजून स्वत:चं स्वत: काहीच धड करता येत नव्हतं. आईच्या गळ्यात हात टाकल्याशिवाय तिला झोप येत नसे. आईनं भरवल्याशिवाय ती जेवत नसे. कपडेही आईनंच घालून द्यायचे. क्षणभर जरी आई दिसली नाही तरी ती ओठ काढून रडायची. आई आंघोळीला गेली तर ती दार ठोकत बाथरुमच्या दारात बसून राह्यची. आणि आज त्याच आईला ती पाहूही शकत नव्हती. माझ्याजवळ तिला कोणी येऊच देत नव्हतं. आई ग! काय करू? कसं सोसू हे? किती हा छळ! रात्री मी तिन्नीच्या बिछान्यावर हात फिरवत राह्यची. ती तिथं नाही म्हटल्यावर डोळ्यांना धार लागायची. रात्री जाग यायची. तिन्नीची काळजी वाटायची. तिचं काही दुखत तर नसेल! ती माझ्यासाठी रडत असेल का? तिचं सगळं कोण करत असेल? तिचं पांघरूण सरकलं असेल? सगळ्यांना गाढ झोप लागली तर तिचं सरकलेलं पांघरूण तिच्या अंगावर कोण घालेल? ह्या देशातल्या आया मुलांकडे फारसं लक्ष देतात कुठं? त्यांना सवडच नसते. दुसरं मूल मांडीवर असतंच. मग पहिलं विसरलं जातं. पण मी तिन्नीला वेगळं वाढवलं होतं. कालाखानला आणि सादगीला बरीच मुलं होती. तिन्नीला माझ्यापासून हिसकावून घ्यायचं काहीच कारण नव्हतं.

मी अगतिकपणे व्हरांड्यात बसून दाराकडे पाहत राह्यची. तिन्नी एकदा तरी दिसावी म्हणून. माझ्याच नशिबी सगळं दु:ख का? तिला माझ्यापासून दूर न्यायचीच होती तर दिली तरी कशाला? तिला माझ्याशिवाय कसं चैन पडणार? कालच गुलगुटी सांगत होती की तिन्नी रडते. ती खात-पित नाही. सारखी 'आई कुठं आहे?' म्हणून विचारत असते. तिला माझ्याकडे यायचंय. 'आई आल्याशिवाय काही खाणारच नाही' असं म्हणाली. तिला कालाखाननं सांगितलं की तुझी आई गेली हिंदुस्तानला. एवढीशी पोर! हे ऐकताच जमिनीवर लोळणच घेतली म्हणे तिनं! एकदा मला अगदी सहन होईना तेव्हा कालाखानची आणि सादगीची मनधरणी करायचा प्रयत्न केला. पण त्यांच्यावर काहीही परिणाम झाला नाही. त्यांनी माझं म्हणणं निष्ठुरपणे ठोकरलं.

एके दिवशीची गोष्ट. दुपारचे दोन वाजले होते. मला अचानक तिन्नीचं रडणं

ऐकू आलं. मला राहवलं नाही. कोणालाही न जुमानता मी धावत सुटले. सरळ आसामचाचाच्या दारासमोर जाऊन उभी राहिले. तिन्नीला जोरजोरात हाकाही मारल्या. तिन्नी कुठं होती कोण जाणे? 'मा!' 'मा' म्हणत धावत आली आणि मला घट्ट मिठी मारली. रडत रडत म्हणाली, 'मा, तू मला सोडून कुठं गेली होतीस? मी काही खाल्लं नाही. मला फक्त रडू येतं ग तुझ्यासाठी. तू मला सोडून कुठं जाणार नाहीस ना आता? सांग ना! सांग.'

मी तिन्नीचे भराभर पापे घेतले. एवढ्या दिवस दाबून ठेवलेली ममता उफाळून आली होती. पण सादगी अचानक धावत आली आणि ससाण्यासारखी झडप घालून तिनं तिन्नीला पकडलं. तिनं तिन्नीला फरफटत आत नेलं. मी हताश होऊन नुसती बघत राह्यले. माझ्या अंगात त्राणच नव्हतं. तिन्नी किंचाळत होती, "मा, मला तुझ्याकडे यायचंय. मला सोडून जाऊ नकोस. मला सादगी का ओढत नेते? मी काय केलं ग?"

माझे पाय जमिनीला खिळले होते. गलिच्छ वृत्तीची कृतघ्न माणसं ही! ह्यांना काय सांगायचं! ह्या सादगीनं तर अनेक वेळा जाँबाजचा पण अपमान केलाय. सादगीला लाजलज्जा, स्वाभिमान, कृतज्ञता हे शब्दसुद्धा माहीत नसावेत. जाँबाजनं एखादी गोष्ट करू नको म्हटलं तर ही मुद्दाम करायची. तिच्या माहेरचेही तिला फारसं विचारत नसत. सहा-सहा महिने कोणी विचारपूससुद्धा करत नसे. तिच्या वहिन्यांना तर ही कटकट न येईल तर बरं असं वाटायचं.

सादगीचं नशीबही करंटच होतं. तिचा नवरा-कालाखान-काही कामाचा नव्हता. अर्धवटच होता. त्याला सगळे वेडाच म्हणायचे. अडतीस वर्षांच्या ह्या माणसाला साधा हिशोब यायचा नाही. घड्याळ समजायचं नाही. आपल्या पाच रोट्यांएवढा बोकाणा तो एकदम भरायचा. खाणं-पिणं, झोपणं आणि पोरं जन्माला घालणं ह्याशिवाय दुसरं काही जमतच नव्हतं.

एकदा मी कालाला म्हटलं, 'कालाखान, तू विहिरीवर जाऊन थंड पाणी पितोस?'

तो म्हणाला, 'हो. पितो, का?'

'नाही म्हणजे तुला आताच मुलगी झालेय ना म्हणून म्हणत होते.'

'म्हणजे? मुलीचं काय?' त्यानं गोंधळून विचारलं.

'तू थंड पाणी प्यायलास तर त्या तान्ह्या मुलीला त्रास होईल ना!'

'हो? खरंच?'

'मग! तू तिचा बाप ना? सादगी पिते का थंड पाणी? मूल तान्हं असताना त्याला त्रास होईल असं खाता-पिता कामा नये.' मी त्याची थट्टा करतेय हे त्याला कळलंच नाही. तो म्हणाला, 'ही गुलगुटी अगदी पाजी आहे. मी तिच्यासमोर थंड

पाणी प्यायलो तरी काही बोलली नाही. बरं झालं तू सांगितलंस ते!'

असा हा सादगीचा नवरा!

इथं विहिरीला 'सेगिइ' म्हणतात आणि लग्नाला 'सगाइ' किंवा 'वादा'. बायकोला म्हणायचं 'खाजा' आणि नवऱ्याला 'मेरो'. मुलाला 'जोय' आणि मुलीला म्हणायचं 'लोर! 'खाबडा' म्हणजे माती. 'ओयेना' म्हणजे झाड. 'सानाज' आणि 'ग्राना' म्हणजे प्रियकर-प्रेयसी.

कालाखानला प्रत्येक गोष्टीसाठी जाँबाज पुढे हात पसरायला लागायचा, पण हाच कालाखान माझ्याशी कसा वागत होता ते पाहा!

सादगी तिन्नीला माझ्यासमोर फरपटत घेऊन गेली. सादगीसारख्या बाईनं माझा अपमान केला, तेव्हा मान खाली घालून घरात आले. माझ्या आजीनं सांगितलेली म्हण मला आठवली 'परक्याची मत्ता त्यावर कसली सत्ता!'

तिन्नीची आणि माझी ताटातूट झाली. माझं नवं आयुष्य तिन्नीशिवाय सुरू होणार होतं. तिन्नी आता माझ्या आयुष्यात पुन्हा कधीही येणार नव्हती. ती जिवंत असून माझ्यासाठी ती फोटोपुरतीच उरली होती. तिचा फोटोच माझ्या पुढच्या आयुष्यातील सोबती होता.

दुपार सरली. मी काबुलला पोहोचले होते. 'मॅक्रिरियॉन टू'मध्ये क्वार्टर्ससारखी एका ओळीत घरं होती. आम्ही दुसऱ्या मजल्यावरच्या एका दारावर टकटक केलं. एका बाईनं दार उघडलं आणि सिदीकभाईच्या मेव्हण्याला पाहून ती आश्चर्यचकित झाली. 'अरे, तुम्ही!' तेवढ्यात तिचं लक्ष माझ्याकडे गेलं. तिनं फार्सीतून काहीतरी विचारलं. त्या दोघांचं फार्सीतून बोलणं झाल्यावर ती मला हाताला धरून प्रेमानं आत घेऊन गेली. तिचं घर खूप छान होतं. ती बाई जाडी, बुटकी आणि सावळी होती. नाकही पसरट होतं. तिचा बॉयकट होता. तिनं सलवार-कमीज घातला होता.

रस्त्यातच बारीतखाननं मला तिच्याबद्दल सांगितलं होतं. ती जलालाबादची होती. हाजीसाहेबांबरोबर राह्यला लागण्याआधी तिची दोन लग्नं झाली होती, पण ती टिकली नाहीत. हा तालिबानच्या पतिव्रता स्त्रियांचा पवित्र देश! ह्या बायकांनी बुरखा घेतला नाही, तर तालिबान बदनाम होतात, पण ह्यांच्या वागण्याचं काय? आणि हे तालिबान मला वाईट चालीची म्हणून माझ्या डोक्यावर खापर फोडायला पाहत होते. हाजींबरोबर ह्या बाईचं लग्न झालं नव्हतं. ते फक्त एकत्र राहत होते. पहिल्या दोन नवऱ्यांपासून तिला तीन मुलं होती. मोठी दोन त्यांच्या वडिलांकडे राहत होती. सर्वांत धाकटं मूल ह्या बाईजवळ होतं.

हाजींनाही तीन बायका होत्या. एक गझनीला, एक आमच्या घराजवळ आणि तिसरी ही. ह्या बाईचं वागणं बोलणं चांगलं वाटलं. रात्री घाईघाईनं तिनं माझ्यासाठी मटणकुर्मा केला. रोट्या 'शालो'तून आणल्या. काबुलमध्ये रोट्या घरात करत

नाहीत. रोट्या करण्याचं यंत्र जिथं असतं त्याला 'शालो' म्हणतात. आज मला सगळंच खूप छान वाटत होतं. मी संपूर्ण एक रोटी खाल्ली. इथल्या रोट्या नानसारख्या असतात. –त्रिकोणी. इथंही विजेचा पत्ता नव्हताच. युद्धामुळे सगळ्याचाच धुव्वा उडाला होता. बारीतखान मला पोहोचवून लगेच निघून गेला. आता मला कसलीच काळजी नव्हती, चिंता नव्हती. सगळंच छान, सुंदर वाटत होतं, पण मधूनच मनात कढ येत होते. रडू येत होतं. एका परीनं मी हरले होते. सुखावर दुःखाचं सावट होतं. माझी सोनुली माझ्यापासून हिरावून घेतली होती.

तिन्नी आता कधीच मला त्रास देणार नव्हती. कधीच मला विचारणार नव्हती, 'मा ब्यता? मा काना? (आई, तुझं दुखतंय का? तू रडतेस?) 'आमाल माल दामा। आमाल माल तति। दाओ। दाओ।' (माझ्या आईचे कपडे. माझ्या आईची चप्पल. दे. दे.) असे बोबडे बोल आता कधीच ऐकायला मिळणार नव्हते. ती आणि तिची मा हेच तिचं जग होतं. मी कितीतरी वेळा तिला मारलं होतं. एकदा तर तिचे दोन्ही गाल लाल लाल झाले होते. गुलगुटीच्या मुलीच्या हातातली रोटी तिनं हिसकावून घेऊन खाल्ली म्हणून मी तिचे जोरात गालगुच्चे घेतले होते. पुढे बरेच दिवस ती गालांना हात लावून सांगायची, 'मा, एताने ब्यता।' (आई, इथं दुखतं.) शी! मी तिच्याशी किती कडक वागले होते!

एक गंमत आठवते. एके दिवशी मी विहिरीपाशी बसून डोक्याला मेंदी लावत होते. इतक्यात तिन्नी धापा टाकत, धावत माझ्याजवळ आली. तिच्या मागे गुलगुटी.

'काय ग? काय झालं?' मी विचारलं.

'थांब. तुला दाखवतेच. आईच्या मागे लपून काही फायदा नाही.' गुलगुटीनं तिन्नीला दम दिला. गुलगुटीनं सगळी हकीकत सांगताच मला हसू आवरेना. गुलगुटीच्या मुलीचं नाव होतं सबेरा. ती तिन्नीपेक्षा वर्षानं लहान होती. सबेरा खोलीत एकटीच आहे असं पाहून तिन्नीनं तिला दम द्यायला सुरुवात केली, 'ए शबेरा, तू माझ्या 'माला 'मा' का म्हणतेस? आणि काल माझ्या आईच्या मांडीवर का बसलीस?' सबेरा काहीच उत्तर देत नाही असं पाहून तिन्नीनं तिला मारलं. आपल्या ह्या गुन्ह्याला कोणी साक्षीदार तर नाही ना हे पाहण्यासाठी तिन्नीनं इकडे तिकडे पाह्यलं. गुलगुटी खिडकीतून गुपचूप सर्व पाहत होती. आपण पकडले गेलो हे कळताच तिन्नीनं माझ्याकडे धाव घेतली होती. आता ती असं काही झालं तर कोणाकडे धाव घेईल? ती कोणाला 'मा' म्हणून हाक मारेल? कोणाच्या मांडीवर ती हक्कानं बसेल? तिची खरी आई सादगी, पण अगदी लहान असल्यापासून ती मलाच आई म्हणून ओळखते. आता चार वर्षांनंतर ती दुसऱ्या कोणाला आई म्हणू शकेल? भीतीनं ती काही बोलणार नाही, पण तिच्या मनात काय येत असेल? तिला वाईट वाटणार नाही? तिन्नी आता एकटी आहे, एकाकी आहे. तिचं चिमुकलं हृदय आईसाठी रडत असेल, पण ते कोणालाही कळू

शकणार नाही. तिन्नीचं तर सर्वच हरवलंय. सर्वभक्षी कालाखाननं आणि सादगीनं तिचं सगळंच नष्ट केलंय आणि मी तिची आई! पण दुबळी. नाही वाचवू शकले ह्या दुष्ट माणसांपासून तिला. 'तिन्नी, तुझी मा अगदी अगतिक आहे ग! सोने, क्षमा कर तिला, पण तुझी आई मीच आहे. तुला तुझ्या हक्कांपासून कधीही दूर ठेवणार नाही. तुझा अधिकार डावलणार नाही!' मनातल्या मनात बोलल्यामुळेसुद्धा खूप हलकं वाटलं.

क्षमा करू? पण कशी करू क्षमा? माझ्या सर्व समस्यांचं मूळ तर जाँबाजच आहे. सुख, आनंद त्याला आणि दुःख माझ्या वाट्याला? काही झालं तरी मला त्याच्याशी जमवून घेतलंच पाहिजे. मी एकवेळ दुःख सहन करेन पण बदनामी? बदनामी अजिबात सहन करू शकणार नाही. सगळे माझ्याकडे बोट दाखवून म्हणतील, 'बघा! एका मुसलमानाशी हट्टानं लग्न केलं आणि आता रुमासारखीच बापाच्या घरी येऊन पडलीय.' नाही. नाही. असा अपमान मला अजिबात सहन होणार नाही. शिवाय द्रानाइचाचांना मी शब्द दिलाय. जो शब्दाला किंमत देत नाही तो 'माणूस' म्हणायच्या योग्यतेचा नाहीच. कृतज्ञतेनं माझे हात बांधलेत. त्या पोटी फक्त जाँबाजलाच क्षमा करणं पुरेसं नाही, तर वेळ आली तर माझा जीवही द्यायला मागेपुढे पाहणार नाही.

आता काही काळजी नाही. माझी सुटका झाल्यासारखीच आहे. मग मला झोप का येत नाही?

सकाळी पुन्हा पासपोर्टकरता प्रयत्न करायला हवेत. हाजीसाहेबांच्या मते पैसे दिले की एका दिवसात पासपोर्ट मिळतो. आता इथं मला कोणी अडकवून ठेवू शकणार नव्हतं, तरी लवकरात लवकर ह्या देशातून बाहेर पडलेलं बरं! कशाचीच शाश्वती नाही. तालिबान कपटवेषानं येऊन डाव साधायलाही कमी करायचे नाहीत. इथल्या कोणावरच आता माझा विश्वास राह्यलेला नाही. ह्याचा अर्थ इथून तिथून सगळेच वाईट आहेत, असा मात्र नाही. नाहीतर द्रानाइचाचांनी माझ्यासाठी एवढं कशाला केलं असतं! सगळेच काही 'मर्चंट ऑफ व्हेनिस'मधील 'शायलॉक' नाहीत. काही रवीन्द्रनाथांच्या 'काबुलीवाल्या'तील रहमतखान आहेतच. काहीही असो, पण एक कबूल केलंच पाहिजे की गावातील कितीजण माझ्यावर माया करायचे माहीत नाही, पण मान मात्र सगळेच द्यायचे. इथं बऱ्याच बंगाली मुली आहेत. त्यांना मान देणं तर सोडाच कोणी विचारतच नाही, पण माझी गोष्ट मात्र वेगळीच होती. मला पाहताच, कोणीही असो, विचारपूस करायचाच. कोणाच्याही घरी काहीही समारंभ असला तरी मला आमंत्रण असायचंच. गावातल्या मुली आणि बायका माझ्याशी मैत्री करायला बघायच्या. कारण मी त्यांच्या दृष्टीनं स्वतंत्र होते.

हाजींना मी एक लाख अफगाणी दिले. त्यांच्या मते एवढ्या पैशांत पासपोर्टचं

काम होण्यासारखं होतं. आता सध्या तरी मला काहीच काम नव्हतं. पासपोर्ट मिळाल्याशिवाय व्हिसा ऑफिसात जाता येत नव्हतं. म्हणून हाजींच्या बीबीला म्हणजे मामोला विचारलं, 'इथं ब्युटी पार्लर आहे?'

'आहे. जायचंय?'

'चला. एकदा पाहून तर येऊ या.'

कपडे बदलून बाहेर पडलो. मॅक्रिरियॉनपासून टॅक्सी केली. मामो टॅक्सी-ड्रायव्हरशी फार्सीतून बोलत होती. ड्रायव्हरनं विचारलं, 'फार्सि पमे?' (फार्शी येतं?)

त्यानं बहुधा माझ्याबद्दल विचारलं असावं. कारण मामोनं उत्तर दिलं, 'ये खारिजी' खारिजी म्हणजे परदेशी.

आम्ही काबुलच्या साडानाओ नावाच्या भागात गेलो. हा इथला पॉश एरिया. कोलकात्याच्या न्यू मार्केटसारखा. इथं खूप मोठमोठी दुकानं होती. मामो मला एका मोठ्या ब्युटी पार्लरमध्ये घेऊन गेली. तिनं विचारलं, 'तुम्ही काय करून घेणार?'

'फेशिअल.'

मामोनं मला एका खुर्चीत बसवलं आणि ती एका विचित्र दिसणाऱ्या बाईजवळ जाऊन बसली. तिच्याकडून तिनं सिगरेट मागून घेतली. मलाही सिगरेट हवी का म्हणून विचारलं. मी अर्थातच नकार दिला. तिथलं वातावरण मला अजिबात आवडलं नाही. कधी एकदा इथून बाहेर पडते असं झालं होतं. एकदाच फेशिअल झालं. एका फेशिअलसाठी तीस हजार अफगाणी हा दर ऐकताच माझं धाबंच दणाणलं, पण चेहेऱ्यावर तसं काही दिसू दिलं नाही. तिथून बाहेर पडल्यावर मामोला म्हटलं, 'चला. एखाद्या चांगल्या हॉटेलमध्ये जाऊ या.' ह्या भागात रॉकेट्स किंवा मिसाइल्स पडली नव्हती. त्यामुळे हा भाग व्यवस्थित होता. शहराच्या इतर भागांतील बऱ्याच घरांची पडझड झाली होती हे टॅक्सीतून येताना पाह्यलं होतं. अनेक घरांवर गोळ्यांच्या खुणा दिसत होत्या. एवढं सुंदर शहर, पण पार उद्ध्वस्त झालं होतं. पडझड पाहून ह्या शहरानं कसल्या माऱ्याला तोंड दिलंय ते कळत होतं.

मामोनं मला एका पडदे लावलेल्या हॉटेलात नेलं. हॉटेलचं नाव कळलं नाही. आपल्याकडे भाजीवाले जसे गिऱ्हाइकांना आरडाओरडा करून बोलावतात तसेच हॉटेलमधील नोकर लोकांना बोलावत होते. हॉटेलच्या पुढेच काचेच्या पेट्यांतून गाजर, मुळे विकायला ठेवले होते. आम्ही एका टेबलाशी जाऊन बसलो. आमच्या समोर एक मुलगा आणि एक मुलगी बसली होती. त्यांचे प्रेमचाळे चालले होते. ह्या देशात असं काही पाह्यला मिळेल असं मला स्वप्नातही वाटलं नव्हतं. सगळे माझ्याकडे पाह्यला लागले. काबुलमध्ये फार्सी बोलली जाते. मला ती भाषा येत नव्हती. आम्ही नान, कुर्मा मागवला. बरोबर सॅलाड. हॉटेलमधून आम्ही एका कापडाच्या दुकानात गेलो. मी एक काबुली ड्रेस शिवून घ्यायचं ठरवलं. खरं

सांगायचं तर दावणीला बांधलेलं जनावर मोकळं सुटलं होतं. ते मागे वळून बघायलासुद्धा तयार नव्हतं. खर्चही मोकळ्या हातानं चालला होता. विचार केला की होईल ते होईल. वेळ आल्यावर बघू.

आम्ही बाजारातून मटण, बटाटे, टोमॅटो वगैरे घेऊन घरी आलो. हाजीसाहेब आमच्या आधीच घरी आले होते. आम्हाला पाहताच त्यांनी विचारलं, 'सकाळी बाहेर पडलात. ते आता परत येताय?'

मामोनं उत्तर दिलं, 'काय करणार! साहेब कामालचं फिरणंच पुरं होईना.'

'तुमचा पासपोर्ट आणलाय. उद्या व्हिसा ऑफिसात जाऊन तुम्हाला व्हिसाची व्यवस्था करता येईल.' हाजीसाहेब मला म्हणाले.

माझा आनंद मनात मावेना. मन मोरासारखं थुई थुई नाचायला लागलं. पण हा आनंद फार वेळ टिकला नाही. कारण हाजींनी मामोला फैलावर घेतलं. 'शरम वाटली नाही? एवढा वेळ निर्लज्जपणे बाजारात हिंडलात.'

मी हाजींना म्हटलं, "लाज कसली? मीही त्यांच्याबरोबर होते. त्यांना बोलणं म्हणजे माझाही अपमान आहेच."

'तसं नाही, भाभी! आमच्या बायका बाहेर पडत नाहीत. तुम्हाला सवय असते.' हे त्यांचं बोलणं ऐकताच माझं डोकं सणकलं. हल्ली विरोध करण्याचं धाडस माझ्यात आलं होतं. मी खूप सहन केलं होतं. आता काहीही सहन करणं शक्य नव्हतं. सहन करायचं तरी किती! ह्या लोकांनी वाटेल ते बोलायचं आणि मी ऐकून घ्यायचं? का म्हणून? मी हाजींना विचारलं, 'का? का म्हणालात असं? आपल्या देशातल्या बायका वेगळ्या आहेत? कशा वेगळ्या आहेत? आमच्यात आणि त्यांच्यात फरक काय? धर्माच्या नावाखाली स्त्रीत्वाचा अपमान का करता? आपण दाखवता तसे खरंच आहात का? मुसलमानच मुसलमान जातीला काळिमा फासतात, असं नाही वाटत आपल्याला? सगळ्या मुसलमानांचं मला ठाऊक नाही पण अफगाणिस्तानातील मुसलमानांचा भोंदूपणा पाहून माझा त्यांच्यावरचा विश्वासच उडालाय. इथं मुसलमान म्हटलं की माझ्या मनात येते भीती, दहशत. एके काळी मुस्लिम म्हणजे एकता असं समीकरण होतं. निदान मी तरी तसं ऐकलं होतं."

'तुमच्या हिंदू धर्मात सगळंच चांगलं आहे? काहीही वाईट नाही? तुमच्या सनातन धर्मातील भ्रष्टपणा मला माहीत नाही, असं समजू नका. वर्णभेदाच्या विलक्षण लीला तुमचे राजकारणी दाखवतात. आम्हाला त्या काय दिसत नाहीत? हिंदूंनीच मुसलमानांना दूर ठेवलंय. हिंदूंना शिक्षणाचा मोठा गर्व आहे. पण ते खरं शिक्षण नाहीच. शिक्षणाची चेष्टा आहे ती. तुमच्या देशातले लोक तोंडानं 'हिंदू मुस्लिम भाई भाई' असं म्हणतात पण व्यवहारात तसं मानतात?'

मी मनातल्या मनात विचार केला. हाजीसाहेबांचं म्हणणं बरोबर होतं. कारण

मी स्वत: ह्याचा अनुभव घेतला होता. जॉंबाजशी लग्न केल्यावर आम्हाला घर भाड्यानं घेताना खूप त्रास झाला होता. जिथं जावं तिथं नकार घंटा. दलालांनी तर तोंडावर स्पष्टच सांगून टाकलं की तुम्हाला चांगल्या वस्तीत जागा भाड्यानं मिळणारच नाही. मुसलमानांना कोणीही भाड्यानं जागा देत नाही. जाधवपूरला एक फ्लॅट भाड्यानं घेतला पण तिथं आमच्याबद्दल बरीच चर्चा व्हायला लागली. आजूबाजूचे कोणीही माझ्याशी बोलत नसे. आमच्या दारासमोर कोणी फिरकतसुद्धा नसे. कॉलनीतल्या मिटिंगमध्ये चर्चेचा विषय होता– 'ब्राह्मण आहोत असं सांगून जागा मिळवणारा मुसलमान.' सगळे मारायला उठले. मुसलमानाशी लग्न करताच माझी माहेरची ओळख संपली. आम्हाला ती जागा सोडावी लागली. जाधवपूरला दीपक घोषांच्या घरात दुसरी जागा घेतली. घोष कुटुंब अतिशय त्रासदायक होतं; पण त्यांना आता आजूबाजूचे लोक त्रास द्यायला लागले. कोणीही आमच्याशी बोलत नसेच. उलट आम्ही त्यांचं पाणी विटाळलं म्हणून आमच्यावरच राग. हीही जागा सोडली आणि तिसरी घेतली. तीही जाधवपूरलाच. मी जणू हट्टालाच पेटले होते. जागा घ्यायची ती जाधवपूरलाच. दुसरीकडे कुठंही नाही. पाहू या लोक किती त्रास देतात ते!

मला गप्प बसलेलं पाहून हाजीसाहेब म्हणाले, 'भाभी, एवढा कसला विचार चाललाय? माझं बोलणं लागलं का?'

'नाही. नाही. मी दुसराच विचार करत होते.' परक्या माणसासमोर आणि तेही एका मुसलमानासमोर– आपल्या धर्माबद्दल, आपल्या देशाबद्दल चर्चा करायला मला काही झालं तरी संकोच वाटला. पुन्हा तोच जात आणि धर्माचा प्रश्न. ह्या प्रश्नापलीकडे मीसुद्धा जाऊ शकत नव्हते का? मी माझा मलाच प्रश्न विचारला. खरी गोष्ट अशी आहे की जन्मापासून घरातून आणि आजूबाजूच्या वातावरणातून माणसाच्या मनावर जे बिंबवलं जातं ते पुसलं जाणं शक्य नसतं. प्रयत्न करूनही ते पुसलं जात नाही. जात व धर्म ह्यांच्या परिघातच माणसाला राहावं लागतं.

संस्कार करायचे तर डोकी फोडायला हवीत. माणसात असलेल्या सृजन सौंदर्यावर वारंवार प्रहार करून, आईच्या हातापायांत बेड्या घालायला हव्यात. तिला तिचीच काही मुलं आपल्या बाजूला ओढायला बघतात. ती म्हणतात, 'तिकडे जाऊ नकोस. ते मुसलमान आहेत. विधर्मी.' दुसरी मुलं तिला आपल्या बाजूला खेचायचा प्रयत्न करतात. ती म्हणतात, 'इकडेच ये. ते हिंदू आहेत. काफिर.' मधल्या मध्ये आई डोक्यावर हात मारून घेतेय. तिनं कोणाला जन्म दिलाय? ह्या अमंगळ, अघोरी पंजातून तिची सुटका नाहीच का?

व्हॉट इज दि मिनिंग ऑफ विधर्मी ऑर काफिर? ज्यांना धर्म नाही ते विधर्मी? जे हिंस्र आणि नास्तिक ते काफिर? विचार केल्यावर लक्षात येईल की ही दोन्ही विशेषणं वापरणारे मूर्ख आहेत. नुसते मूर्खच नाहीत तर शतमूर्ख.

हाजी म्हणाले, 'भाभी, एका प्रश्नाचं उत्तर द्याल? पण निरपेक्षपणे विचार करायला हवा. कोणाची तरी एकाची बाजू घेऊन चालणार नाही.'

मी निरपक्षपणे उत्तर द्यायचं कबूल केलं.

'अच्छा, भाभी, हिंदू मातीच्या मूर्ती घडवून पूजा का करतात?'

'देवाबद्दल भक्ती आणि श्रद्धा असते म्हणून.''

'ठीक आहे. पण ज्यांची ते भक्ती करतात, ज्यांच्याबद्दल श्रद्धा बाळगतात, त्यांना ते पाण्यात का टाकतात? झाडाखाली का ठेवतात? मूर्तीसाठी किती पैसा खर्च करतात! श्रद्धेनं मूर्ती घरी नेतात. पूजा करतात. फळं, मिठाई ह्यांचा नैवेद्य दाखवतात. मूर्तीपुढे श्रद्धेनं डोकं टेकतात आणि मग सगळं संपतं. त्या मूर्तीला झाडाखाली ठेवून देतात. तिला ऊन लागतं. पाऊस लागतो. तिच्यावर कावळे, गिधाडं बसतात. सुरुवातीला तिच्या नशिबी फुलं, फळं, मेवामिठाई, नमस्कार आणि अखेर विटंबना. ह्या फार्सची खरंच काही आवश्यकता आहे का? तीच फळं, मेवामिठाई भुकेलेल्यांना दिली, ज्यांना खायला मिळत नाही त्यांना दिली तर जास्त चांगलं नाही का?'

'हे पाहा, हाजीसाहेब, मी एक सामान्य बाई आहे. माझं ज्ञानही अपुरंच आहे, म्हणून आपल्या प्रश्नाचं उत्तर देणं माझ्या आवाक्याबाहेरचं आहे. एवढा धर्माबद्दल विचार करण्याची माझी कुवत नाही; पण 'मातीच्या मूर्तीतून मी तुम्हाला पावेन' असं देवानं कधीच म्हटलेलं नाही, हे नक्की. उलट, 'प्रत्येक माणसात मी वास करतो. फक्त उच्चवर्णीयांतच नव्हे, तर ज्यांना तुम्ही अस्पृश्य मानता त्यांच्यातही मी असतो, म्हणून त्यांचा तिरस्कार करू नका' असंच देवाचं म्हणणं आहे. विवेकानंदांच्या आणि गांधीजींच्या मते अस्पृश्यता हा शाप आहे, म्हणून अस्पृश्यतेचा नाश केला पाहिजे. पण सामान्य माणसं अती शहाणी असतात. आपल्याला सर्व समजतं असं त्यांना वाटतं, म्हणून ते कोणाचं ऐकत नाहीत. शिवाय मनाची एकाग्रता व्हावी म्हणूनही ह्या मूर्तींचं अवडंबर. आपणही तेच करता. ज्याप्रमाणे घड्याळ सर्वांना वेळेचं बंधन पाळायला भाग पाडतं तसाच धर्मही समाजाला बांधून ठेवण्याचं काम करतो. घड्याळ आणि धर्म दोघांचं काम एकच.''

'आम्ही कुठलीही मूर्ती समोर ठेवून नमाज पढत नाही.'

'मूर्ती नसेल पण कशावर तरी मन एकाग्र करताच ना!'

'पण त्यासाठी वारेमाप पैसा खर्च करत नाही.'

'करता, हाजीसाहेब, करता. हजच्या निमित्तानं मक्केला जाता तेव्हा पैसा खर्च होत नाही? असा पैसा खर्च करून हज करण्यापेक्षा माणसावर श्रद्धा ठेवा. जात, धर्म ह्यांच्या पलीकडे जाऊन, धर्माच्या भ्रष्टतेतून बाहेर येऊन जीवनाला सामोरं गेल्यास, सर्वांनी हातात हात घेऊन एकी केल्यास तीच हज होईल. अल्ला काय

फक्त मक्केतच आहे? त्याची जागा फक्त मक्केत? एवढंच त्याचं ठिकाण? तो तर सर्व जगाचा प्रभू आहे, खाविंद आहे. अल्ला वा देव प्रत्येकाच्या अंत:करणात असतोच. त्याचं वेगळं स्थान नाहीच.'

'असं कसं म्हणता! तिथं महंमदरसुलांची कबर आहे. असं म्हणतात की मक्केतली ती शिळा जेव्हा चढत नव्हती, वारंवार पडत होती तेव्हा अल्लाचे शब्द ऐकू आले की इब्राहीमनं आपल्या मुलाचा बळी दिल्याशिवाय शिळा चढणार नाही. इब्राहीम खलिफांनी मुलाचा बळी दिला. बळी देताना त्यांनी डोळे मिटून घेतले होते. डोळे उघडून पाहतात तर बोकड बळी गेला होता आणि त्यांचा मुलगा त्यांच्यापाशी उभा होता. त्यानंतर बांधकामात व्यत्यय आला नाही. बांधकाम पूर्ण झालं. मक्का तयार झाली. तेव्हापासून मक्काशरीफ सर्व मुसलमानांचं पवित्र स्थान झालं.'

'हिंदू धर्मातही अशा अनेक कथा आहेत. ह्या वादाला काही अर्थ आहे का? प्रश्न आहे तिथं उत्तर असतंच. शंका आहे तिथं समाधान असतचं, तेव्हा आता ही चर्चा थांबवून रात्रीचं जेवणखाण उरकून घेऊ या.'

आम्ही दोघं वाद घालण्यात दंग असताना मामोनं रात्रीचा स्वयंपाक उरकून घेतला होता. मामो स्वभावानं वाईट नव्हती पण मला ती आवडली नव्हती हे खरंच. वाईट वागणं वाईटच; वाईट हे नेहमीच वाईट असतं. त्याला पर्याय नसतोच. समजा, विशिष्ट परिस्थितीत समाजाचा खोचक उपरोध दुर्लक्षण्यासाठी किंवा समाजातील लब्धप्रतिष्ठितांना धडा शिकवण्यासाठी एखादीला वाईट वागावं लागलं तर ते क्षम्य आहे. पण स्वत:ला हवं आहे ते मिळवण्यासाठी स्वत:चा सौदा करण्यात कसला आलाय चांगुलपणा! अशांना वाईट म्हणायचं नाही तर काय म्हणायचं? जहाँनारानं जे केलं ते काय चांगलं होतं? त्या दिवशीचा तो प्रसंग अजून माझ्या डोळ्यांसमोर जसाचा तसा उभा आहे.

त्या दिवशी गफारचाचांचं लग्न होतं. त्यांची पहिली बीबी वारली तेव्हा त्यांची तिन्ही मुलं चांगली मोठी होती. पण इथल्या लोकांच्या मते गफारचाचांचं वय म्हणे फारसं नव्हतं. म्हणून घरातले सगळेच त्यांनी दुसरं लग्न करावं म्हणून त्यांच्या मागे लागले होते. सून आणण्याऐवजी गफारचाचा बीबी आणायला निघाले होते. आमच्या घरातले सगळे लग्नाला गेले होते. मी तेव्हा नवीन होते. इथं येऊन चारच महिने झाले होते. म्हणून मी गेले नव्हते.

दुपारचा एक वाजला होता. माझी चुलत जाऊ जहाँनारा आणि मी जरा आडव्या झालो होतो. जहाँनारा माझ्या मोठ्या चुलत सासऱ्यांची सून. अचानक ती उठली आणि साबण घेऊन आली. साबण दाखवत हातवारे करून तिनं मला काहीतरी सांगण्याचा प्रयत्न केला. मी समजल्याचं दाखवण्यासाठी होकारार्थी मान हलवली. ती कपडे आणि साबण घेऊन निघून गेली. ती कपडे धुवायला गेली असा मी अंदाज केला. उपडी

पडून एका वहीत माझी दैनंदिनी लिहिण्यात मी दंग झाले.

बराच वेळ गेला. घड्याळात पाह्यलं. एक चाळीस झाले होते. लिहिता लिहिताच सहज विहिरीकडे नजर टाकली. तिथं तर कोणीच नव्हतं. मग जहाँनारा गेली कुठं? ती कपडे धुवायला गेली होती ना? कपडे आणि साबण घेऊन विहिरीकडे बोट दाखवण्याचा अर्थ दुसरा काय असणार? पण जहाँनाराचा पत्ता नव्हता. ती कुठं गेली हे पाहण्यासाठी मी उठले.

जहाँनारा पिजलाखानला 'सानाज' म्हणते हे माझ्या कानावर आलं नसतं तर मी तिच्यावर संशय घेतलाही नसता. 'सानाज' म्हणजे प्रियकर, साजण. इथं हा शब्द पती-पत्नीतच वापरला जातो. जाँबाजनंच मला हे सांगितलं होतं. त्यामुळेच मला संशय आला. एकदा मी ह्याबद्दल जाँबाजशी बोललेही होते. 'हा पिजलाखान कोण?' मी जाँबाजला विचारलं होतं.

'आसामचाचांचा दूरचा मेहुणा. त्याला कोणीच नाही. म्हणून मधून मधून तो इथं येतो. चांगला आहे तो. तू उगाच संशय घेतेस.' जाँबाजनं माझी समजूत घातली होती. तरीही संशयाचं भूत माझ्या डोक्यातून उतरलं नव्हतं. घरातली सून एका परक्या पुरुषाला 'सानाज' कशी म्हणते? विशेषत: मुसलमान घरातली. हे लोक पुराणमतवादी. तेव्हा इथं असं म्हणणं चमत्कारिकच नव्हतं का? म्हणूनच मला प्रश्न पडला. जहाँनारा कशीही वागली तरी माझं काही जात नव्हतं. तरीही मला स्वस्थ बसवेना. एक मन 'नको' म्हणत होतं तर दुसरं कुतूहलानं अस्वस्थ झालं होतं.

शेवटी मी खोलीतून बाहेर येऊन व्हरांड्यात उभी राह्यले. इथं दुपारी खूपच गरम असल्यामुळे कोणीच बाहेर नव्हतं. इथल्या उष्णतेची तुलना आपल्या उन्हाळ्याशी होऊच शकत नाही. इकडची गरमी म्हणजे आपल्या डिसेंबरातील ऊब. असो! जहाँनाराचा पत्ताच नव्हता. माझ्या खोलीच्या पलीकडचीच खोली जहाँनाराची. पाह्यलं तर दार बंद. दार हळूच ढकलून पाह्यलं तर दाराला आतून कडी. ह्या वेळेला इथं कोणी दार बंद करत नाही. अर्थात असा काही नियम नाही. तरीही साधारण पद्धत अशीच आहे. रात्रीसुद्धा कडी घालत नाहीत तर दिवसाची गोष्टच नको! घराच्या चहूबाजूला उंच भिंत. मध्ये खोल्या. त्यामुळे कडी घालण्याची गरजच नाही. मग हिच्या खोलीचंच दार बंद का? आतून कडी कशी? माझ्या मनात शंकेची पाल चुकचुकली. तर मग....?

हलक्याच पावलानं दरवाजा ओलांडून पुढे गेले. खोलीला एक लांबरुंद खिडकी होती. पण ती मातीनं लिंपून टाकली होती. कारण युद्ध चालू होतं. कधी काय होईल काही सांगता येत नव्हतं. अचानक गोळी कोणाला लागली तर? खिडकीचा वरचा काही भाग मात्र लिंपला नव्हता. तो उघडाच होता. तिथं एक पडदा लावलेला दिसत होता. हे सगळंच संशयास्पद होतं. मी पाय उंच करून पडदा

सारून आत पाह्यलं. बाप रे! काय पाहत होते मी! मला जणू विजेचा शॉकच बसला.

खोलीत जहाँनारा आणि पिजलाखान दोघंच होती. जहाँनाराच्या अंगावर एकही कपडा नव्हता. आणि पिजलाखानच्या अंगात होता फक्त गंजी. माझी वाचाच बसली. चक्रावून गेले. काय करावं तेच मला सुचेना. दोन्ही हातांनी तोंड झाकून मी तिथंच फतकल मारून बसले. मी ओरडून घरातल्यांना बोलवायचा प्रयत्न केला, पण माझ्या तोंडातून फक्त विचित्र आवाजच बाहेर पडला. तो ऐकून आद्रामानची बायको आणि आबू बाहेर आल्या आणि मला 'काय झालं?' म्हणून विचारायला लागल्या. त्यामुळे जहाँनारा आणि पिजलाखान सावध झाले. त्यांनी अंगात कपडे घातले. आणि आमच्यापाशी येऊन उभे राह्यले. मी त्या दोघांकडे बोट दाखवून, कपडे दाखवून जमतील तशा खाणाखुणा करून सांगायचा प्रयत्न केला. त्यावरून आबू काय समजायचं ते समजली. ती चाणाक्ष होती. तिनं जहाँनाराचे केस पकडले आणि तिला फरफटत अंगणात नेऊन दोनचार थोबाडीत दिल्या. पिजलाखान माझ्याकडे रोखून पाहत होता. ते पाहताच आबू पिजलाखानकडे धावली. शी! काय ते बीभत्स दृश्य!

मी थरथर कापत होते पण भीतीनं नव्हे तर रागानं. तिरस्कारानं. जहाँनारा तिची वासनेची भूक भागवायला गेली म्हणून मला राग आला नव्हता. कारण अशी भूक सर्वांनाच असते व ती कशी भागवायची ह्याचं स्वातंत्र्यही सर्वांना आहे. एकदा भूक लागली की समोरचं अन्न ताजं आहे की शिळं, स्वच्छ आहे की घाणेरडं ह्याचं भान राहत नाही. भुकेच्या वेळी खाद्य महत्त्वाचं नाही तर खाणं महत्त्वाचं. म्हणून अशा परिस्थितीत कोणावर रागावणं, तिटाकारा करणं शक्यच नसतं पण मला राग आला होता तो दुसऱ्याच कारणासाठी. ह्या बायका असं वागूनसुद्धा सगळ्यांसमोर पतिव्रता म्हणून मिरवतात त्याचा मला राग आला होता. 'आमचं शरीर परपुरुषानं पाहू नये म्हणून आम्ही बुरखा घेतो' असं त्या का सांगतात? हाच का मुसलमान बायकांचा बुरखा? हेच का अब्रू सांभाळणं? माझा राग आहे तो ह्या भोंदूगिरीवर. खोटारडेपणावर.

शितावरून भाताची परीक्षा होते. पण हा एवढाच प्रसंग मी पाह्यलाय असं नाही. माझ्याजवळ आणखीही काही मासले आहेत.

जहाँनाराला आपल्या करणीचा खेदही नव्हता आणि खंतही नव्हती. ती तिच्या खोलीत निघून गेली. थोड्या वेळानं हातपाय धुवून रोटी खात बसली– अगदी सगळ्यांच्यासमोर. जणू काहीच झालं नव्हतं. रात्री सर्वजण लग्नाहून परत आले. त्यात जहाँनाराचा नवराही होता. जहाँनारानं कुराणशरीफवर हात ठेवून सर्वांसमोर शपथ घेतली. कुरणाशरीफवर हात ठेवून ती खोटं बोलली. एवढंच नाही, तर साहेब कामालच खोटं सांगते म्हणून तिनं कांगावा केला.

नवऱ्याकडून सर्व सुख मिळत असताना मी असं लाजिरवाणं कृत्य केलं असतं आणि ते कोणी पाह्यलंय हे कळलं असतं तर मी अशी खोटी शपथ घ्यायला जिवंतच राह्यले नसते. केव्हाच गळ्यात दोरी अडकवून फास घेतला असता; पण जहाँनारा? ती अगदी मजेत होती. नवऱ्याबरोबर गप्पा मारत होती, प्रेमात येत होती आणि त्याच्याशी भांडतही होती. ती माझ्याशीही नजरेला नजर भिडवून बोलत होती. धन्य आहे निलाजरेपणाची! निर्लज्जपणालाही काही मर्यादा?

आणखी एक अशीच घाणेरडी बाई मी पाहिलीय. सओबाइचाचाची बीबी मयना. मयनाला दिवस गेल्याचा गावभर बोभाटा झाला. तेव्हा सओबाइ हिंदुस्तानात होता. गेली तीन वर्षं तो कोलकात्यात होता. मग मयनाला दिवस कसे गेले? हे कळल्यावर तिच्या मोठ्या दिरानं तिला मारझोड केली पण मयना कोणाचंही नाव घेईना. काही बोलायलाच ती तयार नव्हती. आता कुंतीचा काळ तर नव्हता. सूर्याच्या वरामुळे मूल झालं असं ती सांगू शकत नव्हती. कोणीतरी मुलाचा जन्मदाता असणारच होता. त्याला कोणीतरी पुरुष कारणीभूत असणारच होता. कोण असेल तो? सगळे ह्याबद्दल चर्चा करत असतानाच मयनानं इब्राहीमआकांचं नाव घेऊन सगळ्यांना धक्काच दिला. मी तर गोठूनच गेले.

इब्राहीमआका? ते तर.....? मला तर ही गोष्ट उच्चारतानाही शरम वाटत होती. शिसारी येत होती. शी! काय हा गलिच्छपणा! किती लाजिरवाणी गोष्ट! वासना इतकी भयंकर असते? आणि हे म्हणे कर्मठ धर्मनिष्ठ! हे फाजील धर्मवेडापायी भरकटलेत. काहीही असो, मला मयनाची किळस आली. असं घाणेरडं कृत्य करायला तिनं होकार दिलाच कसा? तिला लाज-शरम काहीच कशी वाटली नाही? इब्राहीमआकाशिवाय दुसरं कोणीच तिला भेटलं नाही? तिनं स्वत:च्या नवऱ्याचा विचार कसा केला नाही? आता ती आपल्या अगदी जवळच्या ह्या माणसाला तोंड तरी दाखवू शकेल का? जे फक्त नवऱ्याचं होतं ते तिनं दुसऱ्याच्या स्वाधीन केलंच कसं? ती काही लहान नव्हती. आणि पाप केलं तेही इब्राहीमआकाशी? कसं करवलं हे तिला? तिला जीव द्यावासा वाटला नाही? धरतीनं दुभंगून तिला पोटात का घेतलं नाही? सओबाइ इब्राहीमचा दोन नंबरचा मुलगा. इब्राहिम मयनेचा सख्खा सासरा. अखेर मयना सासऱ्याकडूनच भ्रष्ट झाली. कलंकाचं हे रूप मला अनोळखी होतं. असं नीच कृत्य ह्याआधी माझ्या ऐकण्यात किंवा पाहण्यात नव्हतं. मयनानं काय मिळवलं होतं? काहीही नाही. ही तर विकृती आहे.

मलाच काय पण जे कोणी माझ्यासारखे सभ्य, सुसंस्कृत, अभिरुचिसंपन्न असतील त्यांना ह्या गोष्टी पटणारच नाहीत; मात्र बराच विचार केल्यावर मी अशा निर्णयाला येऊन पोचले की जेव्हा इथल्या स्त्रियांना वैवाहिक जीवनाची ओळख होते, प्रीत म्हणजे काय हे कळायला लागतं तेव्हाच नेमके त्यांना देशात एकटं ठेवून त्यांचे पती परदेशात निघून

जातात. पतिसहवासात न्हाऊन निघायच्या काळातच त्यांना विरह सहन करावा लागतो. बरं, हे पुरुष जातात ते थोड्याथोडक्या दिवसांसाठी नाही तर पाच पाच वर्षंसुद्धा ते देशाकडे फिरकत नाहीत. काहीजणी आपल्या भावनांना आवर घालू शकतात, इच्छा दाबून ठेवू शकतात, पण बऱ्याचजणींना हे जमत नाही. जहाँनारा, मयना ह्या दुसऱ्या गटातल्या होत्या. अशा आणखीही पुष्कळ असतील. मला त्यांची माहिती नाही आणि करून घ्यायची इच्छाही नाही. अशा गोष्टींचा मनाला त्रासच होतो. रागही येतो. लाज पण वाटते.

पहाटेचे पाच वाजले होते. हाजी नमाज पढत होते. मामो नमाज पढत नसावी. निदान मला तरी नमाज पढताना दिसली नाही. मी उठले आणि बाथरुम गाठली. आंघोळ वगैरे सर्व उरकूनच घ्यायचा विचार केला. कारण आज मला इथल्या इंडियन एम्बसित जायचं होतं. मामोच मला घेऊन जाणार होती. मनात धाकधूक होतीच. एम्बसितल्या लोकांना पासपोर्टमधली माहिती खोटी आहे हे कळलं तर? मी अफगाण नाही हे त्यांना मला पाहताच समजेल का? कोण जाणे! मामोला घेऊन धीर करून एम्बसित गेले. इंडियन एम्बसि. पुन्हा एकदा आनंद झाला. परदेशात आपल्या देशातले लोक भेटले की आनंद होणारच.

बायकांची आणि पुरुषांची रांग वेगळी होती. बायकांच्या रांगेत माझाच नंबर पहिला होता. माझ्या मागे आणखी दोघीजणी होत्या. बराच वेळ वाट पाह्यल्यावर दरवाजा उघडला. पासपोर्ट बघितल्यावरच सगळ्यांना आत सोडलं. आतमध्येसुद्धा थोडा वेळ बसावं लागलं. मनाची उलघाल चालली होती. एकेकाला ऑफिसरकडे पाठवत होते. मला आत बोलावलं, 'शबनमखान.' असं नाव पुकारल्यावरही मी बसूनच राहिले. हे आता माझं नाव आहे, हे मी विसरलेच होते; पण लक्षात आल्यावर पटकन् उठून आत गेले. ऑफिसर पंजाबी होते. दारावर 'मि. अवतारसिंग' अशी पाटी होती. मी आत जाताच त्यांनी विचारलं, 'बोला, मॅडम. मी आपल्यासाठी काय करू शकतो?' हे त्यांनी मला इंग्रजीतून विचारलं. मीही मला व्हिसा हवा असल्याचं त्यांना इंग्रजीतूनच सांगितलं. मी माझी ओळख 'अफगाण' म्हणून दिलीय हे माझ्या लक्षातच राह्यलं नाही. ते म्हणाले, 'आपण यायचं-जायचं तिकीट घेऊन या. तरच व्हिसा मिळेल.'

'सर, त्याला बरेच पैसे लागतील ना? एवढे पैसे माझ्याकडे नाहीत.'

'मग मी काय करू सांगा? नियमच आहे तसा. आणि हो, आपण अफगाण आहात?' त्यांनी सरळच विचारलं.

'हो.'

'आपल्याकडे पाहून तसं वाटत नाही. बोलण्यावरूनही लक्षात येतं.'

'मी जन्मापासून इंडियातच होते ना! म्हणून आपल्याला तसं वाटलं असेल'

असं बोलून गेले आणि चूक झाल्याचं लक्षात आल्यावर गोंधळले. मी हे काय बोलून बसले! अफगाण बायका कधीच इंडियात राहत नाहीत. मग स्वत:ला सांभाळण्यासाठी मखलाशी केली, ''माझे वडील पठाण आणि आई इंडियन बंगाली. मामाचं घर कोलकात्यात आहे. म्हणून मी इंडियात राहू शकले.'

'ह्या देशात कधी आलात?'

'बारा वर्षांपूर्वी.'

'मग तेव्हाचा पासपोर्ट किंवा व्हिसा असेल ना? तो द्या ना!'

आता पुन्हा तीच रड. व्हिसा मिळणारच नाही का? मला रडू येत होतं पण डोळ्यांतलं पाणी कसंबसं आवरत म्हटलं, 'सर, इथं कित्येक वर्षं युद्ध चालू आहे. हे आपण जाणताच. घरदार सोडावं लागतंय. धड कशाचाच ठावठिकाणा नाही. आणि आपण व्हिसा मागता आहात. मला नवलच वाटतंय.'

ते माझ्याकडे बघून हळूच हसले, 'राहू द्या. मला समजतंय सगळं. आपण वेळ न घालवता तिकीट आणा आणि व्हिसा घेऊन जा.'

'पण सर.....'

मला पुढे बोलून न देताच ते म्हणाले, 'जायचं तिकीट तर आणाल की नाही?' ते मोठ्याने हसले.

मी मामोला घेऊन तिकीट काढायला धावले; पण इथंही अडचणीनं माझा पिच्छा पुरवलाच. पासपोर्टशिवाय ते तिकीट देईनात. टॅक्सी करून पुन्हा व्हिसा ऑफिस गाठलं. तिथं पासपोर्ट दिला नाही. नुसता नंबर लिहून दिला. तो नंबर घेऊन पुन्हा तिकीट काढायला गेले तर तिथले लोक म्हणाले की नुसत्या नंबरावर भागणार नाही. पासपोर्ट हवाच. मला भयंकर राग आला. पुश्तूतच एकाला म्हटलं, 'आपण पासपोर्ट मागता आहात. पासपोर्टशिवाय तिकीट द्यायला तयार नाही आणि एम्बसि तिकिटाशिवाय पासपोर्ट आणि व्हिसा द्यायला तयार नाही. आता आपणच सांगा, मी काय करू ते!'

त्यांच्यातल्या एका किडकिडीत माणसानं माझं बोलणं ऐकलं असावं. त्यानं विचारलं,

'काय झालं? आपण एवढं रागावलात का?'

मी त्याला सर्व हकिकत सविस्तरपणे सांगितली. ती ऐकल्यावर त्यानं विचारलं, 'आपण कुठून आलात?'

'सारानहून. तिथंच माझं घर आहे.'

हे ऐकल्यावर तो दुसऱ्या एका माणसाला म्हणाला, 'त्यांना तिकीट देऊन टाका. त्या माझ्याच गावच्या आहेत.'

एकदाचं तिकीट मिळालं. मग पुन्हा व्हिसा ऑफिस. पण आम्ही जाईपर्यंत एम्बसि

बंद झाली होती. एका खोलीत सर्वजण चहा पित बसले होते. दुसऱ्या गेटच्या एका छोट्याशा खिडकीतून मी एकाला हाक मारली. तोही हिंदुस्तानी होता. व्हिसा हवा असल्याचं सांगताच त्यानं ऑफिस बंद झाल्याचं सांगितलं. मी त्याला गेट उघडण्याची विनंती केली. त्याला माझी दया आली असावी. त्यानं गेट उघडून मला आत घेतलं. मी त्याला म्हटलं, 'प्लीज, आपल्या सरांना सांगा की मला आजच व्हिसा हवा. हे बघा, मी उद्याचं तिकीट आणलंय. आज व्हिसा मिळाला नाही तर मला तिकीट परत करावं लागेल. मी आता पार दमून गेलीय. आता आणखी धावपळ नाही होणार माझ्याच्यानं.' त्यानं मला तिथंच बसायला सांगितलं आणि तिकीट घेऊन तो आत गेला. साधारण वीस-एक मिनिटांनी तो परत आला. त्यानं व्हिसा, पासपोर्ट आणि तिकीट माझ्या हातात ठेवलं आणि म्हणाला, 'मॅडम, आपण इंडियन आहात हे मी ओळखलं. आपला चेहरा, आपलं बोलणं बंगाली लोकांसारखं आहे. म्हणून आपल्याला आणखी त्रास न देता व्हिसा तयार करून आणला. आमच्या सरांनीही सगळं ओळखलंय. म्हणून त्यांनी तुम्हाला अडवलं नाही. ते म्हणाले की एक तरी बाई आपल्या देशात परत जातेय तर जाऊ देत.'

मी त्यांचे आभार मानले.

आज आठ तारीख. मागचा अध्याय संपवून मी निघाले. सगळं मागे टाकून, सगळ्यांना नाकारून मी निघाले. तालिबानचं फाजील धर्मवेड, कडक शरीयत, मूलतत्त्ववाद्यांची ढोंगबाजी, कुराणाच्या नावावर सामान्यांवर होणारे अत्याचार हे सर्व पायदळी तुडवून मी निघाले. सकाळचे नऊ वाजलेत. एअरपोर्टवरचं चेकिंग आटपून मी विमानाकडे निघालेय. एकदाच मागे वळून पाह्यलं.

काबुल. अफगाणिस्तान. पश्चिम आशिया. हा देश खरंच खूप वाईट आहे? आज ह्या देशाचा अखेरचा निरोप घेताना हा प्रश्न माझ्या मनात घोळत होता. ह्या देशातल्या सगळ्याच गोष्टी वाईट आहेत? हुकूमशाहीनं ह्या देशाची धूळधाण केली की इथल्या माणसांच्या करंटेपणानं? इथली हवा, पाणी, फळफळावळ किती चांगलं आहे. मग माणसांची मनं अशी विकृत का झाली? इथली माणसं संकुचित का? ह्या देशाची वैशिष्ट्यं एका मागून एक नष्ट करणाऱ्यांना ह्या देशात राह्यचा अधिकार कसा मिळाला? ह्या लोकांत सेल्फिश जायन्टची हिंस्रता आहे, उदारता अजिबात नाही आणि ह्यांना कोणीही विरोध करत नाही. आणि विरोध कोण, कसा आणि कोणाला करणार? कारण तालिबानला अप्रत्यक्ष मदत करणारे अजून पडद्यामागेच आहेत; पण त्यांना मदत मिळतेय हे नक्की. जर अशी मदत मिळाली नसती तर आधुनिक शस्त्रांसह ते युद्ध कसे करू शकले असते? पण मदत करणाऱ्यांनी हेही लक्षात ठेवायला हवं की वाघाला एकदा रक्ताची चटक लागली की त्याला रक्तच लागतं– मग ते जनावराचं असो वा माणसाचं. तो मग दुसऱ्या

कशालाच तोंड लावत नाही.

सगळ्यांबरोबर मीही विमानाकडे निघाले. विमानाच्या शिडीशी सिक्युरिटी गार्डस उभे होते. प्रत्येकाचा व्हिसा, पासपोर्ट ते तपासत होते. मीही माझा पासपोर्ट, व्हिसा दाखवला आणि विमानात चढले. आता काही गडबड झाली नाही तर मी व्यवस्थित इंडियात पोचणार होते. आता मला कोणीच रोखू शकत नव्हतं. कोणतीच शक्ती मला अडवू शकत नव्हती. तालिबान अजून इथं पोहोचले नव्हते. इथं अजून रब्बानी सरकारची सत्ता होती. मी एका खिडकीशी जाऊन बसले. 'एरियाना अफगाण'च्या विमानांना सीट नंबर नसतात. जागा असेल तिथं बसायचं.

विमान प्रथम जलालाबादला जाणार होतं. तिथं एक तास थांबून मग दिल्लीकडे उड्डाण करणार होतं. थोड्या वेळातच विमान रन-वे वर धावायला लागलं. आता तीन-चार तासांतच मी माझ्या देशात पोचणार होते. काबुलहून दिल्लीला जायला विमानाला खरा इतका वेळ लागत नाही. पण हे विमान जलालाबादमार्गे जाणार होतं ना! नाहीतर एक तास पंचेचाळीस मिनिटांत दिल्ली.

मला वेळ नसल्यानं काबुल फारसं पाहता आलं नाही. तरी वेळात वेळ काढून मामो मला अहमदशहा मसूदच्या ऑफिसमध्ये घेऊन गेली. सगळी डिपार्टमेन्टस् तिथंच होती. मी तिथल्या हेल्थ डिपार्टमेन्टच्या प्रमुखांना भेटले. मी गावात वैद्यकीय व्यवसाय करत होते हे समजल्यावर ते म्हणाले, 'आपण खरंच इथून जाऊ नका. काबुलमध्ये राहा. आपल्यासारख्यांची आम्हाला फार गरज आहे.'

'मी किती अडचणींना तोंड देत इथं येऊन पोचलेय ह्याची आपल्याला कल्पना नाही. तालिबानचा राग, त्यांची शरीयत ह्यांना विरोध करत मी इथपर्यंत आलेय. आता मी इथं थांबू शकत नाही. मला माझ्या देशात परत जायचंय.'

माझं निग्रहाचं बोलणं ऐकल्यावर त्यांनी मला तिथं राहण्याचा आग्रह केला नाही. पण ते पुढे जे काही म्हणाले ते धक्कादायक होतं. ते म्हणाले, 'इथं एकही स्पेशालिस्ट नाही, हे आपल्याला माहीत आहे का? गाइनिकॉलॉजिस्टही नाही. खरं तर एकही चांगला डॉक्टर नाही.'

एका लहानसा धक्का देऊन विमान जलालाबादला उतरलं. हिंदुस्तानात जाणाऱ्यांना विमानाबाहेर जाण्याची परवानगी नव्हती. काबुल सोडताच मनानं भरारी मारली होती आणि ते केव्हाच इंडियात जाऊन पोहोचलं होतं. दिल्लीत उतरल्यावर मी काय करू? कोणाकडे जाऊ? माझी एक मैत्रीण सफदरजंग इन्कलाब रोडला राहत होती. तिच्याकडेच जायचं पक्कं ठरवलं. जलालाबादला काही प्रवासी उतरून गेले. एअर होस्टेसेस लंच देण्यात गुंतल्या होत्या. माझा वेळ जाता जात नव्हता. साधारण दोन तासांनी विमान पुन्हा वेगानं आकाशात झेपावलं.

मी आयुष्याची काही वर्षं ज्या देशात घालवली त्या देशाचा आता मी कायमचा

निरोप घेत होते. ज्याच्या सुखदुःखात मी पूर्णपणे सहभागी झाले होते त्या पश्चिम आशियातील अत्यंत कडव्या, प्रतिगामी देशाचा मी निरोप घेत होते.

काबुल अच्छा! पश्चिम आशिया अच्छा! अफगाणिस्तान अच्छा!

सलाम! तुला सलाम!